இதயமே கொடையானால்...

மைலிஸ் தெ கெராங்கால்

பிரஞ்சிலிருந்து தமிழில்

எஸ். ஆர். கிருஷ்ணமூர்த்தி

தடாகம்

இதயமே கொடையானால்...

- ஆசிரியர்: மைலிஸ் தெ கெராங்கால்
- பிரஞ்சிலிருந்து தமிழில்: எஸ். ஆர். கிருஷ்ணமூர்த்தி
- முதற்பதிப்பு: ஜனவரி 2022
- பக்க வடிவமைப்பு: கி. ஆஷா
- அட்டை ஓவியம்: முரளிதரன் அழகர்
- அட்டை வடிவமைப்பு: வெ. பாலாஜி

Copyright © Editions Gallimard, Paris, 2014

Book Name & Author's Name : **Réparer les vivants**, a French Novel by **Maylis de Kérangal**.

Tamil translation copyright © Thadagam, Chennai, 2022

Book Name in Tamil & Translator Name: **Ithayame kodaiyaanaal** translated by **R.Kichenamourty**

PAP TAGORE

www.bibliofrance.in

"The Work is published with the support of the Publication Assistance Programs of the Institut français."

© All rights reserved. No part of this publication may be reproduced or transmitted in any form or by any means, electronic or mechanical, including photocopy, recording, or any information storage and retrieval system, without permission in writing from the publisher.

Published by:

THADAGAM
No.112, First Floor, Thiruvalluvar Salai
Thiruvanmiyur, Chennai 600041
Ph: +91-98400-70870
www.thadagam.com | info@thadagam.com

ISBN: 978-93-93361-01-1

Published on January 2022

Price: ₹ **260**

என் இதயம் நிரம்பிவிட்டது

- 'மேரிகோல்ட் மலர்கள்மீது காமாக் கதிர்களின் தாக்கம்'

பால் நியூமேன், 1973

மொழிபெயர்ப்பாளர் உரை

மைலிஸ் தெ கெராங்கால் (Maylis de Kerangal) பிரஞ்சு மொழியில் எழுதிய *Réparer les vivants* (வாழ்ந்துகொண்டிருப் போரைக் காப்பாற்றுவோம்) என்னும் நாவல், ஆங்கிலத்தில் *Mend the Living,* என்று ஜெசிக்கா மூர் (Jessica Moore) என்பவராலும், *The Heart* என்று சாம் டெய்லர் (Sam Taylor) என்பவராலும் மொழிபெயர்க்கப்பெற்றிருக்கிறது.

Heal the Living என்னும் தலைப்பில் திரைப்படமாக வெளி வந்திருக்கிறது.

2014ஆம் ஆண்டில் வெளியான இந்நாவல், வெளிவந்த இரண்டு ஆண்டுகளிலேயே பத்து இலக்கியப் பரிசுகளை வென்றிருக்கிறது.

இது மருத்துவத்துறை சம்பந்தப்பட்ட நாவலாகும். ஆங்கி லத்தில் Arthur Haileyயின், *The Final Diagnosis, Strong Medicine,* Robin Cookகின், *Coma, Fever, Brain,* போன்ற நாவல்கள் ஏராள மாக வெளிவந்திருக்கின்றன. அந்த வகையைச் சார்ந்ததுதான் இது என்றாலும், சிக்கலான மனித உணர்வுகளை, உணர்ச்சிகளை வெளிப்படுத்துவதில் இதற்கு ஈடில்லை எனலாம்.

இதை மொழிபெயர்க்கும்போது இரண்டு பிரச்சினைகள் எழுந்தன.

ஒன்று, இதை மொழிபெயர்ப்பதற்கு ஓரளவுக்காவது அத் துறையைப் பற்றிய அறிவு வேண்டும். இப்பிரச்சினையை மருத்துவத் துறையில் பணியாற்றும் நண்பர்களிடம் ஆலோசனை செய்து ஒருவாறு சமாளித்துவிட முடிந்தது. நான் நோயுற்ற காலங்களில் எனக்கு அறிவுரைகள் தந்து உதவிய மருத்துவர் Dr. ஷ்ரவன் அவர்களின் தெளிவான விளக்கங்கள் எனக்குப் பெரிதும் உதவியாக இருந்தன.

இரண்டாவது, தேவையான தமிழ்க் கலைச்சொற்களைத் தெரிந்திருக்க வேண்டும். இந்தப் பிரச்சினைதான் மிகவும் சிக்கலானது. தமிழில் வெளிவந்திருக்கும் சொற்களஞ்சியங்களில் அறிவியல் சார்ந்த பிரஞ்சு, ஆங்கிலச் சொற்களுக்கு நேரடியான தமிழ் சொற்கள் கிடைப்பது அரிது. சிலவற்றுக்குக் கொடுக்கப்பட்டிருந்தாலும், அவை எல்லா அகரமுதலிகளிலும் ஒரே மாதிரியாக இருப்பதில்லை. ஆகையால், முக்கியச் சொற்களுக்கு ஆங்காங்கே ஆங்கில வார்த்தைகள் கொடுத்திருக்கிறோம்.

மேலும், இக்கதை பிரான்சு நாட்டில் நிகழ்கிறது. லெஆவ்ர் என்னும் பிரான்சின் வடமேற்கு நகரருகே ஒரு விபத்து நடைபெறுகிறது. அதன் தொடர் நிகழ்வுகள் அந்நாட்டின் தலைநகர் பாரிசில் இடம்பெறுகின்றன. இடையிடையே ஏராளமான நகரங்களும், சிற்றூர்களும் குறிப்பிடப்படுகின்றன. அவற்றின் பெயர்களைப் பிரஞ்சு மொழி உச்சரிப்பை ஒட்டியே தமிழில் கொடுத்திருக்கிறோம். இவையனைத்தும், பிரஞ்சுப் பண்பாட்டுச் சூழலை உணர்த்த உதவும் என்பதில் ஐயமில்லை.

இந்நாவலின் கதைக்கருவை ஓரிருவரிகளில் சொல்லிவிடலாம். ஆனால், முழு நாவலைப் படிக்கும்போதுதான், கதை மாந்தர்களாகிய பெற்றோர், மருத்துவர்கள், செவிலியர்கள், ஆகியோர் வெளிப்படுத்தும் மனிதநேயத்தின் மேன்மையையும், அர்ப்பணிப்பின் ஆழத்தையும் புரிந்துகொள்ள இயலும். உறுப்புத் தானத்தின் மகத்துவமும் புரியவரும்.

மருத்துவத்துறை மருத்துவர்களுக்கும், செவிலியர்களுக்கும் மட்டும் உரித்தானதன்று. நாம் அனைவருக்குமே அது உரித்தானதுதான், ஏனெனில், நாம் அனைவருமே, தினம்தினம், ஏதோ ஒரு விதத்தில் அத்துறையோடு தொடர்புகொண்டிருக்கிறோம்.

ஆகையால், இந்நாவல் அத்துறையைப் புரிந்துகொள்ள மிகவும் பயன்படும் என்ற நம்பிக்கையோடு தமிழில் மொழிபெயர்த்திருக்கிறோம். அந்நோக்கம் நிறைவேறினால், அதுவே இந்த மொழிபெயர்ப்பின் வெற்றியாகும்.

இப்பணியை என்னிடம் ஒப்படைத்த தடாகம் பதிப்பக உரிமையாளர் திரு. அமுதரசன் அவர்களுக்கு என் நன்றியைத் தெரிவித்துக்கொள்கிறேன்.

எஸ். ஆர். கிருஷ்ணமூர்த்தி

ஆசிரியர் அறிமுகம்

இந்நூலாசிரியர் மைலிஸ் தெ கெராங்கால் (Maylis de Kerangal) பிரான்சின் தென் மேற்கு நகரமான துலோன் (Toulon)இல், 1967ஆம் ஆண்டு பிறந்தவர். பள்ளிப் படிப்பை லெ ஆவ்ர் (Le Havre) என்னும் பிரான்சின் வடமேற்கு நகரத்தில் முடித்துவிட்டு, தன்னுடைய மேற்படிப்பைப் பாரிசில் தொடர்ந்தார்.

அவருடைய முன்னோர்களெல்லாம் கப்பலோட்டிகளாக, கடலோடு தொடர்புடையவர்களாக இருந்திருக்கின்றனர். ஆகையால், அவர் படைப்புகளில் கடலின் ஆதிக்கம் அதிகம் இருப்பதைக் காணலாம்.

அவருடைய 'மேகச் சுவடுகளின் கீழ் நடக்கின்றேன்' *(Je marche sous un ciel de traîne,* 2000), 'பயணிக்கும் வாழ்க்கை', *(La Vie voyageuse,* 2003) 'பூக்களுமில்லை மாலையுமில்லை' *(Ni fleurs, ni couronnes,* 2006) போன்ற நாவல்கள் ஒன்றுக்கும் மேற்பட்ட விருதுகளைப் பெற்றிருக்கின்றன. இங்கு மொழிபெயர்க்கப் பட்டிருக்கும் 'இதயமே கொடையானால்' *(Réparer les vivants)* 2010ஆம் ஆண்டு வெளிவந்தது. பத்துக்கும் மேற்பட்ட இலக்கிய விருதுகளைப் பெற்றிருக்கிறது.

அவர் தற்போது குடும்பத்துடன் பாரிசில் வசித்துவருகிறார்.

மொழிபெயர்ப்பாளர் அறிமுகம்

எஸ். ஆர். கிருஷ்ணமூர்த்தி (பிரஞ்சில் Kichenamourty) புதுவைப் பல்கலைக்கழக முன்னாள் பிரஞ்சுத் துறைத் தலைவர், பேராசிரியர், டீன் (வாழ்வியல் புலம்), யூ.ஜி.சி எமெரிட்டஸ் ஃபெல்லோ.

பிரஞ்சு அரசின் ஷெவாலியே *(2005)* ஒஃபீசியே *(2010)* விருதுகளும், கொம்மாந்தெர் *(2021)* என்னும் பிரான்ஸ் நாட்டின் உயரிய விருதும் பெற்றிருக்கிறார்.

மொழிபெயர்ப்புக்காக விகடன் விருதும், பிரஞ்சு அரசின் ரொமேன் ரொலான் (Romain Rolland) விருதும் பெற்றிருக்கிறார்.

தமிழ், பிரஞ்சு, ஆங்கிலம் ஆகிய மொழிகளில் சிறுகதைகள் எழுதியிருக்கிறார். மொழிபெயர்ப்புகளும் செய்திருக்கிறார்.

1

சிமோன் லேம்பரின் இதயம்... அதுபற்றி யாரறிவார்? பிறந்த போது அந்த இதயத்தின் துடிப்பு அதிகரித்தது; அதேபோல் அவனை வாழ்த்த வந்தவர்கள் இதயமும் துடித்தது. பின்னர், அந்த இதயம் அவனை மகிழ்ச்சியில் துள்ளிக் குதிக்க வைத்ததுண்டு, வேதனையில் குமட்ட வைத்ததுண்டு. விம்ம வைத்ததுண்டு. அது பறவை இறகைப் போல் இலேசாக இருந்ததுண்டு. கல்லைப் போல் கனமாகவும் இருந்ததுண்டு. ஏதோ ஒன்று அதனைப் படபடக்க வைக்கும். காதல் அதனைக் கரைய வைக்கும். இருபது வயது இளைஞனின் நெஞ்சுக்குள் இருக்கும் அந்தக் கறுப்புப் பெட்டியில் அந்த இதயம் எதனை வடித்தெடுத்து – பதியவைத்து – பாது காத்து வந்தது? அதுபற்றியெல்லாம் யாருக்கும் தெரியாது. நுண் ணொலியின் (அல்ட்ரா சவுண்ட்) எதிரொலியால் வளைந்து நெளிந்து செல்லும் ஒரு பிம்பத்தைப் பார்க்கலாம். மகிழ்ச்சியில் அது விரியும். துயரில் அது சுருங்கும். ஈ.சி.ஜி. (E.C.G., இதய மின்னல் வரவு) பேப்பரில் சில கோடுகளால் அதன் வடிவத்தை வரைந்து அதன் ஆக்கத்தையும், இழப்பையும் எடுத்துக்காட்டும். உணர்ச்சியால் தூண்டப்படுதல், தினம் கிட்டத்தட்ட ஒரு லட்சம் தடவை சுருங்கி விரிந்து ஒவ்வொரு நிமிடமும் ஏறக்குறைய ஐந்து லிட்டர் இரத்தத்தை உடலில் பரவச் செய்தல் ஆகியவற்றை அந்தக் கோடுகள் விளக்கும் – விவரிக்கும். அதன் ஏற்ற இறக்கங்களையும், பொங்கி வடிதல்களையும், பட படத்தலையும் அவை எடுத்துக்காட்டும். ஆயினும், சிமோன் லேம்பரின் இதயம் இயந்திரங்களுக்கும் அப்பாற்பட்டது. யாரும் அதை முழுமையாக அறிந்துகொண்டதாகச் சொல்ல முடியாது.

அன்று இரவு வானத்தில் விண்மீன்கள் இல்லை. 'கோ' (Caux) பிரதேசத்தின் உள்ளேயும், கழிமுகத்திலும் எலும்பை உறைய

வைக்கும் கடுங்குளிர் வாட்டிக்கொண்டிருந்தது. குன்றுகளை யொட்டி கண்ணுக்குத் தெரியாமல் ஒரு நீரோட்டம் நர்த்தனம் ஆடிக்கொண்டிருந்தது. அலைகள் உள்வாங்கியும், வெளியேறியும், புவியியலின் பதிவுகளை உணர்த்தின. அப்போதும்கூட, ஓய் வெடுத்துக்கொண்டிருந்த அந்த உறுப்பு – உயிரோட்டம் பெற்றுக் கொண்டிருந்த அந்தச் சதை – ஒரே சீராகத் துடிப்பதையும், நாடித் துடிப்புகள் அநேகமாக நிமிடத்துக்கு ஐம்பதுக்கும் குறைவாகவே இருப்பதையும் உணர்ந்திருக்க முடியும். திடீரென, அந்தக் குறு கலான படுக்கைக்கு அடியில் கைபேசி அலறல் ஒன்று கேட்டது. அதன் தொடுதிரையில் மினுக்மினுக்கென்று ஒளியடித்து 05:50 என்று காட்டியது. உடனேயே அனைத்தும் கட்டுப்பாட்டை மீறிச் செல்ல ஆரம்பித்துவிட்டது.

2

அன்று இரவு, காலியாகக் கிடந்த வாகன நிறுத்துமிடத்துக்கு ஒரு வேன் வந்து குறுக்கு வாட்டத்தில் நின்றது. பக்கவாட்டில் கதவுகள் திறந்தன. இருளைக் கிழித்துக்கொண்டு மூன்று உரு வங்கள் - மூன்று நிழல் உருவங்கள் - வெளியில் வந்தன. மூவரும் இளைஞர்கள்போல் தோன்றினர். பிப்ரவரி மாதக் கடுங்குளிர். சிந்திய மூக்கோடும், கசங்கிய ஆடைகளோடும், இழுத்துப் போர்த்திக்கொண்டு வந்த அவர்கள் தங்கள் மேலங்கியின் ஜிப்பைத் தாடைவரை இழுத்துக்கொண்டார்கள். குல்லாவைக் கண் இமை வரை இறக்கிக்கொண்டார்கள். கம்பளிக்குள் காதுகளை நுழைத்துக் கொண்டார்கள். கைகளை இணைத்து அவற்றில் ஊதிக்கொண் டார்கள். பின்னர், அவர்கள் கடலை நோக்கிப் புறப்பட்டனர். அவ் வேளையில், இருளில் மூழ்கிக் கிடந்த கடல், முழக்கமிட்டுக் கொண்டிருந்தது.

O

பொழுது விடியவிடிய, அம்மூவரும் இளவட்டங்கள் என்று நன்றாகவே தெரிந்தது. வாகனம் நிறுத்துமிடத்துக்கும் கடலோரத் துக்கும் இடையில் இருந்த ஒரு சின்ன சுவர் பக்கத்தில் போய் நின்றுகொண்டு, வலுவாக மூச்சை இழுத்துக்கொண்டே பாதங் களை அசைத்துச் சூடேற்றிக்கொண்டார்கள். அயோடினையும், குளிரையும் உள்ளுக்கிழுத்ததால், நாசித்துவாரங்களில் வலி ஏற் பட்டது. எதிரிலிருந்த வெட்டவெளியை உற்று நோக்கினார்கள். ஒன்றும் தெரியவில்லை. அவர்களுக்கு முன்னால் ஆர்ப்பரித்துக் கொண்டிருக்கும் கடலின் ஓசை மட்டுமே கேட்டது. கரையை வந்து தாக்கும் அலைகள், சிதறிப்போவதால், ஒன்றோடொன்று மோதிக்கொண்டு ஆயிரமாயிரம் அணுக்களாக - பளிச்சிடும் வெண் துகள்களாக - நுரையாக மேலெழுவதைத் தவிர அவர்களால் வேறு எதையும் பார்க்க முடியவில்லை. வேனைவிட்டு இறங்கியதும்,

குளிரினால் ஆக்கிரமிக்கப்பட்டதால், மூன்று பேரும் தங்கள் நிலையைச் சரிபடுத்துவதில் முனைந்தார்கள். கண்களையும் காதுகளையும் சூழலுக்கேற்றவாறு பழக்கினர். கடலின் எழுச்சியையும், ஆழத்தையும் கணக்கிட்டனர். வெகுதூரத்தில் உருவாகும் அலைகள், வேகத்தில் அதிவேக படகுகளையும் மிஞ்சிவிடும் என்று அவர்களுக்குத் தெரியும்.

"எல்லாம் சரியாகத்தான் இருக்கிறது, வந்த வேலை நல்லபடியாக முடியும்" என்று அவர்களில் ஒருவன் மெல்லியக் குரலில் முணுமுணுத்தான். மற்ற இருவர் முகத்திலும் புன்னகை இழைந்தோடியது. பின்னர் மூவரும், தங்கள் காலணியில் ஒட்டிக்கொண்டிருந்த மண்ணைத் தட்டிவிட்டுக்கொண்டே புலிகள்போல் திரும்பி, உட்பிரதேசத்தை நோட்டமிட்டார்கள். செங்குத்துப் பாறைகளுக்குப் பின்னால், இரவின் ஆதிக்கம் நிலைத்திருந்தது. சற்று முன் பேசியவன் தன் கடிகாரத்தைப் பார்த்துவிட்டு, "இன்னும் கால் மணி நேரம் பொறுத்திருப்போம்," என்றான். மூவரும் மீண்டும் வேனில் ஏறி கடல்மீது விடியல் வருவதற்காகக் காத்திருந்தனர்.

O

அவன் - அதாவது சிமோன் லேம்பர் (Simon Limbres), கிறீஸ்தோஃப் அல்பா (Christophe Alba), யோஹான் ரொஷே (Johan Rocher) ஆகியோருடனிருந்தான். அம்மூவரும் நடுநிசிக்கு முன்னாலேயே அலாரம் வைத்துக்கொண்டு எழுந்து வந்திருந்தனர். முன்னேற்பாடாக, அவர்கள் கைபேசி மூலம் செய்தி பரிமாறிக்கொண்டிருந்தனர். கடலில் ஆண்டுக்கு இரண்டு மூன்று தடவை ஏற்படும் ஏற்றத்தாழ்வு சமநிலையின்போது அதில் அலைச்சறுக்கு விளையாடிப்பார்க்க வேண்டுமென்பது அவர்கள் திட்டம். கடல் நிதானமாகவும், காற்று பலவீனமாகவும், கரையில் காக்காய் - குருவி இல்லாமலும் இருக்கும்போதுதான் அந்தச் சாதனை இடம் பெற வேண்டும். ஜீன்சுடனும், மேலங்கியுடனும் வீட்டைவிட்டுத் தப்பித்து வந்திருந்தனர். கிளம்புவதற்கு முன் அவர்கள் ஒரு கோப்பை பால், அல்லது ஒரு பிடி சிறுதானியம், ஒரு துண்டு ரொட்டி என எதுவும் சாப்பிடவில்லை. கிறீஸ் தன் வேனைச் சரியான நேரத்தில் கொண்டுவந்துவிடுவான் என்று சிமோன்

தான் குடியிருந்த கட்டடத்தின் கீழேயும், யோஹான் தன் வீட்டு வாசலிலும் காத்திருந்தனர். இதற்கு முன் ஞாயிற்றுக்கிழமைகளில் அவர்கள் பகலில் உச்சிவேளைவரை தூங்குவது வழக்கம். படுக்கையறையிலிருந்து ஹால்வரை செல்வதற்கே சோம்பல் படுவார்கள். அப்படிப்பட்டவர்கள் அன்று காலை ஆறு மணிக்கே வெளியில், தெருவிளக்கின் கீழ், அவிழ்ந்த காலணியை இறுக்கிக் கட்டாமலும், துர்நாற்றம்வீசும் மூச்சு விட்டுக்கொண்டும், அரட்டை அடித்துக்கொண்டும் நின்றார்கள். சிமோன் லேம்பர் தன் வாயிலிருந்து வெளியேறும் மூச்சு ஒரு புகையாக உரு மாறி, அடர்த்தியாகி, அண்டத்தில் கலப்பதை ரசித்துக்கொண் டிருந்தான். அவனுக்குத் தன் சிறு வயது ஞாபகம் வந்தது. அந்தக் காலத்தில் அவன் தன் ஆள்காட்டி விரலையும் நடுவிரலையும் உதட்டோரம் வைத்து பெரியவர்களைப்போல மூச்சை விட்டு, புகைப்பிடிப்பதுபோல் விளையாடுவதுண்டு. அவனும், அவன் இரண்டு நண்பர்களும் தங்களை ‘மூன்று நண்பர்கள்’ அல்லது ‘உயர் அலை சவாரி’ படங்களில் வரும் வீரர்களாகக் கற்பனை செய்துகொள்வார்கள். கிறீஸ், ஜான், ஸ்கை என்ற பெயரில் வலம் வந்தனர். அந்தப் பெயர்களை அவர்கள் செல்லப்பெயராக வைத்துக்கொள்ளவில்லை. புனைப்பெயராக வைத்துக்கொண்டு உலக அளவில் பெயர் பெற விரும்பினர். அவர்கள் சொந்தபெயரில் வலம் வந்தால், அவர்களுக்கு ஆயிரம் பிரச்சினைகள் வரும். மாணவர்களாகிய அவர்கள் அவ்விளையாட்டில் ஈடுபடுவார் களானால், உறைய வைக்கும் தூறலையும், அலைகளின் சல சலப்பையும், செங்குத்தான மலைச் சரிவையும், மாலை வந்ததும் காலியாகும் வீதிகளையும் பெரியோர்கள் சுட்டிக்காட்டுவார்கள். பெற்றோர்கள் குற்றம் சொல்வார்கள். கல்லூரி சில நிர்ப்பந்தங்கள் தரும். காதலி கோபிப்பாள். ஆனால், காதலியைவிட அவர்களுக்கு அந்த வேன் முக்கியமாகப்பட்டது. அதேபோல்தான் அலைச் சறுக்கு விளையாட்டும்.

O

அவர்கள் இப்போது அந்த ‘வேனில்’ இருக்கிறார்கள். அதனை அவர்கள் ‘கமியோனேத்’ என்ற பிரஞ்சு பெயர் சொல்லி அழைக்க மாட்டார்கள். ‘வேன்’ என்றுதான் அழைத்தார்கள். அது

முழுவதும் ஈரமாகவும், அருவருப்பாகவும், மணல் நிறைந்து தோலைக் கிழிக்கக் கூடியதாகவும், மீன் நெடி வீசும் ரப்பர் விரிக்கப்பட்டும், பாராஃபின் நாற்றமடித்துக்கொண்டும் இருந்தது. சுற்றிலும் அடுக்கடுக்காக அலைச்சறுக்குக் கட்டைகள், ஒவ்வொரு பருவத்துக்கும் ஒத்ததாக கையுறைகள், சாக்ஸ்கள், மெழுகுப் பானைகள், தலைக் கயிறுகள் போன்றவை சிதறிக் கிடந்தன. மூவரும் முன்இருக்கையில் தோளோடு தோளாக அமர்ந்திருந்தனர். கைகளைத் தொடைகளுக்கிடையில் வைத்துத் தேய்த்துச் சூடேற்றிக்கொண்டிருந்தனர். 'என்ன குளிர்,' என்று குரங்குபோல் கத்திக்கொண்டு, ஊக்க பிஸ்கட்டுகளைக் கடித்துக்கொண்டனர் – ஆனால், அதிகமாகவன்று. பின்னர்தான், அதாவது, வேலையை வெற்றிகரமாக முடித்த பின்னர்தான் அது நடக்கும். கோக் பாட்டிலை ஒவ்வொருவராக எடுத்துக்கொண்டனர். உறைவித்த நெஸ்லே பால், பெபிதோ, ஷமோனிஸ்போன்ற மிருதுவான சர்க்கரை பிஸ்கட்கள் அனைத்தையும் சுவைத்தனர். 'சர்ஃப் செஷன்' என்ற பத்திரிகையை எடுத்து வேன் முகட்டில் பரப்பி, அரை இருளில் தெரிந்த அதன் பக்கங்களை மூவரும் ஒரே தடவையில் சாய்ந்து படித்தார்கள். தாள் பளபளத்தது – சன் லோஷன் தடவிய தோல் போல. எத்தனையோ தடவை படித்துவிட்ட பக்கங்களை மீண்டும் படித்தனர். விழிக்கோளங்கள் வெளியில் வந்துவிடும்போல் இருந்தது. வாய் காய்ந்துவிட்டது. அப்பக்கங்களில் மாவரிக்ஸ், லோம்பாக்கில், ஹாவாய், வனுவாத்து, மார்கரட் ரிவர் - இது போல் உலகத்தில் தலைசிறந்த கடற்பகுதிகள் அலைச்சறுக்கு விளையாட்டின் மகத்துவத்தைப் பறைசாற்றிக்கொண்டிருந்தன. ஆள்காட்டி விரலால் அவற்றையெல்லாம் ஆர்வமுடன் தொட்டுப் பார்த்து, அங்கெல்லாம் ஒரு நாள் – ஏன், அடுத்த கோடையில்கூட போய்வரலாம் என்று சொல்லிக்கொண்டனர். அவர்கள் மூவரும் ஒரே வாகனத்தில் அந்தப் பெருமை வாய்ந்த பயணத்தை மேற் கொண்டு, கடலில் தங்கள் சாதனையை மேற்கொள்வார்கள். இது வரை கடலில் உருவான மிக அழகான அலையைச் சந்திப்பார்கள். அந்தப் பயங்கரமான - இரகசியமான அலையை கொலம்பஸ் அமெரிக்காவைக் கண்டுபிடித்ததுபோல் கண்டுபிடித்துத் தம் வசமாக்கிக் கொள்வார்கள். அச்சமயம், பெருங்கடலின் ஆழத்தி லிருந்து அழகு வெளிப்படும். அசைவும் வேகமும் அவர்களின் அண்ணீரை (adrenaline) ஆட்டிவைக்கும். அதே சமயம், உள்ளங் காலிலிருந்து உச்சந்தலைவரை, உடல் முழுவதையும் ஓர்

அற்புதமான ஆனந்தம் ஆட்கொள்ளும். அந்த அலைமீது ஏறி பூமியையும், அலைச்சறுக்கு விளையாட்டையும் ஒருங்கிணைப்பர். அலைச்சறுக்கு விளையாட்டில் ஈடுபடுபவர்கள் ஒரு தனி ரகம். அவர்கள் நாடோடிகள். உப்பினாலும், நிரந்தர கோடைவெயிலினாலும், அவர்கள் முடி வெளுத்திருக்கும். கண்கள் சற்று நிறம் மாறி இருக்கும். ஆண்களாக இருந்தாலும் பெண்களாக இருந்தாலும், வினோத மலர்களும், செம்பருத்தி இதழ்களும் வரைந்த குட்டைக் கால்சட்டையும், பச்சை அல்லது இரத்தச் சிகப்பு நிற ஜீன்ஸும், பிளாஸ்டிக் மேற்சோடுகளும் அணிந்து தங்கள் ஒளிரும் இளமையைப் பறைசாற்றிக்கொண்டு கரை வந்து சேர்வார்கள்.

O

வானம் வெளுத்தது. அவர்கள் பார்த்துக்கொண்டிருந்த பத்திரிகை கொஞ்சம் தெளிவாகத் தெரிய ஆரம்பித்தது. அதன் படங்களின் நீலப் படிவங்களும், துணிச்சாய பச்சையும் கண்களைக் கூச வைத்தன. தூரத்தில், பரந்து விரிந்த கடல் பரப்பில், 'அலைச் சறுக்குப் பலகை' ஒன்று போனது அதன் வெள்ளைநுரைச் சுவடால் தெரிந்தது. மூன்று பேரும் தங்கள் கண்களை நம்ப முடியாமல் 'ஓ ஜீஸஸ்,' என்று முணுமுணுத்துக்கொண்டார்கள். கிறீஸ், பின்னால் வளைந்து, தன் கைபேசியை நோட்டமிட்டான். அதன் திரை வெளிச்சம் கீழிருந்து வந்ததால் அவன் முகம் நீலமாகத் தெரிந்தது. அவன் முகத்தின் கட்டமைப்பும் தெளிவாகத் தெரிந்தது. புருவம் எடுப்பாக வில்லைப் போல் வளைந்திருந்தது. முகவாய் விளக்குபோல் குவிந்திருந்தது. உதடுகளோ கருஞ்சிவப்பு. அன்றைய செய்திகளைப் படித்தான். இன்று லே பெத்தீத் தால் (Les Petites Dalles) என்ற இடத்தில் தென் மேற்கு / வடகிழக்கு திசையில் ஓர் அற்புதமான சுழல். அலைகளின் உயரம் 1.50 மீட்டரிலிருந்து 1.80 மீட்டர்வரை இருக்கும். அலைச்சறுக்கு விளையாட இந்த வருடத்தில் இதுவே மிகச் சிறந்த நேரம். பின்னர் அவன் நிறுத்தி, நிதானமாக: 'நாம்தான் ராஜா' என்றும், அதையே 'கிங்ஸ்' என்று ஆங்கிலத்திலும் சொன்னான். எல்லா நேரங்களிலும் ஆங்கிலத்தைக் கலந்து பேசுவதால், அவனுக்கு 'பாப்' இசையும், அமெரிக்கத் தொலைக்காட்சியும் அவர்களோடு ஒன்றி இருப்பதுபோல் ஓர் எண்ணம்.

O

சரியான நேரம் வந்துவிட்டது. அதிகாலை. உருவமில்லா திருந்தவையெல்லாம் உருவம் பெற்றன. இயற்கையின் கூறுகளெல்லாம் ஒழுங்கு நிலைக்கு வந்தன. வானம் கடலிலிருந்து பிரிந்து காட்சியளித்தது. தொடுவானம் தெளிவாகத் தெரிந்தது. மூன்று இளைஞர்களும் தயாராகினர். அவர்கள் நடத்துவது ஒரு சடங்குபோல் இருந்தது - பலகைகளில் மெழுகு தடவினர்; கயிறுகள் கட்டப்பட்டிருப்பதை உறுதிசெய்துகொண்டனர்; பாலிப்புராப்லின் (polypropylene) உள்ளாடை அணிந்துகொண்டபின் ஈரச் சீருடைக்குள் தங்கள் உடல்களைக் கஷ்டப்பட்டு நுழைத்தனர். சில சமயம் துணி உடலில் ஒட்டிக்கொள்ளும். இன்னும் சில சமயம் துணி தோலைக் கிழிக்கும். ஒருவருக்கொருவர் உடை மாற்ற உதவி செய்வதற்கு வளைந்து நெளிந்தபோது, ஒரு பொம்மலாட்ட நிகழ்ச்சியைப் பார்ப்பதுபோலிருந்தது. பின்னர் ரப்பர் பூட்ஸ், ரப்பர் தலைக் கவசம், கையுறைகள் என பலவும் அணிந்துகொண்டார்கள். வேன் கதவை மூடினார்கள். கூழாங்கற்கள் பாதத்துக்கு அடியில் கிறீச் சிடக் கடலோரத்திற்கு நடந்துசென்றார்கள். அப்போது அவர்களுக்கெதிரில் எல்லாமே தெளிவாகத் தெரிந்தது. அலைகளின் சுழற்சியும் அதன் கோலாகலமும் வெளிப்பட்டன. குதிகால்களைச் சுற்றி 'லீஷ்' அணிந்துகொண்டனர். ஜிப்பை இழுத்து கழுத்தில் ஒரு இன்ச் தோல்கூட வெளியில் தெரியாத வண்ணம் மூடி, தங்கள் தோளையும், தோள்பட்டையையும் பாதுகாத்துக்கொள்ள முயன்றனர். அங்கு பருக்கள் இருந்தன. சிமோன் தன் தோள் பட்டையில் பச்சைகுத்தியிருந்தான். அவன் திடீரென கையை உயர்த்தி, 'ஆரம்பமாகட்டும்' என்பதைத் தெரிவித்தான். மற்றவர்களுக்கு இதயம் படபடத்து, துடித்தெழும் மிருகம்போல் நெஞ்சாங்குழியில் பாயத் தொடங்கியது. இதயத்தின் எடையும், கனமும் அதிகரித்தன போலும்! இரண்டு விஷயங்கள் இதயத்தை இயக்கின. ஒன்று, அளவில்லா ஆர்வம். மற்றொன்று, திகில்.

தண்ணீருக்குள் காலெடுத்து வைத்தனர். அதில் அவர்கள் உடல் மூழ்கும்போது சத்தமிடவில்லை. வளைந்து கொடுக்கும் மேலுடை அவர்கள் உடல் வெப்பத்தையும், ஆர்வத்தையும் குறையாமல் பார்த்துக்கொள்ளவே, எந்தவித சத்தமுமின்றி, வெவ்வேறு முக பாவத்துடன் உருளும் கூழாங்கற்களைக் கடந்து சென்றனர். சீக்கிரமே கடலின் ஆழம் அதிகரித்துவிட்டது. கரையிலிருந்து

ஐந்தாறு மீட்டருக்குள்ளேயே அவர்கள் கால்கள் தரையைத் தொட வில்லை. முன்னோக்கித் தாண்டினர். அலைச்சறுக்குப் பலகையில் படுத்த நிலையில் சென்றனர். கைகள் தண்ணீரைப் பலமாகக் கிழித்துக்கொண்டு சென்றன. இழுத்துத் தள்ளும் அலைகளைத் தாண்டி நடுக்கடல் நோக்கி முன்னேறினர்.

இருநூறு மீட்டர் கடந்தால், கடல்நீர் மடிந்தும், விரிந்தும் படுக்கையில் போடப்பட்ட ஒரு போர்வையைப் போல் காட்சி யளிக்கும். சிமோன் லேம்பர் அதன் இயக்கத்தில் ஐக்கியமானான். ஐக்கியமாகும்போது, தன் நண்பர்கள் கிறீஸும், யோஹானும் வருவதை உறுதி செய்துகொண்டான். அவனுக்கு இடது பக்கத்தில் அவர்கள் இருவரும் கரிய தக்கைகள் போல் மிதந்து வருவது ஓரளவிற்குத் தெரிந்தது. கடல்நீர் கறுப்பாகவும், பளிங்குபோலவும், நாளங்கள் கொண்டதுபோலவும், தகர நிறத்தில் காட்சியளித்தது. பளபளப்பு ஏற்படவில்லை. ஆனால், அதன் மேல்பரப்பில் சர்க்கரையைத் தூவியது போல் இருந்தது. அதன் குளிர்ச்சி 9 அல்லது 10 டிகிரி செண்டிகிரேட் இருக்கும். அதற்கு மேல் இருக்க வாய்ப்பில்லை. ஏனெனில், சிமோனால் அது போன்ற குளிரில் இரண்டு அல்லது மூன்று அலைகளைத்தான் சமாளிக்க முடியும். அது அவனுக்கே தெரியும். குளிர் நீரில் அலைச்சறுக்கு விளையாடுவது உடலுக்கு ஊறு விளைவிக்கும். ஆகவே, அவன் சரியான அலையைத் தெரிவு செய்ய வேண்டும். அது உயரமாக இருக்க வேண்டும், ஆனால், கூர்மையாக இருக்கக் கூடாது. அதில் ஏறிக்கொள்ளும் அளவுக்கு அது தாராளமாக விரிய வேண்டும். அது கரையில் வந்து சிதறி, நுரை தள்ளும்வரை அதன் வேகத்துக்குத் தாக்குப் பிடிக்க வேண்டும்.

தொடர்ந்து முன்னேறிக்கொண்டிருக்கும்போது, எப்போதும் போல், அவன் கரையைத் திரும்பிப் பார்க்கிறான். அது நீல ஒளியில் கறுப்புத் திரளாகக் காட்சியளித்தது. இப்போது அது வேறொரு உலகம். அதனை விட்டு விலகிச் செல்கிறான். பாறைகளைப் பார்க்கிறான். அவற்றிலுள்ள படிவங்கள் கால ஓட்டத்தை காட்டி நின்றன. ஆனால், இப்போது அவன் இருக்கும் இடத்தில் காலத்திற்கு இடமில்லை. வரலாற்றுக்கு இடமில்லை. கடல் அலை மட்டுமே அவனைச் சுழற்றிக்கொண்டு போனது. கரையில் விட்டுவிட்டு வந்த வேனை ஒரு நிமிடம் பார்க்கிறான். அதன்

மேல் ஒவ்வொரு காலகட்டத்திலும் சேகரித்து வந்த ஸ்டிக்கர்கள் ஒட்டப்பட்டிருந்தன. ரிப் கர்ல், ஆக்ஸ்போ, கிக்சில்வர், ஓநில், பில்லபோங் ஆகிய பெயர்கள் பொறிக்கப்பட்டிருந்தன. ரசிகர்கள் தங்கள் வெறியாட்டத்தில் ராக் பாடகர்களையும், அலைச்சறுக்கு வீரர்களையும் ஒன்றுபடுத்திவிட்டனர். அத்துடன் தலைவிரி கோலத்தில், ரிக்கிக்கி பனியனும், நீச்சல் உடையும் அணிந் திருந்த பெண்களின் ஸ்டிக்கர்களும் ஒட்டப்பட்டிருந்தன. அந்த வேன் எல்லோருக்கும் பொதுவான வேன். பிறகு உட் பிரதேசத்தை நோக்கி நகர்ந்துகொண்டிருந்த ஒரு காரின் பின் புற விளக்குகள் அவன் கண்ணில் பட்டன. மனக்கண்ணில், நித்திரையில் ஆழ்ந்திருக்கும் தன் காதலி மூய்லியேத்தின் உருவம் தோன்றியது - அவள் மிருதுவான மெத்தையில் கவிழ்ந்தபடி படுத்திருந்தாள், தூங்கும்போதும்கூட அவள் குறும்பு மறைய வில்லை. திடீரென்று திரும்பி, கரையை விட்டு இன்னும் பத்து பதினைந்து மீட்டர் பாய்ந்து சென்று, துடுப்புப் போடுவதை நிறுத்துகிறான்.

முழங்கைகள் ஓய்வெடுத்தன. ஆனால், கால்கள் தங்கள் இயக்கத்தைத் தொடர்ந்தன. கைகளால் சர்ஃபின் பிடிகளைப் பற்றிக்கொண்டு, உடம்பைச் சற்று நிமிர்த்திக்கொண்டு, தாடையை உயர்த்திக்கொண்டு சிமோன் லேம்பர் மிதந்தான். அவனைச் சுற்றி எல்லாம் மாறிக்கொண்டே இருந்தன. கடல் பரப்பு மெல்ல மெல்ல எரிமலைக் குழம்புபோல் மாறும்போது திட்டுத் திட்டாகக் கடலும் வானமும் வந்து வந்து மறைந்தன. காலைப் பொழுதின் உக்கிரத்தால் அவன் முகம் சுட்டெரிக்கப்படுவது போலிருந்தது. தோல் விரிந்தது. கண்ணிமை முடிகள் 'வினில்' கம்பிகள்போல் தடித்தன. ஃப்ரீசரில் வைத்ததுபோல் கண்ணின் கருவிழிகள் கனத்தன. இதயத் துடிப்பின் வேகம் குறைந்தது. அப்போதுதான், அவன் எதிர்பார்த்த அலை, திடீரென, திடமாக, ஒரே அளவாக அவனை நோக்கி வந்தது. சட்டென்று அதன் முகப்பைக் கண்டு பிடித்து - கள்வனொருவன் கொள்ளையடிக்கும் நோக்கத்தில் கஜா னாவில் புகுவதுபோல் - அதன் உள்ளே புகுந்துவிடத் தயாரானான். கள்வனைப் போலவே கணக்கிட்டும், தலைக் கவசத்தைச் சரி செய்துகொண்டும், வெளிப்புறத்தைவிட விரிவாகவும் ஆழமாகவும் காணப்பட்ட உட்புறத்திற்குச் சென்றுவிட தீர்மானித்தான். முப்பது

மீட்டர் தூரத்தில் அது வந்துகொண்டிருந்தது. அதன் வேகம் சீராக இருந்தது. திடீரென, முழங்கையில் தன் பலமனைத்தையும் தேக்கி வைத்து, சிமோன் லேம்பர் பாய்ந்தான். பலம் கொண்டவரை துடுப்பைப் போட்டான். அப்படிச் செய்தால்தான் அலையைச் சமாளிக்க முடியும். அதன் சறுக்கத்தில் ஏற முடியும். 'டேக் ஆஃப்' கட்டம் வந்துவிட்டது. வேகம் உச்சத்தை அடையும். முழு உலகமும் ஒன்று திரண்டு பாய்ந்து செல்லும். இக்கட்டத்தில் பலமாக மூச்சை உள்ளிழுக்க வேண்டும். சுவாசத்தை நிறுத்தி வைக்க வேண்டும். உடல் முழுதும் ஒரே செயலில் ஈடுபட வேண்டும். அதற்குச் செங்குத்தான நிலையைச் சரிபடுத்தி, கால்களை அகட்டி, இடது பக்கத்தை முன்னுக்குக் கொண்டுவர வேண்டும். கால்களை வளைக்க வேண்டும். முதுகை அலைச்சறுக்கு பலகை யோடு ஒத்திணைவாகக் கொண்டுபோக வேண்டும். விரிந்த கைகளைச் சமன்படுத்த வேண்டும். அந்த நிமிடம்தான் சிமோனுக்கு மிகவும் பிடித்த நிமிடம். அப்போதுதான் உடலின் திரட்சி இயற்கையின் ஆக்கக் கூறுகளோடு இணைந்து புத்துணர்வு பெறும். அந்தச் சமயத்தில் அலையின் உச்சியிலிருந்து அடிவரை ஒன்றரை மீட்டராக இருக்கும். அலைச்சறுக்கு பலகையிலிருந்து இடப்பரப்பை அதிகமாக்க வேண்டும். காலத்தை நீட்டிக்க வேண்டும். கடைசிவரை கடல் அணுவை ஊக்கமிழக்கச் செய்ய வேண்டும். அலையாக மாற வேண்டும். அது விரிவாக மாற வேண்டும்.

அந்த முதல் 'ரைட்' (ride) அவனை மகிழ்ச்சியில் கூச்சலிடச் செய்தது. சற்று நேரம் அவன் புனிதத்துவத்தில் மிதந்தான். அண்ட வெளி தரும் ஆனந்த மயக்கத்தால் ஆட்கொள்ளப் பட்டான். அந்த நீரோட்டம் தன் கட்டுப்பாட்டில் இருப்பதாக நினைத்தான். அண்டவெளி அவனை அபகரித்து நொறுக்குவதுபோல் இருந்து விட்டு, அவனை விடுவித்தது. நாடி நரம்புகளுக்கும், குரல் வளைக்கும் மெருகேற்றியது. குருதிக்குப் பிராணவாயு தந்தது. சற்றுக் குழப்பத்துக்குப் பின், அலை மெதுவாக அல்லது வேகமாக, ஒவ்வொரு வினாடியையும் அர்த்தமில்லாமல் சற்றுத் தயங்கச் செய்தது. அபாரம். கூழாங்கற்களின் தாக்குதலைச் சமாளித்தபின், சிமோன் லேம்பர் சற்றுத் திரும்பிவிட்டு, ஆழ்கடல் நோக்கி மீண்டும் பயணத்தைத் தொடங்கினான். கரை பக்கம் திரும்பிப்

பார்க்கவில்லை. கடல் தரையைத் தொடும்போது உருவாகும் நுரை உருவங்களைப் பார்க்கவில்லை. விரைவாகத் துடுப்பை இயக்கினான். எல்லாவற்றையும் கிடுகிடுக்க வைக்கும் எல்லையைத் தாண்டி தன் இரண்டு நண்பர்களிடம் சென்றான். அவர்களும் அவனைப் போலவே கூச்சலிட்டார்கள். தொடுவானிலிருந்து வந்த அலைகள் அவர்கள் மீது பாய்ந்து, எவ்வித ஓய்வுமின்றி, அவர்கள் உடலையும் பதம் பார்த்தது.

O

அவர்களோடு வேறு எவரும், அலைச்சறுக்கு விளையாட வரவில்லை. அவர்கள் விளையாடியதையோ, ஒரு மணி நேரம் கழித்து அவர்கள் கழுவப்பட்டு, கருத்துப் போய், தள்ளாடிக் கொண்டு தண்ணீரை விட்டுவெளியில் வருவதையோ யாரும் பார்க்கவில்லை. அவர்கள் மீண்டும் கடற்கரையைக் கடந்து தங்கள் வேனின் கதவைத் திறந்தபோது, எவரும் நீலமாகிவிட்ட அவர்கள் கால்களையும், கைகளையும், காயம்பட்டு விரல் நகங்கள்வரை நிறம் மாறி இருப்பதையும் பார்க்கவில்லை. அவர்கள் முகம் திட்டுத் திட்டாகக் காய்ந்திருந்ததையும், உதட்டோரம் அவர்கள் தோலில் வெடிப்பு ஏற்பட்டிருந்ததையும், உடலைப் போலவே தாடை நடுங்கியதையும், பற்கள் கிடுகிடுத்ததையும், அதனை அவர்கள் தடுக்க முடியாமல் தவித்ததையும் யாரும் கவனிக்கவில்லை. அவர்கள் கால்சட்டைக்கு உள்ளே கம்பளி உள்ளாடை உடுத்திக் கொண்டார்கள். ஸ்வெட்டர் போட்டுக்கொண்டார்கள். கையுறை அணிந்துகொண்டார்கள். ஒருவருக்கொருவர் முதுகு சொறிந்து கொண்டார்கள். இதையெல்லாமும் யாரும் பார்க்கவில்லை. கடலையும் காலநிலையையும் திட்டித் தீர்க்க வேண்டும் போல் இருந்தது. ஆனால், அப்படிச் செய்யாமல், தங்கள் மயிர்க் கூச்செரியும் அனுபவங்களை எவ்வாறு சரித்திரத்தில் இடம்பெறச் செய்வது என்பது பற்றிச் சிந்தித்துக்கொண்டிருந்தார்கள். உடனே மூவரும் வேனுக்குள் போய் அமர்ந்தார்கள். சற்றும் தாமதிக்காமல், கிறீஸ் வண்டியைக் கிளப்பிவிட, அந்த இடத்தைவிட்டு அகன்றார்கள்.

3

கிறீஸ்தான் வேனை ஓட்டினான். அவன்தான் அதனை ஓட்டுவான். அது அவன் அப்பாவுக்குச் சொந்தமானது. மேலும், யோஹானுக்கோ, சிமோனுக்கோ ஓட்டுநர் உரிமம் கிடையாது. லே பெத்தீத் தால் (Les Petites Dalles) என்ற இடத்திலிருந்து லெ ஆவ்ர் (Le Havre) நகரம் சென்றடைவதற்கு ஏறக்குறைய ஒரு மணி நேரம் தேவைப்படும். அதற்கு ஏத்ர்த்தா என்ற ஊரிலிருந்து ஓக்த்வீல் சூர் மேர், இஞோவால் பள்ளத்தாக்கு, சேந்த் அத்ரேஸ் வழியாகச் செல்லும் பழைய சாலை வழியே செல்ல வேண்டும்.

அவர்களுடைய நடுக்கம் நின்றுவிட்டது. வண்டிக்குள் வெப்ப நிலையும், பாட்டுச் சத்தமும் அதிகரித்தன. அங்கிருந்த தட்பவெட்ப நிலை மாற்றம் அவர்களிடமும் ஒரு மாற்றத்தை ஏற்படுத்தியது. அவர்கள் சோர்வுற்றிருந்தது உறுதி. கொட்டாவி விட்டார்கள். இருக்கைகளில் வசதியாக முடங்கிக்கொள்ளும் பொருட்டு தலையை அங்குமிங்கும் ஆட்டிக்கொண்டிருந்தனர். வண்டியின் ஆட்டம், தூளியில் ஆட்டுவதுபோலிருந்தது. கழுத்தில் அணிந்திருந்த கம்பளித் துண்டால் மூக்கை மூடிக்கொண்டார்கள். தூக்கம் வந்தது. கண்ணிமைகள் அவ்வப்போது மூடித்திறந்தன. ஏத்ர்த்தாவைக் கடந்தவுடன், கிறீஸ் அவனே அறியாமல் வண்டியின் வேகத்தை அதிகப்படுத்தினான். அதன் ஸ்டீயரிங்மீது அவன் தோள்கள் கவிழ்ந்திருந்தன. கைகள் அதனை வலுவாகப் பற்றிக்கொண் டிருந்தன. சாலையில் வளைவுகள் இல்லாததால், வீட்டுக்குச் சென்று கட்டிலில் சாய்ந்து ஓய்வெடுக்கலாம் - பருவநிலை மாற்றம் ஏற்படுத்திய தாக்கத்தைச் சரி செய்யலாம் -என்ற ஆவலினால் பயண நேரத்தைக் குறைக்க விரும்பி இருக்கலாம். விளைவு வேகத்தில் போய் முடிந்தது. அவன் அதுபற்றிக் கவலைப்படவில்லை. வேன் சமவெளிப் பகுதியையும், உழுதுப் போடப்பட்டு கறுப்பாகக் காட்சியளித்த வயல்வெளிகளையும் தாண்டிச் சென்றது. தூரத்தில், கார் முகப்புக் கண்ணாடி வழியே தெரிந்த நெடுஞ்சாலை கானல்

நீராக கிறீஸை ஈர்த்துக்கொண்டிருந்தது. கவனமெதுவுமின்றி, அதனை அடைய வேண்டும் என்ற ஒரே நோக்கத்துடன் அவன் போய்க்கொண்டிருந்தான். முந்தைய இரவில் கடும் பனிப் பொழிவு இருந்ததை அனைவரும் அறிவர். சுற்றுப்புறம் சல்ஃபர் பேப்ப ரினால் மூடப்பட்டிருப்பதுபோல் இருந்திருக்கும் என்பதும் தெரியும். வானத்தின் மேக மூட்டத்தால் சரியாக வழி தெரிய வில்லையாயினும், பனிக்கட்டிகள் சாலையோரங்களில் படிந் திருந்ததும் தெளிவாகியது. அவ்வப்போது சாலையில் அடர்த்தியான பனிமூட்டமும் இருந்திருக்கிறது. பொழுது விடியவிடிய, சேற்றி லிருந்து நீராவி எழுந்து வழித்தடங்களில் காணப்பட்ட அபாய கரமான பள்ளங்களை மறைத்திருக்கக்கூடிய வாய்ப்பும் இருந்தது. சரி வேறு என்ன இருக்கிறது? ஏதாவது ஒரு விலங்கு சாலையைக் கடந்ததா? வேலியைத் தாண்டி ஒரு பசுவோ, ஒரு நாயோ சாலையின் குறுக்கே சென்றதா? அல்லது நெருப்பையொத்த வாலைக் கொண்ட நரியொன்று சாலையில் பாய்ந்ததா? சாலை யோரம் ஏதோ ஒரு பேய் நடமாடியதா? அதனைத் தவிர்க்க வண்டியை ஒடிக்க வேண்டியிருந்ததா? எங்காவது ஒரு பாட்டு சத்தம் கேட்டதா? அல்லது வேனில் ஒட்டியிருந்த நீச்சலுடைப் பெண்கள் திடீரென உயிர் பெற்று, நீண்ட பச்சைக் கூந்தலை விரித்துக்கொண்டு ஓட்டுனர் இருக்கைக்கு முன் வந்து கவர்ச்சி காட்டினரா? கிறீஸ் அந்தக் காந்தர்வ கானத்தின் வலையில் சிக்கிக்கொண்டானா? அல்லது கிறீஸ் கைத்தவறுதலாக அதைச் செய்துவிட்டானா? கைத்தவறுவது இயல்புதானே! (டென்னிஸ் விளையாடுபவனுக்கும் – ஸ்கேட்டிங் விளையாடுபவனுக்கும் அதுபோல் ஏற்படுமல்லவா?) அல்லது சாலை வளைவொன்றில் ஸ்டியரிங்கைச் சுழற்றாமல் இருந்துவிட்டானா? இங்கு கிறீஸ் ஸ்டியரிங் வீல்மீது தூங்கி விழுந்திருக்கக் கூடும் என்ற அனு மானத்தையும் கணக்கில் எடுத்துக்கொள்ள வேண்டும். சோர் வூட்டும் மங்கிய இயற்கைக் காட்சியைக் கடல் அலையின் சுழற்சி என்று தவறாக எண்ணி அதற்குள் புகுந்து உலகையும் நீல வானையும் விட்டு வெளியேறியிருக்கலாம்.

O

மணி 9.20 வாக்கில் அவசர உதவிக் குழுவும், காவல் துறையும் அங்கு வந்துவிட்டன. சாலையின் இரு மருங்கிலும் எச்சரிக்கைத் தடுப்புகள்வைத்துப் போக்குவரத்தைத் திசை மாற்றி அருகிலிருந்த புறவழிச் சாலைகளில் செல்ல வைத்தனர். அவசர அவசரமாக மூன்று உடல்களையும் அப்புறப்படுத்தியாக வேண்டும். அவ்வுடல்கள் வண்டிக்குள் சிக்கிக் கிடந்தன. வேனின் மேற் கூரையை அலங்கரித்துக்கொண்டிருந்த கவர்ச்சிக் கன்னிகளின் அரவணைப்பில் அவர்கள் நித்திரையில் ஆழ்ந்தது போலிருந்தது.

ஒன்று தெளிவாகியது. அந்தச் சாலையில் வேனின் வேகம் மணிக்கு 92 கி.மீ., அதாவது அனுமதிக்கப்பட்ட வேகத்தைவிட 22 கி.மீ. அதிகமாக இருந்திருக்கிறது. ஏதோ ஒரு காரணத்துக்காக சாலையில் நடுப்பகுதியை விட்டு, இடது பக்கமாகப் போய்க் கொண்டிந்தது. சாலையில் டயரின் தேய்வு இல்லாததால், வண்டியின் பிரேக் பயன்படுத்தப்படவில்லை. வண்டி நேராகக் கம்பத்தில் மோதி இருக்கிறது. மிகவும் பழைய மாடல் வேனாக இருந்ததால், அதில் ஏர்பேக் இல்லை. முன்இருக்கையில் அமர்ந்திருந்த மூவரில் இருவர் மட்டுமே பாதுகாப்பு பெல்ட் அணிந்திருந்தனர். அவர்கள் கதவுப் பக்கம் இருந்தனர். மூன்றாமவன் இருக்கையின் நடுவில் அமர்ந்து வந்திருக்கிறான். மோதிய வேகத்தில் அவன் முன்னால் தூக்கி எறியப்பட்டு எதிரில் இருந்த கண்ணாடியில் அவன் மண்டை அடிபட்டிருக்கிறது. அவனை வண்டியிலிருந்து வெளியில் கொண்டு வர இருபது நிமிடங்கள் தேவைப்பட்டன. உதவிக் குழு வந்த போது அவன் பேச்சு மூச்சின்றி இருந்தான். இதயம் மட்டும் துடிதுடித்துக்கொண்டிருந்தது. அவன் சட்டைப் பையில் இருந்த மாணவனுக்கான உணவு அடையாள அட்டையைக் கொண்டு அவன் பெயர் சிமோன் லேம்பர் என்று தெரியவந்தது.

தடாகம் ♡ 27

4

பியேர் ரெவோல் (Pierre Révol) அவருடைய பணியைக் காலை எட்டு மணிக்குத் தொடங்க வேண்டும். அவர் வந்து சேர்ந்து விட்டார். வாகனம் நிறுத்துமிடத்தின் நுழைவாயிலில் காந்தக் கார்டைக் காண்பித்துவிட்டு, மருத்துவமனை வளாகத்தினுள் தன் காரைச் செலுத்தினார். வானம் சாம்பல் நிறத்தில் இருந்தது. கழி முகத்துக்கேயுரிய அற்புதமேகக் கூட்டங்களின் களி நடனங் களில்லை. கார் சென்ற பாதையின் இரு மருங்கிலும் ஒன்றோ டொன்று தொடர்புடைய சிக்கலான கட்டடங்கள் அணிவகுத்து நின்றன. அவர் தன் காரைக் கொண்டுபோய் அதற்குரிய இடத்தில் நிறுத்தினார். அவருடைய கார் 'கன் மெட்டல் லகூனா'. பழையது என்றாலும் சௌகரியமான ஒன்று. தோலினாலான உட்புறம். ஒழுங்கான ஒலியமைப்பு. டாக்ஸி கம்பெனிகள் தேடி அலையக் கூடிய மாடல் என்று சொல்லித் தனக்குள் சிரித்துக்கொள்வார். பின்னர், அவர் வடக்கு நோக்கிய பெரிய ஹாலைக் கடந்து வேகவேகமாகத் தீவிரச் சிகிச்சைப் பிரிவையடைந்தார்.

சேவை மையத்தின் கதவைக் கையால் பலமாகத் தள்ளிவிட்டு உள்ளே நுழைந்தார். கதவு அவர் போனபின்பு பல முறை அந்தரத்தில் ஆடிவிட்டு அடங்கியது. இரவு வேலை முடியும் தறுவாயில் வெள்ளை அல்லது பச்சைச் சீருடை அணிந்த செவிலியர்களும் மருத்துவர்களும் அந்த வழியாகத்தான் போனார்கள். அவர்கள் முகத்தில் களைப்பின் சாயல் தென்பட்டது. சிலர் உரத்தக் குரலில் சிரித்தார்கள். சிலர் தொண்டை கட்டிக்கொண்டதுபோல் சத்தமின்றி இருமினார்கள். ஹாலில் அவரை உரசிக்கொண்டு போனார்கள். அவரைத் தூரத்தில் பார்த்தவர்கள், தங்கள் கைக் கடிகாரத்தைப் பார்த்து உதட்டைக் கடித்துக்கொண்டனர். இன்னும் பத்து நிமிடத்தில் கிளம்பிவிடுவோம் என்று நினைத்து திருப்தி யடைந்தனர். அவர்கள் நிறம் வெளுப்பாக இருந்தது. கண்களுக்குக் கீழுள்ள வளையங்கள் ஆழமாகி இருந்தன. கண் இமைகள் படபடவென்று அடித்துக்கொண்டன.

O

ரெவோல் அமைதியாக நடந்து சென்றார். நேராகச் சென்றார். எதற்காக அழைக்கப்பட்டாரோ அதற்கான இடத்திற்குச் சென்று, அவருக்காகக் காத்திருக்கும் ஆவணங்களைப் பார்த்தார். அவருடைய ஆலோசனைக்காகக் காத்திருக்கும் பயிற்சி மருத்துவரிடம் போனார். சாவியை எடுத்து ஓர் அறையின் கதவைத் திறந்து உள்ளே நுழைந்தார். வேலையைத் தொடங்க ஆயத்தமானார். வெள்ளை அங்கியைப் போட்டுக்கொண்டார். காஃபி இயந்திரத்தை ஓடவிட்டார். கணினியை இயங்கவைத்தார். மேசையில் குவிந்திருந்த காகிதக் கட்டுகளைத் தட்டினார். வரிசை கிரமமாக அவை இருக்கின்றனவா என்று பார்த்தார். கணினியில் வலைதளங்களைத் தேர்ந்தெடுத்து செய்திகளைத் தெரிவு செய்தார். பின்னர் மின்னஞ்சல்களைப் பார்த்துவிட்டு அவற்றில் ஒன்றிரண்டுக்குப் பதில் அனுப்பினார். அவர் பதிலில், வணக்கம் தெரிவிக்க மாட்டார். காற்புள்ளி அரைப் புள்ளி எல்லாம் அவர் பதிலில் இருக்காது. பின்னர் எழுந்து நன்றாக மூச்சை இழுத்துவிட்டார். இன்று காலை அவர் நல்ல மனநிலையிலிருந்தார்.

அவர் நல்ல உயரம். ஆனால், உடல் ஒல்லி. கழுத்துக் கண்டம் ஒடுங்கி இருந்தது. வயிறு வட்டமாக இருந்தது. தனிமையின் பிடியில் இருப்பவர். நீண்ட கைகள். நீண்ட கால்கள். காலில் போட்டிருந்த வெள்ளை ரெபெட்டோ (Repetto) ஷூக்கள் லேஸினால் கட்டப்பட்டிருந்தன. லேஸ் எப்போதும் சற்றுப் பிரிந்த நிலையில் இருக்கும். அவருடைய கசங்கிய வெள்ளைச் சீருடையின் முன்பக்கம் எப்போதும் திறந்தே இருந்தது. அதனால், அவர் நடக்கும்போது காற்றுப் புகுந்து இரண்டு பக்கமும் இறக்கைகள் இருப்பதுபோல் தோன்றும்.

O

காஃபி மெஷினின் சிறிய சிவப்பு விளக்கு மின்னியபடி இருந்தது. அது காலியாக இருந்ததால், ஒரு தீய்ந்த நாற்றம் வந்து கொண்டிருந்தது. கண்ணாடி கோப்பைக்குள் இருந்த காஃபி ஆறிப் போய்விட்டது. ஐந்தாறு சதுர மீட்டர் அளவிலேயே இருந்த அந்தச் சின்ன இடம் அவருக்குப் பிரத்தியேகமாக ஒதுக்கப்பட்டிருந்தது. இருப்பினும், அதில் யாருக்கும் சொந்தமில்லாததொரு தோற்றத்தைக் கொண்டிருந்தது. சுத்தமில்லாதது போன்றும், ஒழுங்கற்றது போன்றும் தோன்றியது. சுழல் நாற்காலி உயரமாக இருப்பினும்

வசதியாகத்தான் இருந்தது. மேசை மீது வெவ்வேறு குறிப்புகள் அடங்கிய, நோட்டுப் புத்தகங்கள், குறிப்புப் புத்தகங்கள், பல்வேறு சோதனைக் கூடங்களின் பெயர் பொறிக்கப்பட்டு, பிளாஸ்டிக் உறை களில் வைத்துக் கொடுக்கப்பட்ட எழுதுகோல்கள் நிரம்பி வழிந்தன. திறந்த நிலையில் இருந்தஒரு பாட்டிலில் சான் பெலெகிரினோ (San Pellegrino) தண்ணீர் இருந்தது. அத்துடன், எகுவால் (Aigoual) மலைக் காட்சியின் படம் ஒன்றும் இருந்தது. குப்பைக் கூளங் களுக்கிடையே வெனீஷியன் கண்ணாடியினாலான ஒரு பேப்பர் வெயிட்டும், கல்லாலான ஓர் ஆமைப் பொம்மையும், அவருக்கு என்று சொல்ல ஒரு பென்சில் ஸ்டேண்டும் மேசையை அலங் கரித்தன. அவருக்குப் பின்னாலுள்ள சுவரில்கட்டப்பட்டிருந்த தட்டு களில் ஆண்டுவாரியாக அடுக்கிவைக்கப்பட்ட ஆவணங்களும், அடுக்கி வைக்கப்படாத வேறு சில ஆவணங்களும் காட்சியளித்தன. அவற்றின் மீது அடர்த்தியாகத் தூசுப் படிந்திருந்தது. வெகு சில புத்தகங்களின் தலைப்புகளை மட்டுமே படிக்க முடிந்தது. ஃபிலிப் அரியே (Philippe Arriès) ஸின் 'மரணத்தின் முன் மனிதன்' (L'Homme devant la mort) எனும் நூலின் இரண்டு பகுதிகள், ழான் க்ளோத் அமேசெனின் (Jean Claude Ameisen) 'உயிரோடிருப்பவனின் சிலை' (La Sculpture du vivant) (அறிவியல் வரிசையில் வெளிவந்தது), மேலட்டையில் இரண்டு வண்ணங்களில் மனித மூளையின் படம் போட்ட மேர்கரெட் லாக் (Margaret Lock)கின் 'இரட்டை மரணம். உறுப்பு மாற்றமும் இறப்பின் மறு ஆய்வும்' (*Twice Dead. Organ Transplants and the Reinvention of Death*) என்ற நூல், 1959ஆம் ஆண்டில் வெளிவந்த நரம்பியல் ஆய்வேடு (Revue Neurologique), மேரி ஹிக்கின்ஸ் கிளார்க் (Mary Higgins Clark) கின் (*Moonlight Becomes You*) 'நிலாவீடு' என்னும் துப்பறியும் நாவல் – இது ஏன் ரெவோலுக்குப் பிடித்தது என்பதைப் பின்னால் அறியலாம். அறையில் சன்னலில்லை, அதிக ஒளிவீசும் நியோன் விளக்கு இல்லை. அதிகாலை மூன்று மணிக்கு சமையலறை ஒன்றில் நிலவும் வெளிச்சம் மட்டுமே நிலவியது.

O

மருத்துவமனையில், தீவிரச் சிகிச்சைப் பிரிவு, உயிர் ஊசலாடிக் கொண்டிருப்பவர்களையும், கடுமையான கோமா நிலையில்

உள்ளவர்களையும், மரணம் நிச்சயிக்கப்பட்டுவிட்டவர்களையும் அனுமதிக்கும். வாழ்வுக்கும் சாவுக்கும் இடையில் தத்தளித்துக் கொண்டிருப்பவர்களுக்கு அடைக்கலமளிக்கும். அதிலுள்ள நடை பாதைகளிலும், அறைகளிலும், ஹால்களிலும் பரபரப்பு மிகுந் திருக்கும். உறுதியும், தொடர்ச்சியும் உடைய வாழ்க்கைக்கும், எதிர் காலத் திட்டங்கள் உருவாகும் பகல் வேளைக்கும் அப்பால் அப்பிரிவு இயங்கிக்கொண்டிருக்கும். இருளிலும், சந்துபொந்து களிலும் இடம்பெறும் நடவடிக்கைகள்போல் அது இயங்கும். அதனால்தான் ரெவோல் ஞாயிற்றுக்கிழமைகளையும், இரவு நேரத்தையும் தேர்ந்தெடுத்துக்கொள்வார். அவர் சிறு வயதில் எப்படி இருந்திருப்பார் என்று ஊகிக்க முடிகிறது. அவர் பயிற்சி மாணவனாக இருந்தபோது, இரவு நேரத்தில், அவசரச் சிகிச்சை களுக்காக அழைக்கப்படுவதை விரும்பி இருப்பார். அவருக்கென்று ஓர் இடத்தை ஒதுக்கிக்கொண்டு, அங்குப் பொறுப்புகள் அளிக்கப் பட்டு, தன்னுடைய சேவையைத் தொடர்பவராக இருந்திருப்பார். அவருக்கு அந்த விறுவிறுப்பும், குறிப்பிட்ட காலக் கெடுவில் செயலாற்றுவதும் பிடிக்கும். களைப்பே ஓர் ஊக்க மருந்தாக மாறி அவர் உடலுக்குள் ஊடுருவி வேகம்பெற்று, வலுப்பெற்று பாலுணர்வுபோல் செயல்படுவது பிடிக்கும். துடிப்பில் இருக்கும் அமைதியையும், மங்கலான ஒளியையும் பிடிக்கும். அரையிருளில் ஒளிரும் கருவிகளையும், நீல ஒளி பரவி இருக்கும் கணினித் திரையையும், லாத்துர் (La Tour) என்ற கலைஞரின் ஓவியங்களில், குறிப்பாக ‘பிறந்த குழந்தை’ எனும் ஓவியத்தில் மேசைமீது வைக்கப்பட்ட ஒரு மெழுகுவர்த்தி சுடர் விடுவதும் அவருக்குப் பிடிக்கும். கடமையைச் செய்யும் உணர்வு உடலோடு கலப்பது, அதாவது, எல்லோரையும் விட்டு விலகி, தனிமையில் செயலாற்றுவது அவருக்குப் பிடிக்கும். விண்வெளிக் கப்பல் கருங்குழியில் தனியாக நுழைவதுபோலும், மேரியானா டிரெஞ்ச் (Mariana Trench) என்னும் இடத்தில் நீர்மூழ்கிக் கப்பலொன்று அதல பாதாளத்தில் இறங்குவதுபோன்று அவருடைய துறை இருக்க வேண்டுமென்று அவர் விரும்பினார். ஆனால், நீண்ட நாட்களாகவே, ரெவோல் அதிலிருந்து வேறொரு விஷயத்தையும், அதாவது, தன்னுடைய வாழ்க்கையின் அர்த்தத்தையும் அவர் உணர ஆரம்பித்தார். தன்னுடைய தொழிலின் மேன்மையையோ

அல்லது அதிகாரத்தையோ அவர் உணரவில்லை. மாறாக,அது அவரிடம் ஓர் ஆழ்ந்த தெளிவு ஏற்படுத்தி அவருடைய தெரிவுகளை வரையறுக்கவும், அவருக்குத் துணிவை ஏற்படுத்தவும் உதவியது.

O

துறை சார்ந்த கூட்டம் நடக்கிறது. பொறுப்புகள் வேறொரு குழுவிடம் ஒப்படைக்கப்படுகின்றன. இரண்டு குழுக்களும் வட்டமாக நிற்கின்றனர். சிலர் சுவரின் மீது சாய்ந்துகொண்டு கையில் ஒரு கப் காஃபியுடன் காணப்படுகின்றனர். முந்தைய குழுவின் தலைவருக்கு முப்பது வயதிருக்கும். வாட்டசாட்ட மானவர். அடர்த்தியான தலைமுடி. தடித்தக் கரங்கள். முகத்தில் களைப்பின் சாயல். வார்டிலுள்ள நோயாளிகளைப் பற்றிய விவரங்கள் தருகிறார். உதாரணமாக, எண்பது வயதுடைய நோயாளி ஒருவரிடம் அறுபது நாள் சிகிச்சைக்குப் பின்னும் எந்த முன்னேற்றமுமில்லை. இரண்டு மாதத்திற்கு முன், அளவிற்கு அதிகமாக போதை மாத்திரை சாப்பிட்டதனால் நரம்பு மண்டலம் பாதிக்கப்பட்டு வந்துசேர்ந்த இளம் வயது பெண்ணொருத்தியின் நிலை மேலும் மோசமடைந்து வருகிறது. பின்னர் அனுமதிக்கப் பட்ட நோயாளிகள் பற்றிய தகவல்களும் நீண்ட நேரம் பரிமாறிக் கொள்ளப்படுகின்றன. ஐம்பத்தேழு வயதான -சொந்தவீடற்ற -பெண்மணி ஒருத்திக்கு ஈரலரிப்பு நோய். அநாதை இல்லத்தில் தங்கியிருக்கும்போது வலிப்பு ஏற்பட்டு இங்கு வந்து சேர்க்கப் பட்டாள். அவளது இரத்த அணுவின் சமநிலை கெட்டுவிட்டது. சுமார் நாற்பது வயதுடைய ஒருவர் முந்தைய நாள் மாலையில் பயங்கர இதய அடைப்புக் காரணமாக அனுமதிக்கப்பட்டிருந்தார். அவர் கடலோரத்தில் விலையுயர்ந்த காலணிகள் அணிந்து கொண்டும், பளிச்சிடும் ஆரஞ்சுக் கலர் துணியைத் தலையைச் சுற்றிக்கொண்டும் ஜாகிங்கில் ஈடுபட்டிருந்தபோது மூளைக்குச் செல்லும் இரத்த நாளங்கள் சரிவர இயங்கவில்லை. 'காப் தெ லா ஏவ்' (Cap de la Hève) நோக்கி அவர் ஓடிக்கொண்டிருந்த போது, 'கஃபேதெ லெஸ்த்தாகாத்' (Café de Lestacade) எதிரில் சாய்ந்து விட்டார். குளிர்காப்புப் போர்வை போர்த்தியிருந்தும், மருத்துவ மனை அடைவதற்கு முன்னாலேயே அவர் உடல் நீலம் பூத்துப் போய் தெப்பமாக வியர்வையில் மூழ்கி இருந்தது – முகம்

வாடிப்போய்விட்டது. அவர் எப்படி இருக்கிறார்? என்று எந்த உணர்ச்சியையும் காட்டிக்கொள்ளாமல் சன்னல் மீது சாய்ந்து கொண்டே கேட்டார் ரெவோல். செவிலி ஒருத்தி பதில் சொன்னாள். நோயாளியின் நாடித்துடிப்பு, இரத்தக் கொதிப்பு, உடல் வெப்பம், சுவாசம் – இவையெல்லாம் இயல்பு நிலையில் இருந்ததாம். சிறுநீர் வெளியேறுவது மட்டும் சற்று தாமதமாக இருந்ததாகவும், அவருக்குச் சிறுநீர் இறங்கும் குழாய் பொருத்தியிருப்பதாகவும் விளக்கினாள். ரெவோலுக்கு அந்தச் செவிலியைத் தெரியாது. நோயாளியின் இரத்தப் பரிசோதனை விவரங்களைக் கேட்டார். பரிசோதனை நடந்துகொண்டிருப்பதாகச் சொன்னாள். ரெவோல் தனது கடிகாரத்தைப் பார்த்தார். “சரி வேலையைப் பார்ப்போம்,” என்றார். எல்லோரும் வெளியேறினர்.

O

செவிலி மட்டும் அந்த இடத்திலேயே சற்று நின்று மருத்து வரைப் பார்த்துக் கையை நீட்டினாள். “என் பெயர் கொர்தேலியா ஓல் (Cordélia Owl). நான் இங்கு புதிதாக வந்திருக்கிறேன். இதற்கு முன் அறுவைச் சிகிச்சைப் பிரிவில் இருந்தேன்,” என்றாள். மருத்துவர் தலையசைத்துவிட்டு, “நல்லது, வரவேற்கிறேன்,” என்று சொன்னார். அவர் அவளைச் சற்று உற்று நோக்கி இருந்தால், அவளுடைய தோற்றத்தைக் கண்டு, அவள் சற்று வித்தியாசமானவள் என்று புரிந்துகொண்டிருப்பார். குடித்துவிட்டு வந்தவளாக, அல்லது போதையில் இருந்தவளாகத் தெரியவில்லை. ஆனால், கழுத்தில் யாரோ கடித்துவிட்டது போன்ற தழும்புகள் இருந்தன. உதடுகள் சாயம் பூசாமலேயே சிவப்பாக இருந்தன. தடித்தும் இருந்தன. தலை முடியில் சிக்குகள் இருந்தன. காலிலும் சில தழும்புகள். அப்படி அவர் உற்று நோக்கிஇருந்தால், அவளுடைய உதடுகளில் மலர்ந்த புன்னகை – மோனா லீஸா புன்னகை – எங்கிருந்து வந்தது என்று அவருக்குக் கேட்கத் தோன்றியிருக்கும். நோயாளிகள் பக்கம் குனிந்து வாய், கண் ஆகியவற்றைச் சோதனை செய்யும்போதும், வேறு பரிசோதனைகள் செய்து மருந்துகள் விநியோகிக்கும்போதும் அந்தப் புன்னகை மட்டும் மாறாமல் இருந்தது. அதைப் பார்த்திருந் தாரென்றால், அவள் முந்தைய இரவில் தன் காதலனை மீண்டும் சந்தித்திருந்தாள் என்று ஊகித்திருக்கக் கூடும். பல வாரங்கள்

கழித்து அந்த அயோக்கியன் அவளைக் கூப்பிட்டிருக்கிறான். அவள் மதுவெதுவும் அருந்தாமல் அழகாக உடுத்திக்கொண்டும், அலங் கரித்துக்கொண்டும், மையிட்ட கண்களோடும், சீவி முடித்த முடி யோடும், மார்பில் உணர்ச்சி கொந்தளிக்க அவனைப் பார்க்கச் சென்றிருக்கிறாள். அதிக நெருக்கம் இல்லாமல் பார்த்துக் கொள்ளும் எண்ணத்துடன்தான் போனாள். ஆனால், அவளுக்கு அவ்வளவாக நடிக்கத் தெரியாது. “ஹை, எப்படி இருக்கிறாய்? மீண்டும் பார்த்ததில் சந்தோஷம்,” என்று முணுமுணுத்தாள். ஆனால், அவள் உணர்ச்சிவசப்பட்டிருந்ததும், உடல் தணலாகத் தவித்ததும் வெளிப்படையாகத் தெரிந்தது. இருவரும் இரண்டு பாட்டில் பீர் அருந்தினர். ஏதோ பேச்சுக் கொடுத்தனர். பின்னர் வெளியில் புகை பிடிப்பதற்காகச் சென்றாள். “இனிமேல் போய் விட வேண்டும். இருப்பது தவறு,” என்று தனக்குள் உறுதி செய்துகொண்டாள். ஆனால், அவனும் அவளைத் தொடர்ந்து வந்துவிட்டான். “நான் அதிக நேரம் இருக்க மாட்டேன். வேலை இருக்கிறது. முன்னேரத்திலேயே தூங்க வேண்டும்,” என்று நடித் தாள். அவன் தன் லைட்டரை எடுத்து அவள் சிகரெட்டைப் பற்ற வைத்தான். காற்றில் தீ அணைந்து போகாமலிருக்க கைகளைக் குவித்தாள். தலையைக் கவிழ்த்தாள். அப்போது அவள் முடி முகத்தில் விழுந்தது. தீப்பற்றிக் கொள்ளாமலிருக்க, அவன் கண நேரத்தில் கைவைத்து அவள் முடியை ஒதுக்கிக் காதுக்குப் பின்னால் தள்ளினான். அவன் விரல் அவள் நெற்றிப்பொட்டில் பட்டது. இதெல்லாம் ஒரு பெண்ணை வசீகரிக்க, காலம்காலமாக கடைபிடிக்கும் தந்திரம்தான். உடனே யாரோ ஒருவர் பின்னா லிருந்து அவள் கால்களை இடறிவிட்டதுபோல் அவள் தள்ளாடி னாள். சற்று நேரத்திற்கு முன்வரை இல்லாத ஒருவித காந்த சக்தி ஏற்பட்டு, அவர்கள் இருவரும் இருளில் மூழ்கி இருந்த பக்கத்து வாசலில் உருண்டு புரண்டுகொண்டிருந்தனர். மலிவு விலை மதுவின் மயக்கத்தில், காலி டப்பாக்களின் மீது அவர்கள் புரண்ட போது, செக்கச் சிவந்த அவர்கள் தசைகள் வெளிப்பட்டன. ஜீன்ஸ் அல்லது பேண்டீஸ் கீழிறங்கி தொடைகள் வெளிப்பட்டன. சட்டைகள் மேலேறியதால் வயிறுப் பகுதி வெளிப்பட்டது. பெல்ட் கழற்றப்பட்டதால் புட்டம் வெளிப்பட்டது. வெறியோடு வெறி மோதிக்கொள்ளும்போது அவர்கள் தீப்பிழம்பாகவும் பின்னர்

சில்லிட்ட பனிக்கட்டிகளாக மாறிக் கொண்டிருந்தனர்... ஆம். ரெவோல் கவனித்துப் பார்த்திருந்தாரென்றால், துயில் கொள்ளாமல் வந்திருந்தாலும், அந்தப் பெண் துடிப்புடனும் துள்ளலுடனும் அன்றைய பணியைச் செய்து முடிக்க அவரைவிடத் தயார் நிலையில் இருந்தாள் என்பதும், அவள்மீது நம்பிக்கை வைக்கலாம் என்பதும் புரிந்துவிட்டிருக்கும்.

5

'மருத்துவமனையில் அனுமதிக்கப்பட்ட ஒரு நபர் உங்க ளுக்காகக் காத்திருக்கிறார்.' காலைமணி 10.12க்கு அழைப்பு வந்தது. அழைத்தவர் குரலில் எவ்வித உணர்ச்சியுமின்றி செய்தி மட்டும் புரியும்படி நிறுத்திச் சொல்லப்பட்டது. ஆளின் உயரம் 1 மீ 83. எடை 70 கிலோ. வயது சுமார் இருபது இருக்கும். சாலை விபத்து. தலையில் பலமான அடி. நினைவிழந்த நிலை. சுருக்கமாக விவரிக்கப்பட்ட அந்த நோயாளியின் பெயர் தெரியும். சிமோன் லேம்பர். அதற்குள் அவசர உதவிக் குழு, தீவிரச் சிகிச்சைப் பகுதிக்கு வந்துவிட்டது. அவசரக் காலக் கதவுகள் திறக்கப் பட்டன. தூக்குப் படுக்கை சிகிச்சைப் பிரிவின் மையப் பகுதியில் போய்க்கொண்டிருந்தது. வழியிலிருந்தவர்கள் விலகி வழி விட்டார்கள். ரெவோல் அங்கு வந்துவிட்டார். இரவில் அனுமதிக்கப்பட்ட பெண் நோயாளி ஒருவரைப் பார்த்துவிட்டு வந்திருந்தார் – அவளுக்கு வலிப்பு ஏற்பட்டு மீள முடியாமல் கிடந் தாள்; அவளுக்கு உரிய நேரத்தில் இதயப் பகுதியைப் பிசைந்து கொடுக்காமல் விட்டு விட்டனர்; ஸ்கேன் பண்ணிப் பார்த்ததில், இதயம் நின்றபின், ஈரலின் உயிரணுக்கள் செத்துவிட்டன என்று தெரியவந்தது. அப்படியென்றால் மூளையின் உயிரணுக்களும் பழுதடைந்திருக்கும்.

அவசர உதவிக் குழு மருத்துவர் தூக்குப்படுக்கையைப் பின் தொடர்ந்து சென்றார். மலையேற்றத்தில் ஈடுபடுபவர் போன்ற தோற்றம். தலை வழுக்கை. வயது ஐம்பது இருக்கும். பருமனாக இல்லை.. தேக்குமரம் போன்ற உடல். கிளாஸ்கோ 3! (Glasgow 3, ஆழ்நிலை கோமா) என்று அவர் உரக்கச் சொன்னபோது, அவருடைய கூரிய பற்கள் வெளியில் தெரிந்தன. பின்னர், ரெவோலைப் பார்த்துச் சொன்னார், "நரம்பு மண்டல ஆய்வின்படி, கண், காது, ஸ்பரிசம் ஆகியவை எந்தத் தூண்டுதலுக்கும் மசிய வில்லை. பார்வை பழுதாகி இருக்கிறது (மாறுகண் இயக்கம்);

சுவாசம் சரியாக இல்லை. குழாய்கள் பொருத்தி இருக்கிறோம்." கண்களை மூடிக்கொண்டு உச்சந்தலையைத் தடவுகிறார். "மண்டையில் அடிபட்டதால், இரத்தக் கசிவு ஏற்பட்டிருக்கக் கூடும். எதிர்வினையற்ற நினைவிழப்பு. கிளாஸ்கோ 3," என்று அங்கு எல்லோரும் பகிர்ந்துகொள்ளும் வார்த்தையால் சொல்லிவிட்டார். அதுவே நிலைமையை விளக்கப் போதுமானது. வாய் ஜாலங்களை – வளவளவென்று பேசுவதை – வார்த்தை விளையாட்டைத் தவிர்க்கப் போதுமானது. உடலின் நிலைமையைச் சுருக்கமாக எடுத்துக்கூறி மேற்கொண்டு சிகிச்சையைத் தொடர – நோயாளியைக் காப்பாற்ற – தேவையான பரிசோதனைகளுக்கு உத்தரவிடப் போதுமானது. ஒரே வார்த்தையில் முழுவிவரத்தையும் சொல்லிவிடப் போதுமானதாக இருந்தது. ரெவோல் செய்தியை உள்வாங்கிக் கொண்டு உடல் ஸ்கேனுக்கு உத்தரவிட்டார்.

O

கொர்தேலியாதான் பொறுப்பை ஏற்றுக்கொண்டு இளைஞனை அவனுக்கான அறைக்கு - அவனுக்கான படுக்கைக்குக் கொண்டு செல்ல ஏற்பாடு செய்தாள். அதன் பிறகு, அவசர உதவிக் குழு அவர்கள் கொண்டுவந்திருந்த உடல் தூக்கி, சுவாசக் கருவி, பிராணவாயு பாட்டில் ஆகியவற்றை எடுத்துக்கொண்டு விடை பெற்றனர். தற்போது நோயாளிக்குத் தமனிக் குழாய், மார்புக் கூடு குழாய், சிறுநீர் வெளியேற்றத்துக்கான குழாய் ஆகியவைப் பொருத்தப்பட்டன. அத்துடன் ஒரு பதிவு செய்யும் இயந்திரத்தையும் பொருத்தினர். பதிவுகளெல்லாம் வெவ்வேறு நிறங்களில் நேர்க் கோடுகளாகவும், வளைந்து நெளிந்த கோடுகளாகவும், ஒன்றோடொன்று பின்னியும், வெவ்வேறு திசையில் உடைந்துசெல்வதாகவும், அலையலையாகவும் பதிவாகின. மருத்துவத்துக்கான 'மோர்ஸ்' குறியீடு போலும். கொர்தேலியா ரெவோலுடன் இணைந்து பணியாற்றினாள். அவளுடைய சைகைகள் தடுமாற்றம் இல்லாதவை. இலகுவானவை. பதற்றமற்றவை. அவள் உடலை வாட்டிக்கொண்டிருந்த திரவப் பொருளிலிருந்து விடுபட்டதுபோல் இருந்தது.

O

ஒரு மணி நேரம் கழித்து மரணம் தன்னை அறிவித்துக் கொண்டது. தலைகாட்டியது. தெளிவான, விரிவான சரீரத்தின் கட்டமைப்பில் ஓர் இறுக்கமான அடர்த்தியை ஏற்படுத்திக்கொண்டு வெளிப்பட்டது. முகத்தில் அறைவதுபோன்ற ஒரு காட்சி. ஆனால், ரெவோல் அலட்டிக்கொள்ளவில்லை. அவர் பாட்டுக்குக் கணினித் திரையில் நடந்துகொண்டிருந்த உடல் ஸ்கேனின் மீது கவனத்தைப் பதித்திருந்தார். சிக்கலான பிம்பங்கள் அலைமோதிக்கொண் டிருந்தன. பூகோள வரைபடம்போல் சில குறிப்புகள் காணப் பட்டன. அவர் அவற்றை எல்லா திசையிலும் திருப்பிப் பார்த்தார். பெரிதுபடுத்திப் பார்த்தார். மேற்கோள் குறிகளைக் குறித்துக் கொண்டார். தூரங்களைக் கணக்கிட்டார். எக்ஸ்ரே துறையிலிருந்து வந்திருந்த சிமோன் லேம்பரின் மூளை ஸ்கேன் அவருடைய மேசைமீது ஒரு பிளாஸ்டிக் பையில், அவர் கைக்கு எட்டும் தொலைவில் இருந்தது. இளைஞனின் தலையில் பல முறை எக்ஸ்ரே கதிர்களை அனுப்பிப் படம் எடுத்திருக்கிறார்கள். அவற்றை ஒன்று விடாமல், ஒவ்வொரு அங்குலமாக ஆராய்ந்திருக்கிறார்கள். குறுக்குவாட்டில், நேர்வாட்டில், நடுப்பகுதியில் என்று எல்லா வற்றையும் ஆராய்ச்சிக்குள்ளாக்கி இருக்கிறார்கள். ரெவோலுக்கு அந்தப் பிம்பங்களையெல்லாம் படிக்கத்தெரியும். இளைஞன் உடலைப் பற்றி அவை சொல்வதெல்லாம் புரியும். அவன் உடல் எந்த நிலைக்குத் தள்ளப்பட்டிருக்கின்றது என்றும் அவரால் புரிந்து கொள்ள முடியும். உருவங்கள், கறைகள், புள்ளிகள், பள்ளங்கள் எல்லாம் அவருக்கு அத்துப்படி. பால்போன்ற வடிவங்கள், கரும் புள்ளிகள், குறிகள், அறிகுறிகள் ஆகிய எல்லா வற்றையும் அவர் பகுத்துப் பார்த்தார், ஒப்பிட்டுப் பார்த்தார். கடைசிவரை ஒரு தடவைக்கு இரண்டு தடவைகள் சரிபார்த்து ஒரு முடிவுக்கு வந்தார். அந்த முடிவு இதுதான்: சிமோன் லேம்பரின் மூளை செத்துக்கொண்டிருக்கிறது. இரத்த வெள்ளத்தில் மூழ்கிக் கொண்டிருக்கிறது.

அங்குமிங்கும் காயங்கள். முன்கூட்டியே ஏற்பட்டுவிட்ட பெரிய மூளை வீக்கம். ஏற்கெனவே மூளைப் பகுதிகளில் அதிகமாகிவிட்ட அழுத்தத்தைக் கட்டுப்படுத்தும் சைகை எதுவுமில்லாத குறை. ரெவொல் தன் நாற்காலியில் சாய்ந்து உட்கார்ந்தார். அவரது பார்வை மேசையின் மீது படர்கிறது. கை தாடையில் அழுந்துகிறது.

எல்லாம் அலங்கோலமாகக் கிடக்கின்றன. கிறுக்கி வைத்திருந்த குறிப்புகளையும், அரசுச் சுற்றறிக்கைகளையும், இதயம் நிற்கும் போது என்னென்ன சோதனைகள் செய்ய வேண்டும் என்பது பற்றி 'பாரிஸ் மருத்துவ நிர்வாகம்' அனுப்பியிருந்த ஒரு கட்டுரையையும் பார்க்கிறார். சிதறிக் கிடந்த மற்ற பொருட்களையும் பார்க்கிறார். பேப்பர் வெயிட்டாகப் பச்சைக் கல்லில் உருவாக்கப்பட்ட ஆமை அவர் கண்ணில் படுகிறது. கடுமையான ஆஸ்துமாவால் அவதிப்பட்டுக்கொண்டிருந்த பெண் நோயாளி ஒருத்தி அன்பளிப் பாகக் கொடுத்த பரிசு அது. பின்னர் நீரூற்றுகளால் ஊதா நிறத்தில் காட்சியளித்த எகுவால் மலைச் சரிவைச் சற்று நேரம் பார்த்தார். திடீரென அவருக்குத் தன் வாலராக் நகர் வீடு ஞாபகத்துக்கு வருகிறது. அங்குதான் அவருக்கு முதன் முறையாக பெயோட்டி (peyote) எனும் போதைப் பொருள் அனுபவம் ஏற்பட்டது. அன்று, அவன் நண்பர்கள், மர்சேலும், சேல்லியும் ஒரு பச்சை நிற காரில் வந்திருந்தனர். காரின் டயர்களிலெல்லாம் சேறு படிந்திருந்தது. அவர் வீட்டுக்கெதிரே பேரிரைச்சலோடு கார்வந்து நின்றது. சன்னல் வழியே சேல்லி 'நாங்கள்தான்,' என்று கத்தினாள். பனி போல் வெண்மையாக இருந்த அவள் தலைமுடி காரின் மேற் பகுதிவரை பறந்தது. அவள் அணிந்திருந்த மரக் காதணிகள் செக்கச்செவேலென்று செர்ரி பழம்போல் வெளிப்பட்டன. அன்று இரவு சாப்பாடு முடிந்தபின், சற்று நேரம் தோட்டத்திற்குச் சென்றார்கள். வானத்தில் விண்மீன்கள் பூத்திருந்தன. மர்சேல் ஒரு பொட்டலத்தைப் பிரித்து, அதிலிருந்து பச்சை - சாம்பல் நிற கள்ளிப் பழத் துண்டுகளை வெளியில் எடுத்தான். வட்ட வடிவமான அவற்றில் முட்கள் இல்லை. நண்பர்கள் மூவரும் அவற்றை உள்ளங்கையில் வைத்து நசுக்கி அவற்றின் கசப்பான வாசனையை முகர்ந்து பார்த்தனர். அப்பழங்கள் வெகு தூரத்திலிருந்து வந்திருந்தன. வட மெக்ஸிக்கோவிலுள்ள சுரங்கம் தோண்டும்பாலை நில மொன்றிற்குப்போய் அவற்றைக் கொண்டு வந்திருந்தனர். அவை சட்ட விரோதமாக பிரான்ஸில் செவேன் (Cevennes) மலைப் பகுதிவரை கொண்டுவரப்பட்டவை. பியேர் மயக்கம் தரும் தாவரங்களை ஆய்வு செய்துகொண்டிருந்தான். ஆகையால், கொண்டுவந்திருந்த செடியைச் சோதித்துப் பார்க்கத் துடித்தான். சக்தி வாய்ந்த ஆல்கலாய்ட் கலந்த அந்தச் செடியில் மூன்றில் ஒரு

பங்கு மெஸ்காலின் (mescaline) இருந்ததால், உட்கொண்டவுடன் இதுவரை கண்டிராத காட்சிகளை அது தூண்டிவிடும். பூர்வீக அமெரிக்கர்கள் அதனை மாந்திரிக வழிபாடுகளில் பயன்படுத்துவர். மாயக் காட்சிகளைவிட அவர் அறிந்துகொள்ள துடித்தது அதனைத் தொடர்ந்து வரும் சுகானுபவ மருட்சியே. அதனை உடலுக்குள் செலுத்தியதும், எடுத்த எடுப்பிலேயே மனமும், புலன்களும் வீறு கொண்டெழும் என்று சொல்லப்பட்டது. ஆகவே, அப்போது ஐம்புலன்களின் நுகர்ச்சிகளும் எப்படி இருக்கும் என அறிந்து கொள்ள விரும்பினான். அவை பிம்பங்களாக மாறி வலியின் சூட்சமத்தை அறிந்துகொள்ளவும், குணப்படுத்தவும் உதவும் என்று நம்பினார். அந்தப் பிரகாசமான இரவில், புல் தரையில் படுத்துக் கொண்டு ஆகாயத்தைப் பார்த்தபோது, மலைகளுக்குமேல் வானம் பிளவு பட்டு, அண்டத்தின் எல்லையற்ற நீட்சியை வெளிப்படுத் தியது. திடீரென அவன் மனதில் அண்டம் அகண்டுகொண்டே போவதுபோல் ஓர் எண்ணம் உதித்தது. நிரந்தரமாக அது விரிந்து கொண்டே போகின்றது. மரித்த உயிரணு மாற்றங்களைத் தூண்டு கின்றது. அமைதி ஒலிக்கு வித்திடுவதுபோலவும், இருள் பகலுக்கு வித்திடுவதுபோலவும், அசைவற்றது அசைவுக்கு வித்திடுவது போலவும், மரணம், வாழ்வுக்கு வித்திடுகின்றது. அவன் பார்வை கணினித் திரையில் பதிந்திருந்தபோது, அந்தக் காட்சி அவன் கண்ணின் கருவிழியில் ஒட்டிக்கொண்டது. பின்னர், அவன் பார்வையில் ஒளி பாய்ந்துகொண்டிருந்த அந்த 16 அங்குல நீள் சதுரத்தில் சிமோன் லேம்பேரின் மூளையின் செயல்பாடுகள் அடங்குவதைக் கவனித்தான். அந்த இளைஞனின் முகத்தை மரணத்தோடு பொருத்திப் பார்த்தான். தொண்டை இறுக்கமானது. முப்பதாண்டு காலம் அந்தத் துறையில் பணியாற்றி இருக்கிறான் – அந்தத் துறையிலேயே முடங்கிக் கிடந்திருக்கிறான். இருந்தும், அவனுக்கு அந்த உணர்ச்சி ஏற்பட்டுவிட்டது.

O

பியேர் ரெவொல் பிறந்த ஆண்டு 1959. பனிப்போர் காலம். கியூபா புரட்சி வெற்றி பெற்றிருந்தது. முதல் தடவையாக, சுவிட் சர்லாந்து பெண்கள் வௌவ்த் (Vaud) மாகாணத்தில் வாக்களிக்க அனுமதிக்கப்பட்டிருந்தனர். பிரபல பிரஞ்சுத் திரைப்பட இயக்குநர்

கொதார் (Godard) 'அ பூ தெ சூஃப்ள்' ('A Bout de Souffle', மூச்சிறைப்பு) என்னும் படத்தைத் தயாரித்துக்கொண்டிருந்தார். பர்ரோவின் 'நிர்வாண விருந்து', மற்றும் மைல்ஸ் டேவிஸின் 'கைண்ட் ஆஃப் ப்ளூ' வெளியான வேளை. ரெவோலின் விமர்சனப் பார்வையில் 'கைண்ட் ஆஃப் ப்ளூ' இதுவரை வெளிவந்த ஆல்பத்திலேயே மிகவும் பிரம்மாண்டமானது. அவர் காலத்தில் வெளிவந்ததை அவர் மெச்சுவது வழக்கம். வேறு என்ன முக்கியமான நிகழ்ச்சி அக்காலகட்டத்தில் நடந்தது? – அவர் தான் சொல்லவந்ததை வலுவாகச் சொல்வதற்கு, ஒன்றும் நடக்காதது போன்ற முகபாவத்தைக் காட்டுவார். உங்களிடம் பேசும்போது வேறு எங்கேயோ பார்ப்பதுபோலிருக்கும். பாக் கெட்டில் கை விட்டு ஏதோ ஒன்றைத் தேடுவார். அல்லது கைபேசியில் ஓர் எண்ணை அழுத்துவார். அல்லது, அதில் வந்திருந்த செய்தியொன்றைப் படிப்பார். – ஆம், அந்த வருடம் தான் மரணத்தை வேறுவிதமாக வரையறுத்தார்கள். அதுபற்றிச் சொல்லும்போது, சுற்றி இருப்பவர்கள் முகத்தில் நிழலாடும் அதிர்ச்சியையும், பயத்தையும் காணத் தவற மாட்டார். பின்னர் தலையைத் தூக்கி, ஒரு புன்சிரிப்புடன், "அது என்போல் தீவிரச் சிகிச்சைப் பிரிவில் பணியாற்றுபவனுக்கு ஒரு சாதாரண விஷய மல்ல" என்பார்.

சொல்லப்போனால், 1959ஆம் ஆண்டு, தூரப் பிரதேசமொன்றில், ஓர் அரசியல்வாதியின் கொழுகொழுப் பிள்ளையாக, வாழ்க்கையில் மூன்றில் இரண்டு பங்கை சொகுசுக் கட்டிலில் இதமாகப் பதமாகத் தூங்கிக் கழிப்பதைவிட, இருபத்து மூன்றாவது சர்வதேச நரம்பியல் மாநாட்டில் கலந்துகொண்டு மோரிஸ் குலோ (Maurice Goulon)னும், பியேர் மொல்லரே (Pierre Mollaret)வும் தங்கள் கண்டுபிடிப்புகள் பற்றிப் பேசுவதையே விரும்பி இருப்பார். அவர்களில் ஒருவர் நரம்பியல் நிபுணர், மற்றொருவர் தொற்று நோய் சிகிச்சை நிபுணர். வயது முறையே சுமார் நாற்பது, அறுபது இருக்கும். கறுப்பு கோட்டு சூட்டு, இறுக்கமான டை அணிந்திருப்பர். அவர்கள் மருத்துவச் சமூகத்துக்கு – ஏன் உலகத்துக்கே என்று சொல்லலாம்- அறிவித்ததைக் கேட்பதற்கு எந்த விலை கொடுக்கவும் தயாராக இருந்திருப்பார். அவர்கள் இருவரின் கூட்டு முயற்சியிலிருந்து வெளிப்படும் விளைவைப் பார்க்க

விழைந்திருப்பார். அறிவியல் குழுக்களிடம் வயது வேறுபாட்டைத் தாண்டி மௌனமாக ஏற்படும் சமூக உறவு அவரைக் கவர்ந்தது. யார் முதலில் அறிவிப்பது? யார் முடிவுரை சொல்வது? – ஆம் இது பற்றியெல்லாம் ரெவோல் நினைக்கநினைக்க அவர்கள் அருகில் –அவர்கள் முன் சென்று அமர்வதில்தான் எவ்வளவு பெருமை இருந்திருக்கும்! என்று எண்ணினார். அவர்களெல்லாம் இதய இயக்க மீட்பில் முன்னோடிகள். பெரும்பாலும் சுறுசுறுப்பான, கருத்தாழம்கொண்ட அவர்கள் மத்தியில் - அந்த குளோத் பெர்னார் (Claude Bernard) மருத்துமனையில் – இருக்க ஆர்வம் கொண்டார். அதுதான் முன்னோடியான மருத்துவமனை. அங்குதான் 1954ஆம் ஆண்டில், பியேர் மொல்லரே உலகத்திலேயே முதன் முதலாக இதய இயக்க மீட்புப் பிரிவை ஏற்படுத்தினார். ஒரு குழுவிற்குப் பயிற்சியளித்தார். பஸ்தேர் (Pasteur) கட்டடத்தைச் செப்பனிட்டு அங்கு எழுபது படுக்கைகள் போடவைத்தார். பின்னர் அங்கு பிரபலமாகி இருந்த எங்க்ஸ்ட்ரோம் (Engstrom) 150 என்ற மின்சார விசிறிகளை வரவழைத்துப் பொருத்தினார். அந்த விசிறிகள் வட ஐரோப்பாவில் பரவியிருந்த இளம்பிள்ளை வாத நோய்க்காகத் தயாரிக்கப்பட்டவை. 1930இலிருந்து வழக்கத்திலிருந்த ‘இரும்பு நுரையீர’ (iron lungs)லுக்குப் பதிலாக அவை வடிவமைக்கப் பட்டவை. அதுபற்றி நினைக்கும்போதெல்லாம் அவர் பார்க்க முடியாமல் போன அந்தப் பழைய காட்சி மனக்கண்முன் தோன்றும். இரண்டு பேராசிரியர்கள் தங்களுக்குள் ஏதோ பேசிக் கொள்கிறார்கள்; மேசைமீது வைக்கப்பட்டிருந்த பேப்பர்களை அடுக்கிவிட்டு, ஒலிப்பெருக்கி முன் தொண்டையைக் கனைத்துக் கொள்கிறார்கள். கூச்சல் அடங்கி அமைதி நிலவும்வரை காத்திருந்து விட்டுத் தங்கள் சொற்பொழிவைத் தொடங்குகிறார்கள். அது அவர்கள் சொல்லபோகும் செய்திக்குத் தகுந்தாற்போல் தெள்ளத் தெளிவாக இருந்ததால், வேறெதையும் இடையில் சேர்க்காமல், விவரித்துக்கொண்டேபோய், போக்கர் விளையாட்டில் ‘ஏஸ்’ கார்டை எடுத்துப்போடுவதுபோல் தங்கள் முடிவுகளை எடுத் துரைத்தார்கள். அவர்கள் அறிவித்த செய்தியின் முக்கியத்துவம் அவரை வியப்பில் மூழ்கடித்தது. அவ்விரு பேராசிரியர்களும் சொன்ன தகவல் மெல்ல வெடிக்கும் ஒரு வெடிகுண்டுபோல் அவரை உலுக்கியது. அதாவது, இதய இயக்கம் நிற்பது

மரணத்தின் அறிகுறியன்று. மூளையின் செயல்பாடுகள் நிற்பது தான் மரணத்தின் அறிகுறி. வேறுவிதமாகச் சொல்வதானால், 'நான் சிந்திக்க முடியாமல் போனால், நான் இறந்துவிட்டேன்,' என்று பொருள். இதயத்தின் முக்கியத்துவத்தைக் குறைத்து, அதனைச் சிம்மாசனத்திலிருந்து இறக்கிவிட்டு, மூளைக்கு முடிசூட்டும் விழா நடந்தது. குறியீட்டளவில், அது ஓர் ஆட்சிக் கவிழ்ப்பு – ஒரு புரட்சி.

O

ஆக, அந்த இரண்டு பேரும் மேடைமீதிருந்து சக மருத்துவர் களைப் பார்த்து 'கோமா கடந்த நிலை'யின் வெளிப்புற அறி குறிகளைப் பற்றிப் பேசினார்கள். மூளை இயக்கச் செயல்பாடு இல்லாதபோது, மூச்சுக் காற்றூட்டும் பொறிகளைக் கொண்டு இதயம், சுவாசம் ஆகியவற்றின் செயல்பாடுகளை ஊக்குவிக்கப் பட்டிருக்கும் நோயாளிகளைப் பற்றிய விவரங்களை விளக்கினர். நவீன இயந்திரங்களும் தொழில்நுட்பங்களும் இல்லாவிடில் அவர்கள் மூளைக்கு இரத்தம் போகாமல் நின்றுபோய் மாரடைப்பை எதிர்கொள்ள வேண்டி இருக்கும். அன்று முதல்தான் மருத்துவத்தில் மீண்டும் உயிர்ப்பிக்கும் முறையில் ஒரு மாற்றம் ஏற்பட்டது. அந்தத் துறையில் மரணத்தை வேறுவிதமாக வரையறுக்க ஆரம்பித்தனர். தத்துவ ரீதியாக இதுவரைக் கண்டிராத அளவுக்கு, அந்த அறிவியல் முயற்சி, உறுப்பு மாற்றுவதற்கும், ஒட்டவைப்பதற்கும் அனுமதிக் கப்பட்டதாம்.

அவர்களது சொற்பொழிவு பின்னர் 'நரம்பியல் ஆய்வேடு' (Revue Neurologique) என்னும் பத்திரிகையில் வெளியாகி இருக் கிறது. அப்பத்திரிகை கோமா நிலை கடந்த நோயாளிகள் இருபத்து மூன்று பேரையும் மேற்கோள் காட்டி இருந்தது. ரெவோல் அறைக்குச் செல்பவர்களுக்கு அவர்பீரோவின் தட்டுகளில் சில புத்தகங்கள் அடுக்கி வைத்திருப்பது நினைவுக்கு வரும். அவற்றில் ஒன்றுதான் மேல் குறிப்பிட்ட பத்திரிகை என்பது அனைவருக்கும் தெரியும். இ-பேவில் கண்டுபிடித்து அந்த ஆவணத்தை ஒரு நாள் மாலை, நடுங்கும் குளிரில், விரைவு ரயில் நிலையம் ஒன்றில் நீண்ட நேரம் காத்திருந்து பத்திரிகை வியாபாரி ஒருவன் பின்னால் வெகுதூரம் தொடர்ந்து சென்று, பேரம் பேசாமல் சொன்ன விலை

கொடுத்து வாங்கினார் ரெவோல். விற்றவர் சற்று குள்ளமான பெண்மணி. ரெவோல் அவள் பின்சென்று அப்பத்திரிகையைக் கேட்டதும், அவள் அதை ஒரு வணிகப் பையிலிருந்து எடுத்துக் காட்டி, அவரிடம் அதிக விலை சொன்னாள். பரவாயில்லை என்று வாங்கிவிட்டார்.

O

ரெவோலின் கண்கள் மீண்டுமொருமுறை கணினித் திரையை உற்று நோக்கின. இளைஞனின் மரணத்தை அவர் முறையாகப் பதிவு செய்தார். மீண்டும் கண்களை மூடித் திறந்துவிட்டு, நிமிர்ந்து உட்கார்ந்தார். மணி காலை 11.40க்குத் தன்துறையைத் தொடர்பு கொண்டார். கொர்தேலியா தான் பதில் சொன்னாள். சிமோன் லேம்பர் குடும்பத்துக்குச் சொல்லியாகிவிட்டதா என்று அவர் அவளிடம் கேட்டார். காவல்துறை அவன் தாயாரை அழைத்துச் சொல்லிவிட்டதாகவும், அவள் வந்துகொண்டிருப்பதாகவும் சொன்னாள்.

6

மரியான் லேம்பர் மருத்துவமனையின் பிரதான வாயில் வழியாக வரவேற்புப் பகுதிக்குச் சென்றாள். பெண்கள் இருவர் கணினித் திரைக்கு முன் அமர்ந்திருந்தனர். வெளிர் பச்சை உடையணிந்த அப்பெண்கள் மெல்லியக் குரலில் பேசிக்கொண் டிருந்தனர். அவர்களில் ஒருத்தியின் கருத்த சடை அவள் முதுகை மறைத்துக்கொண்டிருந்தது. அவள்தான் தலையைத் தூக்கி, மரியானுக்கு வணக்கம் சொன்னாள். மரியான் உடனே பதிலுக்கு வணக்கம் சொல்லாமல், எந்தப் பிரிவுக்குச் செல்ல வேண்டும் என்று தெரியாமல் விழித்தாள். அங்கு பல பிரிவுகள் இருந்தன. அவசரச் சிகிச்சைப் பிரிவு, தீவிரச் சிகிச்சைப் பிரிவு, காய அறுவைச் சிகிச்சைப் பிரிவு, நரம்பு உயிரியல் பிரிவு என்று பல்வேறு பிரிவுகள் பட்டியலிடப்பட்டு சுவரில் மாட்டப்பட்டிருந்தன. அவளால், அந்த எழுத்துகளை, சொற்களை, வரிகளைப் புரிந்துகொள்ள முடியாத வகையில் ஒன்றன் மீது ஒன்றாக அந்தப் பட்டியல் வரிசைப் படுத்தியிருந்ததால், அவள் வெறுமனே "சிமோன் லேம்பர்" என்று மட்டும் சொன்னாள். "மன்னிக்கணும், என்ன சொன்னீர்கள்?" என்று அந்தப் பெண் தன் கருத்த - அடர்த்தியான - புருவம் மூக்கில் படும்படி சுருக்கிக்கொண்டு கேட்டாள். மரியான் முழு வாக்கிய மாக, "நான் சிமோன் லேம்பரைத் தேடுகிறேன்," என்று சொன்னாள். "ஆ," என்று கணினியின் அடுத்தப் பக்கத்திலிருந்த பெண் சொல்லி விட்டு, கணினித் திரையில் தலை கவிழ்த்தாள். அவள் தலை முடியின் முனை, சீனத் தூரிகைபோல், கணினியின் விசைப் பலகையை வருடியது. சிமோன் லேம்பர் என்ற பெயரை ஒவ் வொரு எழுத்தாகத் தட்டினாள். அப்பெயரை உச்சரித்துவிட்டு, மரியான் பிரம்மாண்டமான ஹாலின் பக்கம் திரும்பினாள். அது ஒரு தேவாலயம்போல் உயரமாகவும், ஸ்கேட்டிங் மைதானம் போல் அகலமாகவும் இருந்தது. சரியாகத் திட்டமிடப்பட்ட ஒலி, ஒளி அமைப்பு நிலவியது. எங்கும் அமைதி. மக்கள் நடமாட்டம் குறைவு. குளியலாடைபோல் உடையணிந்திருந்த ஒருவர்,

சுவரில் மாட்டப்பட்டிருந்த தொலைபேசியை நோக்கிப் போய்க் கொண்டிருந்தார். தள்ளு நாற்காலியில் வைத்து ஒரு பெண்மணியை வண்ணச் சிறகுகள் பொருத்திய தொப்பியணிந்திருந்த ஒருவர் தள்ளிக்கொண்டு போனார் – நரம்புச் சோர்வுற்ற ராபின் ஹுட்! இன்னும் சற்றுத் தூரத்தில், காஃபி பாருக்கருகில், மங்கலான ஒளியில் தெரிந்த கதவுகளின் வரிசைக்கெதிரே, வெள்ளையுடை யணிந்த பெண்கள் மூவர், கையில் பிளாஸ்டிக் கப்புடன், பேசிக் கொண்டிருந்தனர்.

“நான் அவரைப் பார்க்கவில்லை. எப்போது அவர் மருத்துவ மனையில் அனுமதிக்கப்பட்டார்?” அந்தப் பெண்ணின் பார்வை, கணினித் திரையைவிட்டு அகலவில்லை. மவுஸைத் தட்டிக் கொண்டே இருந்தாள். “இன்று காலை,” என்று மரியான் பெரு மூச்சு விட்டுக்கொண்டு, மெல்லியக் குரலில் சொன்னாள். “ஓ, அதுவா? அவசரச் சிகிச்சைப் பிரிவாக இருக்கலாம்,” என்றாள் அந்தப் பெண். கண்ணிமைகள் கீழ்நோக்க, மரியான் தலை யாட்டவே, அந்தப் பெண் சடையை முதுகு பக்கம் தள்ளிவிட்டு, கையால் தூரத்திலிருந்த லிப்ட்களைக் காண்பித்து, குளிரில் வெளியில் போகாமலேயே, கட்டடம் முழுதும் எப்படிச் சுற்றிப் பார்க்க முடியும் என்பதையும் விளக்கினாள். அவளுக்கு நன்றி தெரிவித்துவிட்டு, மரியான் தன் பயணத்தைத் தொடர்ந்தாள்.

O

அன்று காலைவீட்டில் தொலைபேசி மணி அடித்தபோது அவள் ஒரு கணம் விழித்துவிட்டு, மீண்டும் தூங்கிவிட்டாள். அதிகாலை வெளிச்சத்துக்கும், ஜப்பானிய கேலிச்சித்திரப் படச் சத்தத்துக்கும் இடையே கனவுகளில் அவள் திண்டாடிக்கொண்டிருந்தாள். பின்னர் அவற்றை அசைபோட்டுப் பார்த்தாள். மீண்டும்மீண்டும் முயலும் போது, அவளுடைய கனவுகள் கலைந்துகொண்டே போயின. எதுவும் தெளிவாக இல்லை. முப்பது கிலோ மீட்டருக்கு அப்பால், சேறும் சகதியும் நிறைந்த சாலையில் நிகழ்ந்த சம்பவத்துக்கான அறிகுறி அவள் கனவில் தென்படவில்லை. அவள் வந்து தொலை பேசியை எடுக்கவில்லை. ஏழு வயது லூ (Lou) தான் ஓடி வந்து தன் அம்மாவின் காதுக்கு அருகே தொலைபேசியை வைத்து

விட்டுப் போனாள். அவளுடைய அவசரத்துக்குக் காரணம், தொலைக்காட்சியில், அவள் பார்த்த படத்தில் ஒரு சின்ன காட்சியைக்கூடத் தவறவிட விரும்பாததுதான். தொலைபேசியில் கேட்ட வார்த்தைகளும் மரியானின் கனவுகளோடு கலந்து ஒலித்துக்கொண்டிருந்தன. தொலைபேசியில் கூப்பிட்டவர், "நீங்கள் தான் சிமோன் லேம்பரின் தாயாரா? சொல்லுங்கள்" என்று குரலை உயர்த்தி, அழுத்தம்திருத்தமாகச் சொன்னபோதுதான் அவள் மூளை உஷாரானது. உடனே, அச்சம் அவளைக் கவ்விக்கொண்டது.

O

அவள் உரக்கக் கத்தியிருக்க வேண்டும். அதனால்தான், அவளுடைய மகள் ஓடிவந்து, நிதானமாகக் கதவின் நிலைமீது சிலைபோல் தலை சாய்த்து நின்றாள். மகள் தாயைப் பார்த்தாள். ஆனால், தாய் மகளைப் பார்ப்பதற்கு முன்னமே அவளுக்கு மூச்சிறைப்பு வந்துவிட்டது. முகம் மாறிவிட்டது. அவசரம் அவளைப் பற்றிக்கொண்டது.. கைபேசியில் சீன் (Sean)ஐ அழைத் தாள். அவன் போனை எடுக்கவில்லை. விறுவிறுவென்று உடுத்திக் கொண்டாள். கதகதப்பான செருப்புகளையும், தொளதொளவென்ற கோட்டையும், கழுத்துக் குட்டையையும் அணிந்துகொண்டு குளிய லறைக்குள் சென்று, சில்லென்ற நீரை முகத்தில் பீச்சியடித்துக் கொண்டாள். ஆனால், முகத்துக்கு கிரீம் எதையும் போட்டுக் கொள்ளவில்லை. தலையைத் தூக்கி, கண்ணாடியில் முகத்தைப் பார்த்தாள். கருவிழிகள் உறைந்திருந்தன. கண்ணிமைகளில் வீக்கம் தெரிந்தது. பிரபல நடிகைகள் ராம்ப்ளிங், சிஞோரே ஆகியோரின் கண்களைப் போல் அவளது அழகுக் கண்களுக்குக் கீழ் மடிப்புகள் விழுந்திருந்தன. புருவத்தின் ஓரத்தில் ஒரு பச்சை ஒளிக் கீற்று படர்ந்திருந்தது. அவளாலேயே அவளைக் கண்டுபிடிக்க இயல வில்லை. வருத்தமாக இருந்தது. அலங்கோலம் ஆரம்பித்துவிட்டது போல் தோன்றியது. அவள் வேறொருத்தியாக மாறிவிட்டிருந்தாள். அவள் வாழ்க்கையில் ஒரு பகுதி – வலுவாகவும், உயிர்ப்புடனும் இருந்த ஒரு பெரும் பகுதி – நிகழ்காலத்திலிருந்து கடந்தகாலத் திற்குள் போய் முடங்கிவிட்டது. அதனுள், அவள் மூழ்கி மறைந்து விட்டாள். கலக்கமான காட்சிகள். பாறைகள் விழுந்தன; நிலம் சாரிந்தது. கால்களுக்குக் கீழ் தரை பிளவு பட்டது. ஏதோ

ஒன்று மூடியது. அது அவளைவிட்டுத் தொட முடியாத தூரத்துக்குச் சென்றது. கடலருகே ஒரு செங்குத்தான பாறை, பீடபூமியிலிருந்து பிரிந்து கடலுக்குள் ஐக்கியமானது. தீபகற்ப மொன்று கண்டத்திலிருந்து விலகி, தொடுவானம் நோக்கித் தானாகப் போய்க்கொண்டிருந்தது. அதிசயங்கள் நிறைந்த குகையை ஏதோ ஒன்று வந்து அடைக்கிறது. கண்மூடி கண் திறப்பதற்குள், கடந்தகாலம் விஸ்வரூபம் எடுத்து வாழ்க்கையை விழுங்கிவிடுகிறது. நிகழ்காலம் ஒரு மெல்லியக் கோடாகத் தெரிகிறது. அதற்கு அப்பால் எதுவுமே தெரியவில்லை. தொலை பேசி மணி அடித்து, காலத்தின் நீட்சியை வெட்டிவிடுகிறது. கண்ணாடிக்கு எதிரே நின்றவள் தன் பிம்பத்தையே பார்க்கிறாள். எதிரிலிருந்த நீர்த்தொட்டியின் ஓரத்தைப் பிடித்துக்கொண்டு நின்றவள் அதிர்ச்சியில் கல்லாகச் சமைந்தாள்.

பையை எடுத்துக்கொண்டு திரும்பும்போது, தன் மகள் அப்படியே நின்றுகொண்டிருப்பத்தைப் பார்த்துவிட்டாள். என்ன நடக்கிறதென்று அறியாத அவளைக் கட்டியணைத்தாள். ஆனால், மகள் லூவின் கண்களும், நின்றுகொண்டிருந்த விதமும் தாயிடம் விளக்கம் கேட்பது போல் இருந்தது. ஆனால், தாய் கண்டுகொள்ள வில்லை. "சாக்ஸ், ஸ்வெட்டர் எல்லாம் போட்டுக்கொண்டு என்னுடன் வா," என்று மட்டும் சொன்னாள். பின்னர், கதவைப் படாரென்று சாத்தினாள். அப்போது அவள் மனதில் கத்தியால் குத்துவதுபோல் ஓர் எண்ணம் உதித்தது. திரும்பி வந்து மறு படியும் கதவைத் திறக்கும்போது அவளுக்கு சிமோனைப் பற்றிய உண்மை தெரிந்திருக்கும். கீழ்மாடிக்கு இறங்கி, ஒரு வீட்டின் மணியை ஒலிக்கச் செய்தாள், பதிலில்லை. மீண்டும் ஒலிக்கச் செய்தாள். அன்று ஞாயிற்றுக்கிழமை, எல்லோரும் தூங்கிக்கொண்டிருந்தார்கள். பின்னர் பெண் ஒருத்தி பதில் சொன்னாள். மரியான் தாழ்ந்த குரலில் 'மருத்துவமனை,' 'விபத்து', 'சிமோன்', 'ஆபத்தான நிலை,' என்று விட்டு விட்டுச் சொன்னாள். கண்களை அகல விரித்த அந்தப் பெண், தலையை அசைத்து, "லூவை நான் பார்த்துக்கொள்கிறேன்," என்று கனிவோடு சொன் னாள். பைஜாமா அணிந்திருந்த சின்னப் பெண் வீட்டுக்குள் நுழைந்து, கதவிடுக்கு வழியாக அம்மாவைப் பார்த்து மெல்லக் கையசைத்தாள். பின்னர் என்னவோ திடீரென மனம் மாறி

‘அம்மா,’ என்று கூவிக்கொண்டே மாடிப்படி பக்கம் ஓடினாள். மரியான் மீண்டும் மாடிப்படியில் விரைந்து ஏறி, மண்டியிட்டுத் தன் மகளை மார்போடு தழுவிக்கொண்டு, அவள் கண்களை உற்றுப் பார்த்து, ‘சிமோன், சர்ஃபிங், விபத்து, திரும்பிவிடுவேன், சீக்கிரமே திரும்பிவிடுவேன்,’ என்று படபடவென்று வார்த்தைகளை உதிர்த் தாள். கலக்கம் எதுவுமின்றி, சிறுமி தன் தாயாரின் நெற்றியில் முத்தமிட்டுவிட்டு அண்டை வீட்டுக்குள் நுழைந்தாள்.

அதன்பின், தன் காரை எடுப்பதற்குக் கட்டடத்தின் அடித் தளத்துக்கு விரைந்தாள். பதற்றத்தில் இருந்ததால் குறுகலான இடத்தில் நிறுத்தப்பட்டிருந்த அந்த காரை எடுப்பதற்கு இரண்டு முறை முயற்சிக்க வேண்டி இருந்தது. காரை முன்னே நகர்ந்த, ஒவ்வொரு மி.மீட்டரையும் கணக்கில் வைத்துக்கொள்ள வேண்டி யிருந்தது. பெரிய வெளிவாயிற்கதவு திறந்தது. கார் வீதியை அடைந்தது. ஒளியில் கண்கள் கூசின. பகல் வெளிச்சம் வெள்ளை வெளேறேன்றிருந்தது. பனி விழும்போது ஏற்படும் பால்வண்ணம் தெரிந்தது. வானம் பனியால் மூடப்பட்டிருந்தாலும், பனி விழ வில்லை. தன் முழு பலத்தையும், சிந்திக்கும் சக்தியையும் ஒன்று திரட்டி, போக வேண்டிய இடத்தின் மீது கவனம் செலுத்தினாள். தென் திசை நகரம் நோக்கி காரைச் செலுத்தினாள். சாலை களெல்லாம் கிட்டத்தட்ட நேர்க்கோட்டில் அமைந்திருந்தன. ஃபெலிக்ஸ் ஃபோர் வீதி, 329ஆம் வீதி, சல்வதோர் அயெந்தே வீதி என்று ஒவ்வொரு வீதியாகக் கடந்துகொண்டிருந்தாள். லெ ஆவ்ர் அருகிலிருந்த சிற்றூர்களின் பெயர்கள் மட்டும் மாறிக் கொண்டே இருந்தன. குப்பை மேடுகளாகக் காட்சியளித்த குடிசைப் பகுதிகளுக்கருகே செல்வச் செழிப்பைப் பறைசாற்றும் மாடமாளிகைகளும், அகண்ட, அழகான, அமைதியான தோட்டங் களும், தனியார் நிறுவனங்களும், சாம்பல் நிற ‘செடான்’ கார்களும் வந்துபோய்க்கொண்டிருந்தன. சிறிது தூரம் சென்றபின், பழு தடைந்த சிறு நகரக் கட்டடங்கள் தென்பட்டன. அவற்றின் தாழ்வாரங்களும், அவற்றையொட்டிய சிறுசிறு தோட்டங்களும் கண்ணில் பட்டன. பின்னர் சிமெண்ட் போடப்பட்ட சில சுற்றுக்கட்டு வெளியிடங்கள். அதில் மழைத் தண்ணீர் குட்டை போல் தேங்கி நின்றது. அதில் காலி பீர் டப்பாக்களும், இரு சக்கர வாகனங்களும் நிறுத்தப்பட்டிருந்தன. பின்னர் இரண்டு

பேர் சேர்ந்தாற்போல் நடக்க முடியாத பாட்டைகளில் பொருள்கள் விநியோகம் செய்யும் வாகனங்கள் போய்க்கொண்டும், வந்து கொண்டும் இருந்தன. அவள் 'துர்லாவீல்' கோட்டை, பிணம் அடக்கம் செய்யும் குழுமங்களால் சூழப்பட்ட கல்லறை ஆகிய வற்றையொட்டி போய்க்கொண்டிருந்தாள். கிராவீல்குன்றின் மீது உயர்ந்த கண்ணாடிகள் பொருத்தப்பட்ட பளிங்குக் கல் சுவருக்குப் பின்னால் ஒளிவீசிக்கொண்டிருந்த ஒரு ரொட்டிக் கடையைக் கடந்து சென்றாள். அப்போது திறந்திருந்த தேவாலயம் ஒன்று தென்படவே சிலுவைக் குறி போட்டுக்கொண்டாள்.

நகரம் உயிர்ப்பின்றிக் கிடந்தது. மரியானுக்கு அது மிரட்டுவது போல் இருந்தது. ஆரவாரமின்றி இருக்கும் கடலுக்குச் செல்லும் மாலுமிக்கு ஏற்படும் திகில் அவளைப் பற்றிக்கொண்டது. அவளைச் சுற்றி இருந்த நிலப்பரப்பு சற்று வளைந்து ஜடப்பொருளின் ஆற்றலனைத்தையும் ஒன்று திரட்டுவதுபோல் தோன்றியது. அதன் அகத்தில் இருக்கும் ஆற்றல் அணுக்களாகச் சிதைந்தால் அழிக்கும் சக்தியாக மாறக்கூடியதாக இருக்கும். ஆனால், பின்னர் அவள் யோசித்துப் பார்க்கும்போது, விசித்திரமான காட்சியொன்று கண்ணில் பட்டது. தெருவில் ஆள் நடமாட்டமே இல்லை. வேறு எந்த வாகனமும் இல்லை. நாய், பூனை, எலி, பூச்சி என்று ஒரு ஜீவராசியுமில்லை. உலகம் பாலைவனமாகிவிட்டதுபோலவும், ஏதோ ஒரு பேரழிவுக்குப் பயந்து நகரத்து மக்கள் வீட்டுக்குள் முடங்கிவிட்டதுபோலவும், போரில் தோல்வியுற்று எதிரிப் படைகள் ஊருக்குள் நுழைவதைச் சன்னல் வழியாகப் பார்ப்பதுபோலவும் இருந்தது. கொடிய வினை தொற்றிக்கொள்ளும் என்ற அச்சத்தில் வீட்டின் முகப்பில் இரும்புத்திரையை இழுத்துவிட்டு, திரைச் சீலைகளை இறக்கிவிட்டுக் கொண்டார்கள்போலும். கழிமுகத்தில் கடற்பறவைகள் மட்டும் அவள் காருக்கு மேல் பறந்துகொண் டிருந்தன. அவள் கார் மட்டுமே, மீதி இருக்கும் அசைகின்ற உயிரினங்களின் பிரதிநிதியாக, ஏதோ ஒரு சக்தியால் உந்தப்பட்டு, அழிக்க முடியாதபடி, தனியாக, ஆடியசைந்தபடி பவனி வந்தது. வெளியுலகம் மெல்லமெல்ல விரிவடைந்தது. சலனமடைந்தது என்றே சொல்லலாம். கொளுத்தும் வெயிலில் தார் சாலைக்குமேல் எங்கும் வெண்படலம். அது வெகுதூரம்வரை சென்று மறையும் நிலையில் இருந்தது. காருக்குள்ளிருந்த மரியான் ஒரு கையால் வண்டியைச் செலுத்திக்கொண்டு, மற்றொரு கையால், முகத்தில்

வழிந்த கண்ணீரைத் துடைத்துக்கொண்டே சென்றாள். தொலை பேசிச் செய்தி கேட்டதிலிருந்து உள்ளுணர்வு ஒன்று உறுத்திக் கொண்டிருந்தது. அது அவளுக்கு வெட்கத்தையும், அசௌகரியத் தையும் ஏற்படுத்திக்கொண்டிருந்தது. ஆனால், அது அவள் கவனத்தைச் சிதைக்காவண்ணம் முன்னேறிக்கொண்டிருந்தாள். ஹர்ஃப்லேர், ஆவ்ர் ஆகியவற்றுக்கு அப்பால், அதிகக் கவனத் துடன் வழித்தடங்களை மாற்றிக்கொண்டு, ஓர் அடர்ந்த காட்டை யும் கடந்து சென்று மருத்துவமனையை அடைந்தாள்.

O

வாகனங்கள் நிறுத்துமிடத்தில், இஞ்சினை நிறுத்திவிட்டு, மீண்டும் ஒரு முறை சிமோனின் தந்தை சீனைத் தொலை பேசியில் அழைக்க முயன்றாள். பதற்றத்துடன், தொலைபேசி ஒலியைக் கவனித்துக் கேட்டாள். அது கடந்து செல்லும் வழித் தடத்தைக் கற்பனை செய்தாள். கண்ணுக்குத் தெரியாமல் காற்றில் கலந்திருக்கும் ரேடியோ மின் அலைகளில் ஒன்று அவள் அழைப்பைச் சுமந்துகொண்டு பல்வேறு அலைவரிசைகளைக் கடந்து பெருங் கடல்பக்கத்தில் தார்ஸ் எனும் துறைமுகப் பகுதிக்குப் பின் புதுப்பிக்கப்பட்டுக்கொண்டிருந்த கட்டடங்கள் பக்கம் வளைந்து நெளிந்துசென்று, வெகுநாட்களாக மரியான் செல்லாதிருந்த அந்தத் தொழில்கூடத்தை அடைந்தது. குளிரில் உறைந்திருந்த அந்த இடத்தில் மரச்சட்டங்கள், பலகைகள் அனைத்தையும் ஊடுருவிச் சென்று, இடுக்குகள் வழியே புகுந்து மூலை முடுக்குகளில் சுழன்றுகொண்டிருந்த தூசியோடும், மரத்துகள்களோடும், பிசின், பசை, வஜ்ரம் ஆகியவற்றோடும் கலந்து அங்கு குவித்து வைக்கப் பட்டிருந்த டீ ஷர்ட்கள், தோலினாலான கையுறைகள் முதலிய வற்றையும் கடந்து சென்று, காலி டப்பாக்களால் உருவாக்கப் பட்ட தூரிகைகள், சாம்பல் தட்டுகள், சமையலறை கலயங்கள் ஆகியவற்றையும் தாண்டிச் சென்றது. ரிஹானாவின் 'ஸ்டே' என்ற பாட்டின் ஒலியோடும், அதிர்ந்துகொண்டிருந்த அனைத்தோடும் அது முட்டி மோதிவிட்டு, அங்கு அறுவை இயந்திரத்தை இயக்கிக் கொண்டிருந்த சீனை அடைந்தது. அவன் உருண்டு திரண்ட உடலமைப்புக் கொண்டவன். அமைதியாக, பொறுமையாக, அலு மினியத் தகட்டை ஒரே அளவுகொண்ட துண்டுகளாக வெட்டிக் கொண்டிருந்தான். தலையில் ஒரு கவசம். அது வெளியிலிருந்து

வரும் இரைச்சலைத் தடுத்துக்கொண்டிருந்தது. வீடுகளுக்கு வண்ணம் பூசுபவன் ஏணிப்படிகளில் நின்றுகொண்டு ஒரு பாட்டை முணுமுணுப்பதைப் போல், அவன் மெல்லிசையொன்றை முணு முணுத்துக்கொண்டிருந்தான். அவள் அழைப்பு அவன் சட்டைப் பையிலிருந்த கைபேசியில் பட்டு, ரிங் டோனை எழுப்பியது. ஆனால், அந்த ரிங்டோனைப் பதிவிறக்கம் செய்து ஒரு வாரம் ஆகிவிட்டதால், அது அவன் காதுக்குக் கேட்கவில்லை.

ஒலி ஓய்ந்தது. அழைப்பு வாய்ஸ் மெயிலில் சென்றது. மரியான் கண்களை மூடிக்கொண்டு, சீனின் பட்டறையைக் கண் முன் நிறுத்திப் பார்த்தாள். பட்டறையின் சுவர்கள்மீது சீனின் பொக்கிஷங்கள் சார்த்திவைக்கப்பட்டிருந்தன - சேன் நதி பள்ளத் தாக்கிலிருந்து கொண்டுவரப்பட்ட 'கீச்' என்றொலிக்கும் பொம்மைப் படகுகள், கடல் நாய் தோலில் யூப்பிக் (Yupik) கில் செய்யப்பட்டு வடமேற்கு அலாஸ்காவிலிருந்து கொண்டுவரப்பட்ட கயாக் (kayak) பொம்மைப் படகுகள்; அத்துடன் அவனே அங்கு தயாரிக்கும் மரத்தினாலான பொம்மைப் படகுகள் (மிகப் பெரியது, பின்புறம் நீண்டு, நியூஸிலாந்து பழங்குடியினர் விழாக்காலங்களில் பயன் படுத்தும் 'வக்கா' (waka) வகைப் படகினை ஒத்திருக்கும்; மிகச் சிறியது, குருவிக்கூடு அமைப்பில், மரப்பட்டையால் தயாரிக்கப் பட்டு பண்டையக் காலத்தில், மோசஸை நைல் நதியில் ஏற்றிச் சென்ற படகினை ஒத்திருக்கும். "நான் மரியான் பேசுகிறேன். உடனே என்னைத் தொடர்புகொள்ளவும்."

O

மரியான் வேகமாக ஹாலுக்குள் நடந்து செல்கிறாள். ஹால் நீளமானது. முடிவற்றது. ஒவ்வொரு அடியும் அச்சத்தாலும், அவ சரத்தாலும் கனக்கிறது. மிகப் பெரிய மின்தூக்கிக்குள் நுழைந்து கட்டடத்தின் அடித்தளத்துக்குச் செல்கிறாள். தளம் விசாலமானது. பெரிய வெண் பளிங்குக் கற்களால் மூடப்பட்டது. அங்கு யாரும் அவள் கண்களுக்குப் படவில்லை. ஆனால், பெண்களின் பேச்சுக் குரல் கேட்கிறது. நடைக் கூடத்தின் கடைசியில் ஒரு வளைவு. அங்கு நிறைய பேர் போய்க்கொண்டும், வந்துகொண்டும் இருந் தார்கள். சிலர் நின்றுகொண்டும், சிலர் சுவரோடு ஒட்டியிருந்த

நடமாடும் படுக்கைகளில் படுத்துக்கொண்டும் இருந்தனர். ஏதோ ஒரு பரபரப்பு நிலவியது. முணுமுணுப்பும், அழுகுரலும் கேட்டன. "நான் ஒரு மணி நேரமாகக் காத்துக் கிடக்கிறேன்," என்று அவசரத்திலிருந்த ஒருவன் சொன்னான். கறுப்பு முகத் துணி அணிந்திருந்த பெண்மணி ஒருத்தி ஓலமிட்டுக்கொண்டிருந்தாள். குழந்தையொன்று தன் தாயின் கைகளில் கத்திக்கொண்டிருந்தது.

அப்போது கண்ணாடி அறையொன்றின் கதவு திறக்கிறது. கணினி முன்னாலிருந்து இளம்பெண் ஒருத்தி தன் பிரகாசமான வட்டமுகத்தை நிமிர்த்தி மரியானைப் பார்க்கிறாள். அவள் ஒரு பயிற்சிச் செவிலி. வயது இருபத்தைந்துக்கு மேல் இருக்காது. அவளிடம் மரியான் சொன்னாள். "நான் சிமோன் லேம்பரின் அம்மா." திடுக்கிட்ட அவ்விளம் பெண் தன் புருவத்தைச் சுருக்கிக்கொண்டு, தன் சுழல் நாற்காலியைப் பின்புறம் திருப்பி வேறொருவரிடம் "சிமோன் லேம்பர்," என்று சொன்னாள். "அது தான், இன்று காலையில் அனுமதிக்கப்பட்ட இளைஞன், தெரி கிறதா?" என்று விளக்கினாள். அந்த ஆள் திரும்பி, 'தெரியாது' என்று தலையசைத்தார். பின்னர் மரியானைப் பார்த்துவிட்டு, செவிலியிடம் தீவிர சிகிச்சைப் பிரிவைத் தொடர்புகொள்ளச் சொன்னார். உடனே அவள் தொலைபேசியில் தொடர்புகொண்டு விட்டுத் தலையசைத்தாள். அருகிலிருந்த அந்த ஆள் விருட்டென்று தன் இருக்கையை விட்டு எழுந்தவிதம் மரியானின் வயிற்றில் புளியைக் கரைத்தது. உடல் வியர்த்துக் கொட்டியது. தன் மேற் கோட்டைக் கழற்றிவிட்டு, நெற்றியில் வழிந்த வியர்வையைத் துடைத்துக்கொண்டாள். "எவ்வளவு புழுக்கம்," என்று சொல்லிக் கொண்டே, அந்த மனிதர் அவளிடம் கையை நீட்டினார். அவருக்கு உயரம் குறைவு. மெல்லிய உடல். அவருடைய குருவிக் கழுத்து அவர் அணிந்திருந்த பெரிய வெள்ளைச் சீருடையில் முடங்கிக் கிடந்தது. ஆனால், அவர் பெயர் பொறித்த அடையாளப் பட்டை மார்பில் அதற்குரிய இடத்தில் தொங்கியது. மரியானும் கையை நீட்டி அவர் கையைப் பிடித்துக்கொண்டாள். அவளுக்கு ஒரு சந்தேகம் எழுந்தது. இப்படிக் கையைப் பிடித்து அழைத்துச்செல்வது அங்கு வழக்கமான ஒன்றா, அல்லது சிமோனின் நிலைமை கவலைக்கிடமானதாகித் தன்னிடம் பரிவு காட்டுகிறார்களா என்று தன்னைத் தானே கேட்டுக்கொண்டாள். "உங்கள் பையன் உயிரோடு

இருக்கிறான்," என்ற உறுதியான செய்தியைத் தவிர வேறெதையும் அவள் கேட்கத் தயாராக இல்லை.

அவர் அவளை நடைக்கூடம் வழியே மின்தூக்கிகள் பக்கம் அழைத்துச் சென்றார். மரியான் உதடுகளைக் கடித்துக்கொண்டாள். அப்போது அவர் சொன்னார்: "உங்கள் பையன் நேரடியாக எங்க ளிடம் வந்து சேர்க்கப்படவில்லை. அவனைத் தீவிரச் சிகிச்சைப் பிரிவுக்கு எடுத்துச் சென்றுவிட்டார்கள்." அவர் தன்னுடைய குரலில் எவ்வித உணர்ச்சியும் காட்டாமல் பார்த்துக்கொண்டார். மரியான் உடனே நின்றுவிட்டாள். அவரை உற்று நோக்கிக்கொண்டே, தழுதழுத்த குரலில், "தீவிரச் சிகிச்சைப் பிரிவா?" என்று வினவி னாள். "ஆமாம்," என்றார் அவர். அவர் மெதுவாக, சத்தமின்றி நடந்துகொண்டே இருந்தார். அவருடைய காலணி மெல்லிய தோலால் தயாரிக்கப்பட்டிருந்தது. பெரிய சீருடையில் அவருடைய சிறிய உருவம் மிதந்துகொண்டு போவதுபோல் தோன்றியது. மூக்கு மெழுகைப்போல் விளக்கொளியில் மின்னியது. மரியான் அவரைவிட உயரமாதலால், அவர் மெல்லிய முடியின் கீழ் தலை அவள் கண்ணில் பட்டது. அவர் பின்புறம் கை கட்டிக்கொண்டு சென்றார். "என்னால் இப்போது எதுவும் சொல்ல முடியாது. நீங்கள் வந்து பாருங்கள். உங்களுக்கு எல்லாவற்றையும் தெளிவாக எடுத்துச்சொல்லுவார்கள். உங்கள் பையனுடைய நிலைமையைப் பார்த்துதான் அவர்கள் இங்கு கொண்டுவந்து சேர்த்தார்கள்," என்று தொடர்ந்து சொன்னார். மரியான் கண்களை மூடினாள். பற்களை நறநறவென்று கடித்தாள். உடனே அவள் கால் கையெல்லாம் உள்ளே முடங்கிப் போயின. அவர் மேலும் பேசிக்கொண்டே போனால், அவள் கத்தி ஓலமிட்டுவிடுவாள், அல்லது அவர்மீது பாய்ந்து அவர் வாயைக் கையால் அடைத்துவிடுவாள். கடவுளே, அவர் பேசுவதை நிறுத்திவை என்று மனதுக்குள் முணுமுணுத்தாள். அச்சமயம் பார்த்து, ஏதோ ஒரு மந்திரம் போட்டு தடுத்ததுபோல், அவர் தன் பேச்சைப் பாதியில் நிறுத்திவிட்டார். ரோஸ் வண்ண சட்டையின் கழுத்துப் பகுதியில் அவர் தலை அசைந்துகொண் டிருந்தது. அட்டையால் செய்ததுபோல் அவர் கை அதன் உள் பக்கம் மேலிருக்கும்படி விறைப்பாக மேலெழுந்து வாழ்க்கையின் அர்த்தமற்ற தன்மையைக் குறிப்பால் உணர்த்திவிட்டுக் கீழிறங் கியது. "நீங்கள் வருவதை ஏற்கெனவே தீவிரச் சிகிச்சைப் பிரிவுக்குச்

சொல்லிவிட்டோம். உங்கள் வருகைக்குக் காத்திருப்பார்கள்," என்றார். அவர்கள் இருவரும் மின்தூக்கிக்கு அருகில் வந்ததும் அவர்களுடைய சந்திப்பு முடிந்தது. அவர் தாடையால், பொறுமை யாக -அதே சமயம் உறுதியாக -நடைக்கூடத்தின் கடைசியைக் காட்டி விட்டு, "நான் போக வேண்டும். ஞாயிற்றுக்கிழமைகளில், அவசரச் சிகிச்சைப் பிரிவில் கூட்டம் அதிகமாக இருக்கும். மக்கள் என்ன செய்வதென்று அறியாமல் தவிப்பார்கள்," என்று சொல்லிவிட்டு, ஒரு பொத்தானை அழுத்தினார். இரும்புக் கதவுகள் மெதுவாகத் திறந்தன. அவர் கைகள் மீண்டும் அழுத்திப் பிடித்துக்கொண்டன. திடீரென அவர் மரியானைப் பார்த்து ஒரு புன்முறுவல் செய்து கொண்டே "நான் விடைபெற்றுக்கொள்கிறேன், தைரியத்தை வரவழைத்துக்கொள்ளுங்கள்," என்று சொல்லிவிட்டு, சத்தம் வந்து கொண்டிருந்த பக்கம் திரும்பிப் போனார்.

O

'தைரியம்,' என்று அவர் சொன்னதை மரியான் தனக்குள் திரும்பத்திரும்பத் சொல்லிக்கொண்டே மேலும் ஒரு மாடி மேலேறிச் சென்றாள். அந்த நீண்ட வழியைக் கடந்து சென்றால் தான், சிமோன் இருக்குமிடம் போகலாம். மருத்துவமனைகளில் தான் எவ்வளவு சிக்கலான பாதைகள்! மின்தூக்கிகளெல்லா வற்றிலும் அறிவிப்புகளும், தொழிற்சங்க செய்திகளும் ஒட்டப் பட்டிருந்தன. "தைரியம்," என்று மருத்துவர் சொன்னது காதில் ஒலித்துக்கொண்டிருந்தது. கண்கள் இறுக்கமாகின. கைகளில் ஈரப் பசை. வெப்பத்தின் காரணமாக வியர்வைத் துவாரங்கள் விரிந்தன. தோலின் கீழ் நிகழும் விரிவு அவள் தோற்றத்தை மாற்றிக் கொண்டிருந்தது. மூச்சு விடுவது சுலபமாக இல்லை. தைரியத்துக்கு இடமில்லை. வெப்பமும் வீண்.

O

தீவிரச் சிகிச்சைப் பிரிவு, தரைப் பகுதியின் வலது பக்கம் அனைத்தையும் ஆக்கிரமித்துக்கொண்டிருந்தது. நுழைவு தடை செய்யப்பட்டிருந்தது. 'மருத்துவமனை ஊழியர்களுக்கு மட்டும் அனுமதி,' என்று ஆங்காங்கே கதவுகளில் ஒட்டப்பட்டிருந்தது. மரியான் வெளியிலேயே சுவரில் தலையை முட்டுக்கொடுத்துக்

கொண்டு உட்கார்ந்து தலைக்குமேல் இருந்த ட்யூப் லைட்களை வெறித்துப் பார்த்துக்கொண்டிருந்தாள். கண்களை மூடிக்கொண்டு கேட்கும்போது அங்கிருந்தவர்களின் கிண்டல் பேச்சும், செய்தி அறிவிப்புகளும், ரப்பர் மற்றும் சாதாரணக் காலணிகளின் ஓசையும், அத்துடன் உலோகப் பொருட்களின் ஓசையும், எச்சரிக்கை மணி யோசையும், வண்டிகளை உருட்டிச் செல்லும் ஓசையும் காதில் விழுந்தன. தன்னுடைய கைபேசியை எடுத்துப் பார்த்தாள். சீன் இன்னும் அழைக்கவில்லை. காத்திருப்பதில் பயனில்லை என்று கருதி, தீ பிடிக்காவண்ணம் இரட்டைக் கதவுகள் போடப்பட்டிருந்த அறையருகே சென்று, எம்பி நின்று, அங்கிருந்த சிறு கண்ணாடி வழியே உள்ளே பார்த்தாள். எங்கும் அமைதி. பின்னர், கதவைத் தள்ளிக்கொண்டு உள்ளே சென்றாள்.

7

பார்த்தவுடனேயே அவள் யாரென்று மருத்துவருக்குத் தெரிந்து விட்டது. அதிர்ந்துபோன அவள் முகமும், வெறித்துப் பார்க்கும் கண்களும், அவள் கன்னங்களை அசைத்த விதமும் அவள் யார் என்பதைச் சொல்லாமல் சொல்லின. ஆகையால், அவள் சிமோன் லேம்பரின் தாய்தானா என்று அவர் கேட்கவில்லை. தன்னை மட்டுமே அறிமுகப்படுத்திக்கொண்டார். "என் பெயர் பியேர் ரெவோல். இங்கு நான் மூத்த மருத்துவர். நான்தான் இன்று காலை உங்கள் பையனை மருத்துவனையில் சேர்த்தேன். தயவுசெய்து என்னோடு வாருங்கள்," என்று சொல்லவே, அவள் அவரோடு லினோலியம் தரையில் நடந்து சென்றாள் -குனிந்த தலையோடு. அக்கம்பக்கம் பார்க்கவில்லை, ஏனென்றால், தன் மகனை ஓர் இருட்டு அறையில் வைத்திருப்பதைப் பார்க்க நேரிடுமோ என்ற அச்சம் அவளைக் கவ்விக்கொண்டது. இருபது மீட்டர் தூரத்துக்கு அவர்கள் இருவரும் ஒருவர் பக்கத்தில் ஒருவராக ஊதா நிற நடைக் கூடத்தில் நடந்துசென்றனர். பின்னர் ஒரு கதவு தென்பட்டது. அதில் அறிமுக அட்டை அளவுக்கு ஒரு காகிதத்தில் ஒரு பெயர் எழுதப்பட்டிருந்தது. அவளால் அதைப் படிக்க இயலவில்லை.

ரெவோல் இன்று 'குடும்பப் பிரிவு'க்குப் போகவில்லை. அவருக்கு அது அவ்வளவாகப் பிடிக்காது. அதற்குப் பதில், மரியானைத் தன்னுடைய அலுவலக அறைக்கு அழைத்துச்சென்றார். நின்றுகொண்டே இருந்த அவள், கடைசியில் இருக்கையொன்றின் ஓரத்தில் அமர்ந்தாள். மருத்துவர் அவள் அமர்ந்திருந்த இருக்கையைச் சுற்றிக்கொண்டுபோய் தன்னுடைய இருக்கையில் அமர்ந்தார். கைகளை அகல வைத்துக்கொண்டும், உடலை முன்பக்கம் சாய்த்துக் கொண்டும் அமர்ந்துகொண்டார். அவரைப் பார்த்தவுடன், இதுவரை மருத்துவமனையில் சந்தித்த நபர்களெல்லாம் மரியான் கவனத்திலிருந்து நழுவிக்கொண்டிருந்தார்கள். வரவேற்பறையில் இருந்த ஒற்றைப் புருவப் பெண், அவசரச் சிகிச்சைப் பிரிவிலிருந்தபயிற்சி செவிலி, இளஞ்சிவப்பு நிறத்தில் காலர் சட்டை

அணிந்திருந்த மருத்துவர் ஆகியோரெல்லாம் ரெவோலிடம் கொண்டுசெல்லும் வழித்தடங்களாகப் பட்டனர். தன் எதிரில் அமர்ந்து தன்னிடம் பேசப்போகும் அந்த உருவத்தில் அவர்கள் இரண்டறக் கலந்ததுபோலிருந்தது.

O

"காஃபி சாப்பிடுகிறீர்களா?" மரியானுக்குத் தூக்கிவாரிப் போட்டது. "சரி" என்றாள். ரெவோல் எழுந்து, பின்புறமாகத் திரும்பி, அவள் கண்ணுக்குப் படாமல் இருந்த ஒரு காஃபி பாத்திரத்தை எடுத்து, அதிலிருந்ததை வெள்ளை பிளாஸ்டிக் கப்களில் ஊற்றினார். ஆவி பறந்தது. அவர் மௌனமாகவும், பதற்றமின்றியும் செயல்பட்டார். "சர்க்கரை?" என்று இழுத்து, பொறுமை காத்தார். அவளுக்குப் புரிந்துவிட்டது. அவளை அவர் அமைதிபடுத்த நினைத்தார். ஆனால், நேர் மாறாக, அவளிடம் பதற்றம் அதிகரித்துக்கொண்டிருந்தது. காஃபி பாத்திரத்திலிருந்து காஃபி வடிவதுபோல் நேரம் கசிந்துகொண்டிருந்தது. அதனை அவள் உணர்ந்துவிட்டாள். அவசரமாகவும், கவனமாகவும் பிரச்சினையை அணுக வேண்டிய நேரம் அது. மரியான் கண்களை மூடிக்கொண்டு காஃபியைப் பருகினாள். பானத்தின் சூட்டைத் தன் உதடுகள் உணர்வதில் தன் கவனத்தைச் செலுத்தினாள்... ஏனெனில், அவளுடைய அச்சம் அதிகரித்துவிட்டது. மருத்துவர் ஏதோ சொல்லப்போகிறார் என்பது தெரிகிறது. அவரது தாடை அசைகிறது. உதடுகள் விரிகின்றன. பற்கள் தெரிகின்றன. அவ்வப் போது நாக்கின் நுனியும் வெளிப்படுகிறது. அவர் சொல்லப்போகும் சோகமான வாக்கியம் அவர் வாயில் உருவாகிக்கொண்டிருந்தது. அவளுக்குள் எல்லாம் அடங்கி ஒடுங்குகின்றது. முதுகுத் தண்டு விறைத்துக்கொண்டு வலுவாக நாற்காலியில் சாய்ந்துகொள்கிறது. தலையும் பின்பக்கம் சாய்கிறது. உடனே எழுந்து கதவைத் திறந்துகொண்டு ஓடித் தப்பித்துக்கொள்ள வேண்டும்போல் இருந்தது. அல்லது, அவளுக்குக் கீழ் திடீரென்று தரை பிளந்து கொண்டு அதில் அவள் காணாமல் போய்விட்டால் தேவலாம் போல் இருந்தது. அவள் அங்கு வந்ததை எல்லோரும் மறந்து விட வேண்டும். அவளை யாரும் பார்த்துவிடக் கூடாது. சிமோனுடைய இதயம் இயங்குகிறது என்று தெரிந்துவிட்டால்

போதும். வேறெதுவும் வேண்டாம். அதன்பின், வேறெதுவும் சொல்வதற்குமுன், இந்த இடைஞ்சலான அறையை விட்டும், அதன் அறைகுறையான வெளிச்சத்தை விட்டும் ஓடிப்போய்விடத் துடித்தாள். ஆனால், அவளுக்குத் தைரியமில்லை. துவண்டாள். பாம்புபோல் நெளிந்தாள். அவளுக்கு யாராவதொருவர் ஒரு நம்பிக்கை தரும் வார்த்தை சொன்னால் அந்த நபருக்கு என்ன வேண்டுமானாலும் கொடுக்கும் மனநிலையில் இருந்தாள். பொய்யாக இருந்தாலும் பரவாயில்லை. ஒரு புதிராக இருந்தாலும் பரவாயில்லை. அது மங்கலமாக இருக்க வேண்டும். அந்த அளவுக்கு அவளிடம் ஒரு மோசமான கோழைத்தனம் குடி கொண்டுவிட்டது. இருந்தாலும் தாக்குப்பிடித்துக்கொண்டிருந்தாள். நகர்ந்துகொண்டிருக்கும் ஒவ்வொரு நொடியும் ஏதோ ஓர் இழப்பை நினைவூட்டியது. நகர்ந்துகொண்டிருக்கும் ஒவ்வொரு நொடியும் விதியின் வேதனையைச் சற்றுத் தாமதப்படுத்தியது. அவள் கைகள் நடுங்கின. நாற்காலிக்குக் கீழ் அவள் கால்கள் பின்னின. வீங்கிய கண்ணிமைகள் மூடிக்கொண்டன. அவற்றில் முந்தைய நாள் கைவிரலால் வைத்த ஒரு சொட்டு மை கலைந்து கருப்பாகி இருந்தது. கருவிழி கலக்கத்தையும், அகண்ட இமைகளின் நடுக் கத்தையும் பார்த்த மருத்துவருக்கு அவள் ஏற்கெனவே புரிந்து கொண்டுவிட்டாள் என்று தெளிவாகியது. அவர் சொல்வதற்குச் சற்றுத் தயங்கினார். மேசைமீதிருந்த அலங்காரப் பொருளைக் கையில் வைத்து உருட்டினார். அதன் மீது பாய்ந்த மின்சார ஒளி, சுவர், மேற்கூரை ஆகியவற்றையெல்லாம் சுற்றிவிட்டு மரியான் முகத்தில் விழுந்தது. ஒரு நிமிடம் அவள் கண்களைத் திறந்தாள். அதனை ஓர் அறிகுறியாக வைத்துக்கொண்டு, அவர் “உங்கள் பையன், ஓர் ஆபத்தான நிலையில் இருக்கிறான்” என்று சொன்னார்.

O

மருத்துவரின் வார்த்தைகள் திருத்தமாகவும், தெளிவாகவும் இருந்தன. மரியானின் உலர்ந்த கண்கள் ரெவோலின் கண்களை உற்று நோக்கின. அந்த நேரம் அடுத்ததாக என்ன சொல்ல வேண்டும், எப்படிச் சொல்ல வேண்டும், எந்தச் சொற்கள் பயன் படுத்த வேண்டும் என்று அவர் சிந்தித்துக்கொண்டிருந்தார். பின்னர் அவர் அதனை மெதுவாகச் சொன்னார். ஏனெனில்,

மரியான் செய்தியை உள்வாங்க வேண்டும், தனக்குள் திருப்பிச் சொல்லிக்கொள்ள வேண்டும். அவர் "விபத்தின்போது, உங்கள் பையனின் தலையில் பலத்த அடி பட்டிருந்தது. ஸ்கேன் செய்து பார்க்கும்போது, நெற்றிக்கு நேராக உள்பகுதியில் பெரிய காயம் ஏற்பட்டிருப்பது தெரிகிறது. (சரியாகச் சொல்வதற்கு உதவியாக, குறிப்பிடும் இடத்தில் அவர் தன் கையை வைத்துக் காட்டினார்), அதனால் மூளையிலிருந்து இரத்தம் கசிகிறது. மருத்துவமனைக்கு வரும்போதே, சிமோன் கோமா நிலைக்குப் போய்விட்டான்" என்று சொன்னார்.

மேசையிலிருந்த காஃபி ஆறிப்போய்க்கொண்டிருந்தது. ரெவோல் அதனை மெல்லப் பருகினார். அவர் எதிரே மரியான் கல்லாகிவிட்டாள். அறையிலிருந்த தொலைபேசி ஒன்று, இரண்டு, மூன்று முறைகள் ஒலித்தன. ஆனால், ரெவோல் அதை எடுக்க வில்லை. மரியான் அவர் முகத்தையே வெறித்துப் பார்த்துக் கொண்டிருந்தாள். அது வெண்பட்டுபோல் இருந்தது. கண்களுக்குக் கீழ் சாம்பல் நிற முடிச்சுகளும், வால்நட் கொட்டைகள் போல் தடித்த கண் இமைகளும் அவள் கண்முன் காட்சியளித்தன. நீண்ட முகம். அது அசைந்துகொண்டிருந்தது. ஆழ்ந்த அமைதி. ரெவோல் தான் அதனைக் கலைத்தார். "எனக்குக் கவலையாய் இருக்கிறது," என்று பேச்சை ஆரம்பித்தார். அவருடைய குரல் அவருக்கே வியப்பைத் தந்தது. அதில் ஏதோ உடைந்ததுபோல் இருந்தது. "நாங்கள் பரிசோதனைகள் செய்து வருகிறோம். முடிவுகள் சாதக மாக இல்லை." அவர் குரல் ஓர் அந்நியர் குரல்போல் ஒலித்து, அவள் சுவாசத்தைத் துரிதப்படுத்தினாலும், முகஸ்துதியாக ஒலிக்க வில்லை. பிணக்காடு முன் சிலர் ஆறுதலாகப் பிதற்றுவதைப் பார்த்திருக்கிறாள். எதிரே இருந்த மருத்துவரின் குரல் அவள் என்ன புரிந்துகொள்ள வேண்டுமோ அதை மட்டுமே உணர்த்தியது.

அவள் மகன் ஆழ்ந்த கோமா நிலையில் இருக்கிறான். அதுதான் உண்மை.

O

அடுத்த சில நொடிகளில் இருவருமே ஒரு நீண்ட – செய்வ தறியாத நிலையின் விளிம்பில் நின்றனர். மரியான், கோமா என்ற

சொல்லை மனத்துக்குள் அசைபோடுகிறாள். ரெவோல் தன் வேலையின் கடுமையான பகுதியை நெருங்கிக்கொண்டிருந்தார். அவருடைய கையில் பேப்பர் வெயிட் ஒளிவீசிக்கொண்டிருந்தது. இப்போது அப்பெண்மணியருகில் அமர்ந்து சாவு பற்றி இதமான வார்த்தைகளால் அவளுக்குப் புரியவைக்க வேண்டும். இது வரை அதுபோல் ஒரு கடினமான - குழப்பமான சூழலை அவர் எதிர்கொண்டதில்லை. இருப்பினும் அப்போதுதான், இருவரும் மேற்கொண்டு ஓர் ஒத்த முடிவை நோக்கிப் போக முடியும். அவர் சொன்னார்: "சிமோனிடம் எந்தவிதப் புறத்தூண்டுதலால் சுரணை ஏற்படவில்லை. பார்வையில் பிரச்சினை. நகர்வதில் பிரச்சினை. சுவாசப்பிரச்சினை ஏற்பட்டு நுரையீரலில் சிக்கல் ஆரம்பித்திருக்கிறது. மேலும் முதலில் ஸ்கேன் செய்துபார்க்கும் போது முடிவுகள் சாதகமாக இல்லை. பேசும்போது மூச்சு வாங்குவதால், வார்த்தைகள் வருவதில் தாமதம் ஏற்படுகிறது. அவன் பேசும்போது அவன் உடலைத் தன் கட்டுப்பாட்டுக்குள் கொண்டு வரமுடியவில்லை. மருத்துவச் சூழலுக்கேற்ற வார்த்தை களை அவனால் பயன்படுத்த முடியவில்லை. அவன் பேசும் போது, ஏதோ கல்லில் ஒரு சிற்பம் செதுக்குவதுபோல் கடினமாக இருக்கிறது." இப்போது அவர்கள் இருவரும் நேரெதிரே அமர்ந்து ஒருவரையொருவர் பார்த்துக்கொள்கின்றனர். பார்வை இடர் பாடில்லாமல் இருக்கிறது. பேச்சும் பார்வையும் ஒரு நாணயத்தின் இரண்டு பக்கங்கள் போலும். அடுத்த அறையில் இருப்பவனைப் பார்ப்பதற்கு, இவர்கள் இருவரின் பார்வை ஒத்திகையாக நினைக்கத் தோன்றியது.

O

"நான் சிமோனைப் பார்க்க வேண்டும்" அவள் கண்களில் கலவரம் தெரிந்தது. அவள் கைகள் அப்படியும் இப்படியும் அசைந்தன. "நான் சிமோனைப் பார்க்க வேண்டும்," என்று மட்டுமே சொன்னாள். அதற்குள் அவள் கோட்டுக்குள் முடங்கிக் கிடந்த கைபேசி பலமுறை அதிர்ந்துவிட்டது. லூவைப் பார்த்துக் கொள்ளும் பொறுப்பை ஏற்றுக்கொண்ட அண்டைவீட்டுப் பெண் மணியும், கிறீஸின் பெற்றோர்களும், யோஹானின் பெற்றோர் களும் அழைத்திருக்கின்றனர். ஆனால், சீன் அழைக்கவில்லை.

எங்கு போயிருப்பார்? உடனே "என்னைக் கூப்பிடு," என்று ஒரு குறுஞ்செய்தி அனுப்பினாள்.

O

ரெவோல் தலையைத் தூக்கி "நீங்கள் உங்கள் மகனை இப் போதே பார்க்க வேண்டுமா?" என்று கேட்டுவிட்டு, தன் கைக் கடிகாரத்தைப் பார்த்தார். மணி 12.30. "இப்போது முடியாது. சற்று பொறுத்திருக்க வேண்டும். சில சிகிச்சைகள் மேற்கொண் டிருக்கிறோம். முடிந்தபின், நீங்கள் தாராளமாக உங்கள் மகனைப் பார்க்கலாம்," என்றார். மஞ்சள் நிறக் காகிதம் ஒன்றை அவள் முன் வைத்துவிட்டு, மீண்டும் தன் பேச்சைத் தொடர்ந்தார். "நாம் சிமோனைப் பற்றிக் கொஞ்சம் பேச வேண்டும்." மரியானிடம் ஒரு பதற்றம் ஏற்பட்டது. சிமோனைப் பற்றிப் பேசுவதென்றால் என்ன? அவன் உடலை மருத்துவமனையில் தயாரிக்கும் ஒரு படிவத்தை நிரப்புவதுபோல் சொல்ல வேண்டுமா? அவனுக்கு ஏற்கெனவே செய்த அறுவைச் சிகிச்சைகளின் பட்டியல்: அடி னாயிட், அப்பெண்டிஸ், ஆகியவை மட்டுமே.

"ஒடித்துக்கொண்ட எலும்புகள்?"

"அவனுக்குப் பத்து வயதாகும்போது ஏற்பட்ட ஒரு சைக்கிள் விபத்தில் ஆரை எலும்பொன்று உடைந்தது. அது மட்டும்தான்."

"ஒவ்வாமை எதுவும் உண்டா?"

"இல்லை, இல்லை."

"வியாதி ஏதாவது இருந்திருக்கிறதா?"

"ஐந்து வயதாகும்போது மஞ்சள் ஸ்டாஃபீப்ஹிலோக்கஸ் (staphylococcus aureus) எனும் பக்டீரியாவினால் அவன் தோல் நிறம் சற்று மாறியது. அது அபூர்வமாக வரும் வியாதி. அது பற்றி அவன் பெருமைபட்டுக் கொள்வான். பின்னர் பதினாறு வயதில் மோனோ நுக்ளெயஸ் (mononucleosis). அது முத்தத்தினால் வரும் வியாதி. அதுபற்றிக் கேட்டால் அவன் ஒரு மாதிரியாகச் சிரிப்பான். அப்போதெல்லாம், அவன் ஒரு வேடிக்கையான பைஜாமா அணிந் திருப்பான். ஹவாய் பெர்முடாவும், அதற்கேற்ற டீ ஷர்ட்டும் போட்டிருப்பான். சிமோனைப் பற்றிப் பேசுவதென்றால்,

குழந்தைப் பருவத்தில் அவனுக்கு வந்தநோய்கள் பற்றியும் சொல்ல வேண்டுமா?"

மரியானுக்கு எரிச்சல் ஏற்படுகிறது. சிமோன் கைக்குழந்தையாக இருக்கும்போது தட்டம்மை நோய் வந்திருக்கிறது. மூன்று வயதில் அம்மை கண்டு தலையிலும், காதுக்குப் பின்னாலும் பழுப்பு நிறத் தழும்பு ஏற்பட்டிருந்தது. அதன் பின் காய்ச்சல்வந்து, உடலில் நீர் வறண்டுபோய், பத்து நாள் கண்கள் மஞ்சளாகவும் முடியெல்லாம் சடையாகிப் போயிருந்தன. மரியானிடமிருந்து வந்த பதில் களெல்லாம் ஒற்றை வார்த்தை பதில்கள்தான். ரெவோல் எல்லா வற்றையும் குறிப்பெடுத்துக்கொண்டார். பிறந்த ஊர், பிறந்த தேதி, எடை, உயரம் ஆகியவற்றையெல்லாம் குறித்துக்கொண்டார். ஆனால், சிமோனுக்குச் சின்ன வயசில் வந்த நோயைப் பற்றி யெல்லாம் அவ்வளவாகக் கணக்கில் எடுத்துக்கொள்ளவில்லை. ஏற்கெனவே, அவர் சிமோனுக்குக் கடந்தகாலத்தில் குறிப்பிட்ட நோய்த் தாக்கம் எதுவும் இல்லை எனவும், அவன் கடுமையாக உடல்நலம் குன்றி இருந்ததில்லை எனவும், அவன் அம்மாவுக்குத் தெரிந்தவரை, அவனுக்கு ஒவ்வாமை, உடல் ஊனம் என்று எதுவும் இருந்ததில்லை எனவும் தாளில் எழுதிவிட்டார். மரியானுக்குக் குழப்பம். நினைவில் சில சம்பவங்கள் நிழலாடின. சிமோனுக்குப் பத்து வயது. பள்ளி மாணவர்களோடு 'கோந்தாமீன் மோன்ழ்வா' என்ற பனிப் பிரதேசத்திற்குப் போய் இருந்தான். அச்சமயம் அவனுக்குக் கடுமையான வயிற்று வலி. அங்கிருந்த மருத்துவர் அவனுக்குக் குடல்வால் அழற்சி என்ற எண்ணத்தில் சோதனையைத் தொடங்கும்போது, அவனுக்கு மாறுபட்ட உடற்கூறு இருப்பதைக் கண்டுபிடித்தார். அதாவது, அவனுடைய இதயம் இடது பக்கம் இருப்பதற்குப் பதில் வலது பக்கத்தில் இருந்தது. இதனால் அனை வரும் அவன் அந்த ஊரை விட்டுக் கிளம்பும்வரை அவனைச் சிறப்பாக உபசரித்தனர்.

'நன்றி,' என்று சொல்லிவிட்டு, காகிதத்தைக் கைகளால் சமன் செய்து, ஒரு பிளாஸ்டிக் உறைக்குள் திணித்தார். பின்னர் அதை வெளிர்ப் பச்சையிலிருந்த கோப்பில் ஆவணப்படுத்தினார். தலையைத் தூக்கி மரியானிடம், "நாங்கள் இன்னும் சில பரி சோதனைகள் முடித்ததும், நீங்கள் உங்கள் பையனைப் பார்க்கலாம்"

என்றார். "இன்னும் என்ன பரிசோதனை?" அங்கு நிமிர்ந்து உட்கார்ந்த மரியானின் குரலும், இன்னும் பரிசோதனைகள் நடக்கின்றன என்ற செய்தியும், அவளிடம் 'எல்லாம் சரியாகிவிடும்' என்ற நம்பிக்கையைத் தோற்றுவித்ததுபோல் இருந்தது. அவள் கண்களில் ஏற்பட்ட ஒளி ரெவோலை உஷார் படுத்தியது. அவர் நிலைமையை சமாளித்து, நம்பிக்கையைக் குறைக்க முற்பட்டுக் கொண்டிருந்தார். ஏனெனில், சிமோனின் நிலைமையில் மாற்றம் தெரிந்தது, ஆனால், அது சாதகமான மாற்றமன்று. மரியானுக்கு நெருடல் ஏற்பட்டது. "சிமோனின் நிலைமையில் மாற்றம் ஏதாவது நிகழ்கிறதா?" என்று கேட்டாள். கேட்கும்போதே, அவள் தன் பதற்றத்தை வெளிப்படுத்தியதோடு ஓர் இன்னலையும் எதிர்கொண்டாள். ரெவோல் பதில் சொல்வதற்கு முன் மூச்சை நன்றாக இழுத்துக்கொண்டார். "சிமோனின் காயங்களை இனி சரிபடுத்த முடியாது," என்றார்.

O

அதிர்ச்சி தரும் செய்தியொன்றைச் சொன்னதற்கு, அவர் மனம் வருந்தினார். ஒரு குண்டைத் தூக்கிப்போட்டது போன்ற உணர்வு ஏற்பட்டது. பின்னர் எழுந்து, "எப்போது முடியுமோ, அப்போது உடனே உங்களைக் கூப்பிடுகிறோம்," என்றார். அத்துடன், "சிமோனின் அப்பாவிற்குச் சொல்லிவிட்டீர்களா?" என்று கேட்டார். "அவர் இன்று மாலை வந்துவிடுவார்," என்று பதிலளித்தாள். ஆனால், சீன் இன்னும் அவளிடம் பேசவில்லை; அவளை இன்னும் தொடர்புகொள்ளவில்லை. அச்சம் அவளைக் கவ்விக் கொண்டது. ஒருவேளை, அவன் தொழிற்கூடத்திலோ, வீட்டிலோ இல்லாமலிருக்கலாம். வில்லெகியே, துய்க்ளேர், கோத்பேக் ஆன்கோ போன்ற இடங்களில், தான் தயாரித்த ஓடமொன்றை விற்கப் போயிருக்கலாம். சேன் நதி ஓரத்தில், ஒரு துடுப்புக் கிளபுக்குப் போயிருக்கலாம். படகு வாங்கிய ஒருவரோடு அதை இயக்குவது குறித்துப் பேசிக்கொண்டிருக்கலாம், அல்லது இயக்கிக்கொண்டிருக்கலாம், அல்லது அதன் இயக்கத்தைப் பற்றி ஓரத்தில் உட்கார்ந்து தொழில்துறை சார்ந்த மொழியில் கருத்தைப் பரிமாறிக் கொண்டிருக்கலாம். மரியான் அதைக் கற்பனை செய்து பார்த்தாள், பிரம்மாண்டமான சூழல், தளதளவென்றிருக்கும் திராட்சைக்

கொடிகள், பீட்மாஸ், பச்சைப் புல் ஆகியவையெல்லாம் செங்குத்தான குன்றுகளிலோ அல்லது ஆற்றின் குறுக்கிலோ ஒன்றோடொன்று பின்னிப் பிணைந்து கிடக்கும். பின்னர் ஒளி மங்குகிறது. படகின் மேல் மட்டும் ஒரு சின்ன ஒளிக்கீற்று. நீர் அலையின்றி, மெதுவாக, அடர்த்தியாகின்றது. அதன் மேல் ஒளி வீசும் நீலத் தும்பிகளும், எளிதில் புலப்படுகின்ற கொசுக்களும் சிறகடித்துக்கொண்டிருந்தன. திடீரென, மரியான் கற்பனையில் காட்சி மாறுகிறது. பயந்துவிட்டாள். அவன் நியூசிலாந்துக்குப் போய் 'வாங்குன்னி' நதியில் 'குக்' நீர்ச்சந்தியிலிருந்து வெவ்வேறு ஊர்களுக்குத் தனியாகத் தன் படகில் கவலையின்றி பயணம் செய்துகொண்டிருக்கிறான். அவளுக்கு அவன் போகும் வழி தெரியும். மவோரி கிராமங்களில் நதிக்கரையோரமாக, நீர் வீழ்ச்சி களைத் தொடர்ந்து, தன் முதுகில் சின்ன படகு ஒன்றைச் சுமந்து கொண்டு வடக்கு நோக்கிச் செல்கிறான். மையப் பீடபூமி, டொங்கரிரோ எரிமலை ஆகியவற்றை நோக்கிப் போகிறான். அங்குதான் நதி பிறக்கிறது. அதிலிருந்து புது இடங்களுக்கு எவ்வாறு மக்கள் இடம்பெயர்ந்தார்கள் என்ற ஆராய்ச்சியில் ஈடு படுகிறான். சீன் அவள் கண்முன் வருகிறான். அவன் குரல் கணவாய்களில் எதிரொலிப்பதை அவளால் கேட்க முடிகிறது. அங்கு அனைத்திலும் அமைதி – பயங்கர அமைதி - நிலவுகிறது... ரெவோல் அவளை உற்று நோக்கிக்கொண்டே இருக்கிறார். அவள் முகபாவம் அச்சம் தருவதாக மாறுகிறது. "அப்போ, அவர் வந்ததும், உங்களிருவரையும் பார்க்கிறேன்," என்றார். மரியான் தலையசைத்து சரியென்றாள்.

நாற்காலிகள் நகரும் ஒலி கேட்டது. கதவு கிரீச் என்ற சத்த துடன் திறந்தது. இருவரும் நடைக்கூடத்தின் கடைசிவரை நடந்து சென்றனர். பின்னர், இருவரும் எதுவும் பேசிக்கொள்ளவில்லை. மரியான் எங்கு போவதென்று தெரியாமல், காத்திருப்போர் அறை பக்கம் போனாள். அங்கு நாற்காலிகள்மீதும், மேசைகள்மீதும் பழைய பத்திரிகைகள் சிதறிக் கிடந்தன. அவற்றில் வயதுவந்த பெண்கள் முத்துப் போன்ற பற்களைக் காட்டிக்கொண்டும், பளபளக்கும் தலைமுடியை விரித்துப்போட்டுக்கொண்டும் ஆபாச மாகத் தங்கள் அழகைக் காட்டிக்கொண்டிருந்தனர் பின்னர் எண் ணற்ற காலடிகள் பதிந்த பாதையைக் கடந்து பிரம்மாண்டமான

கண்ணாடிக் கூரை கொண்ட காஃபி பார் பக்கம் போனாள். எங்கு பார்த்தாலும் விதவிதமான சிப்ஸ் பொட்டலங்கள், மிட்டாய் வகைகள், வரிசைவரிசையாகக் குறிப்பிடப்பட்டிருந்த இடங்களில், பிட்சா, பர்கர், தண்ணீர் பாட்டில்கள் முதலியனவும், கண்ணாடி குளிரூட்டிகளில் சோடா பாட்டில்களும் தென்பட்டன. திடீரென சற்றுத் தடுமாறி நின்றுவிட்டாள். கடந்து வந்த இடங்களில் எங்காவது ஓர் அறையில் சிமோன் படுக்க வைக்கப்பட்டிருந்தால்? அவள் திரும்பிப் போக விரும்பினாள். இருப்பினும் தொடர்ந்து நடந்தாள். எப்படியேனும் வெளியேறி சீனைப் பார்த்தாக வேண்டும்.

O

மருத்துவமனையைவிட்டு வெளியேறுவதற்கான பிரதான வாயிற்கதவு நோக்கி மரியான் நடந்தாள். தூரத்தில், அது மெல்ல மெல்ல திறப்பதைப் பார்க்கிறாள். நான்கு உருவங்கள் படியைத் தாண்டி அவளை நோக்கி வந்துகொண்டிருந்தன. கிட்டப்பார்வை கொண்ட அவளுக்கு அவ்வுருவங்கள் கொஞ்சம்கொஞ்சமாகத் தெளிவாகின்றன. தன் மகனோடு சென்ற கிறீஸ், யோஹான் ஆகிய இருவரின் பெற்றோர்கள்தான் அவர்கள். அவர்கள் தோளில் அதே கோட்டுகள், குனிந்திருக்கும் தலையைத் தாங்கிப் பிடிப்பதுபோல் அவர்கள் கழுத்தைச் சுற்றி அதே கம்பளித் துண்டுகள், அதே கையுறைகள்! அவளை அவர்கள் பார்த்துவிட்டு மெல்ல நடந்து வந்தார்கள். வந்த ஆண்களில் ஒருவர் தனியாகப் பிரிந்து அவளை நெருங்கி அணைத்துக்கொண்டார். அவரைத் தொடர்ந்து மற்ற மூவரும் ஒருவர் பின் ஒருவராக அவளை அணைத்துக்கொண்டனர். கிறீஸின் தந்தை, "அவன் எப்படி இருக்கிறான்?" என்று கேட்டார். பின்பு நால்வரின் பார்வையும் அவள்மீது குத்திடவே, அவள் அப்படியே சிலையாகி நின்றாள். முணுமுணுப்பு: "அவன் கோமாவில் இருக்கிறான். மேற்கொண்டு ஒன்றும் தெரியவில்லை." தோளை உயர்த்துகிறாள். வாய் கோணலாகிறது. "உங்கள் பையன்கள்?"

"கிறீஸுக்கு இடுப்பின் இடது பக்கமும், கீழ்க்கால் வெளி எலும்பும் உடைந்துவிட்டன, யோஹானுக்கு மணிக் கட்டுகளும், கழுத்துப் பட்டை எலும்புகளும் உடைந்துவிட்டன. விலா எலும்புக்

கூடு உள்வாங்கி இருக்கிறது. ஆனால், எந்த உறுப்பும் சேதமடைய வில்லை," என்று யோஹானின் அம்மா தன்னடக்கத்துடன் சொன்னாள். அதிகத் தன்னடக்கத்துடன் பேசியதைப் பார்த்தால், அவர்கள் நால்வரும் தாங்கள் அதிர்ஷ்டசாலிகள் – பெரிய அதிர்ஷ்ட சாலிகள் என்பதைக் காட்டிக்கொள்வதுபோல் தெரிந்தது. அதிர்ஷ்ட சாலிகள்தான் அவர்கள், ஏனெனில் அவர்கள் பிள்ளைகள் காரில் வரும்போது பெல்ட் மாட்டி இருந்தனர். அதுதான் அவர்கள் பாதுகாப்புக்குக் காரணம். அந்தப் பெண்மணி எந்தக் கருத்தும் சொல்லாமல், தங்களுடைய பதற்றத்தை மிகைப்படுத்தாமல் பேசியதற்குக் காரணம், அவர்களுக்கு சிமோனின் நிலைமையைப் பற்றித் தெரியும் என்பதை அவளுக்கு உணர்த்துவதற்குத்தான். அவன் ஆபத்தான நிலைமையில் - மிகவும் ஆபத்தான நிலையில் - இருக்கிறான் என்ற செய்தி தீவிரச் சிகிச்சைப் பிரிவிலிருந்து கசிந்து, எலும்பு சிகிச்சைப் பிரிவுக்கும், உட்குலைவு நிலைப் பிரிவுக்கும் பரவி இருக்கும். அங்குதான் அவர்கள் பிள்ளைகள் சிகிச்சை பெறு கின்றனர். அதனைப் பற்றிப் பேசிப் பெரிதாக்குவது உகந்ததாக இருக்காது என்று நினைத்தாள். அதே சமயம் அது சங்கடமாகவும் இருந்தது. ஒருவித குற்றவுணர்ச்சியும் அவளை ஆட்கொண்டு பேச விடாமல் தடுத்தது. ஏனெனில் பெல்ட் விஷயத்தில் கிறீஸ்தான் கார் ஓட்டவிருந்ததால், சிமோனும் யோஹானும் இடம் மாறி உட்கார்ந்திருந்தால், யோஹானுக்குப் பெல்ட் இல்லாமல் போயி ருக்கும். அப்படி நடந்திருந்தால், மரியான் இடத்தில் அவள் தான் இருந்திருக்க வேண்டிய நிலை ஏற்பட்டிருக்கும். அவள்தான் சோபை இழந்து, சோகப் படுகுழியில் வீழ வேண்டியிருந்திருக்கும். அதை நினைத்ததுமே, அவளுக்குத் தலை சுற்றியது, கால்கள் வலு விழந்தன. கண்கள் செருகின. அவள் மயங்கி விழப்போவதைப் பார்த்த அவள் கணவன் அவள் பின்சென்று கைத்தாங்கலாகப் பிடித்தான். தனக்கும் அவர்களுக்கும் உள்ள இடைவெளியை – பாதாளத்தை – பார்த்த மரியான் நன்றி சொல்லிவிட்டும், பின்னர் செய்திகள் பரிமாறிக் கொள்ளலாம் என்று சொல்லிவிட்டும் அவ் விடத்தை விட்டு நகர்ந்தாள்.

O

திடீரென அவள் வீட்டுக்குத் திரும்பும் திட்டத்தைக் கைவிட்டாள். லூவைப் பார்க்கவும், தன்னுடைய தாயாரிடம் பேசவும், சிமோனின் தாத்தா பாட்டி, நண்பர்கள் ஆகியோரிடம் செய்தி சொல்லவும் இது நேரமன்று என்று தோன்றியது. அவர்களுக்கு அச்சத்தை ஏற்படுத்தி, கஷ்டப்படுத்த இது சரியான நேரமன்று என உறுதியாக நம்பினாள். அவர்களில் சிலர் தொலைபேசியிலேயே அழுவார்கள். தேம்பித்தேம்பி அழுவார்கள். இன்னும் சிலர் கேள்விகள் கேட்டுத் துளைப்பார்கள். தங்களுக்குத் தெரிந்த – அவளுக்குத் தெரியாத - மருத்துவப் பரிசோதனைகளைப் பற்றிப் பேசுவார்கள். தங்களுக்குத் தெரிந்த ஒருவர் இறந்துவிடுவார் என்று நினைத்த நிலையில், சாவிலிருந்து மீண்டுவிட்டதாகச் சொல்வார்கள். தங்களுக்குத் தெரிந்த ஆச்சரியகரமான தீவிரச் சிகிச்சைப் பற்றிப் பேசுவார்கள். மருத்துவமனையைக் குற்றம் சொல்வார்கள். கொடுக்கப்படும் சிகிச்சையைக் குற்றம் சொல்வார்கள். மருத்துவரின் பெயரைக் கேட்டுவிட்டு, "ஓ, அவரை எனக்குத் தெரியாது," என்றோ அல்லது, "அவர் மிகவும் கெட்டிக்காரராயிற்றே," என்றோ சொல்வார்கள். அல்லது பிரபல அறுவைச் சிகிச்சை நிபுணரின் தொலைபேசி எண்ணைக் கொடுத்து எழுதிக் கொள்ள வற்புறுத்துவிட்டு, அவருக்கு இன்னும் இரண்டு வருடத்திற்கு நோயாளிகள் இருப்பதாகச் சொல்வார்கள். இன்னும் ஒரு படி மேலே போய் அவர்களே அல்லது அவர்களுக்குத் தெரிந்த நண்பரை விட்டு அவரைக் கூப்பிடுவதாகச் சொல்வார்கள். அதை விட மோசமாக, பைத்தியக்காரத்தனமாக, இன்னொருவர், கோமா நிலைகளில் பலவகை உண்டு எனவும், உதாரணமாக, மருந்துகளால் வரும் கோமா, தூக்க மருந்து அதிகம் கொடுத்ததால் வரும் கோமா, இரத்தத்தில் சர்க்கரை அதிகமானதால் வரும் கோமா, உடலில் வெப்பம் அளவுக்கு மீறிக் குறைவதனால் வரும் கோமா என்று அடுக்கிவிட்டு, இதில் குழப்பம் ஏற்பட்டிருக்கிறது என்பார். அவளுக்கோ, அன்று காலையில் குளிர்நீரில் அலைச்சறுக்கு விளையாடியதை நினைத்து வாந்தி வரும். ஆனால், சமாளித்துக்கொண்டு, தன்னைத் தொந்தரவு செய்பவரிடம், ஒரு பயங்கரமான விபத்து ஏற்பட்டதைப் பற்றிச் சொல்லவேண்டியிருக்கும். எவ்வளவோ சமாளித்தாலும், தன் பையனைச் சரியாகக் கவனித்துக்கொள் கிறார்கள் என்று திருப்பித்திருப்பிச் சொன்னாலும், அவர்கள் தங்கள்

அனுதாபத்தைச் சொல்ல வார்த்தைகளை அடுக்கிக்கொண்டே போவார்கள். அதற்கான நேரம் இதுவன்று. அவளுக்கு இப்போது தேவைப்படுவது ஒரு தனி இடம். அங்கு அவள் காத்திருக்க வேண்டும். ஆகவே கார் நிறுத்தும் இடத்தை அடைந்து, விறு விறுவென்று தன் காருக்குள் சென்று ஒதுங்கிக்கொண்டாள். காரின் ஸ்டியரிங்கைப் பலம் கொண்ட மட்டும் குத்தினாள். எதிரே இருந்த போர்டில், அவள் தலைமுடி அலங்கோலமாகப் பறந்துகொண்டிருந்தது. சாவியை உடனே எடுக்க முடியவில்லை. வண்டியைக் கிளப்பும்போது, வேகத்தைச் சரி செய்யாததால் சக்கரங்கள் கிரீச்சிட்டன. காரை நேராக மேற்கு நோக்கி எங்கு வெளிச்சமாக இருந்ததோ அங்கு செலுத்தினாள். அச்சமயத்தில், மருத்துவர் ரெவோல், தன்னுடைய அலுவலக அறைக்குத் திரும்பிச் சென்று அமர்ந்துவிடவில்லை. தீவிரச் சிகிச்சைப் பிரிவில் ஒருவருக்கு மூளைச்சாவு ஏற்பட்டால் என்ன செய்ய வேண்டும் என்று சட்டம் சொல்கிறதோ அதனைச் செய்தார். தொலைபேசியை எடுத்து உறுப்புகள், திசுக்கள் ஆகியவற்றைச் சேகரிக்கும் பிரிவைத் தொடர்பு கொண்டார். தொமா ரெமீழ் (Thomas Rémige) என்பவர்தான் அங்கிருந்து தொலைபேசிச் செய்தியைக் கேட்டுக்கொண்டார்.

8

இருப்பினும், வந்த அழைப்பை தொமா ரெமீழ் கவனிக்காமல் விட்டிருக்கவும் - அது அவன் காதில் விழாமல் இருந்திருக்கவும் - வாய்ப்பிருந்தது. பெஞ்சமின் பிரிட்டென் (Benjamin Britten) இசையமைத்த A Ceremony of Carols op.28 எனும் இசையில் பல குரலில் ஒலிக்கும் பறவைகளின் சத்தத்தின் நீண்ட ஸ்வரத் திற்குப் பின் கோல்ட்ஃபின்ச் (goldfinch) என்னும் கானப் பறவையின் இனிய நாதத்தைக் கேட்கும்போதுதான் அவன் கைபேசி ஒலியைக் காதில் வாங்கினான்.

O

ஞாயிற்றுக்கிழமை காலை, கொம்மாந்தான் ஷர்கோ வீதியில், ஒரு கட்டடத்தின் அடித்தளத்தில் குடியிருந்த தொமா ரெமீழ், சன்னலின் சட்டங்களை உலுக்கினான். அவன் தனியாக, துணி யெதுவும் அணியாமல், பாடிக்கொண்டிருந்தான். எப்போதும்போல் இருப்பிடத்தின் மையப்பகுதியில் நின்றுகொண்டிருந்தான். அவ னுடைய எடை இரு கால்களிலும் ஒரே அளவில் பரவி இருந்தது. முதுகு நேர்குத்தாக நிமிர்ந்திருந்தது. அவன் தோளைப் பின் புறமாகச் சாய்த்துக் கொண்டும், மார்புப் பகுதி, கழுத்துப் பகுதி ஆகிய இரண்டும் விரிந்திருக்கும்படி வைத்துக்கொண்டும் சிறுசிறு வட்ட இயக்கங்கள் கொடுத்து மைய நரம்பு மண்டலத்தை வலுப் படுத்தினான். அதேபோல், தோள்களையும் சற்று இயக்கிவிட்டு, தன்னுடைய சுவாசத்தைக் கவனிக்கலானான். அது அடிவயிற்றி லிருந்து தொண்டைவரை உட்புறமாகக் காற்றைத் தள்ளும்போது குரல்வளை நாளங்களை அதிரச் செய்தது. அதற்கு ஏற்றாற்போல் தன்னுடைய உடலைச் சரிபடுத்திக்கொண்டான். பின்னர், அவன் அடுப்புபோன்ற தன் வாயைத் திறந்தான். அது சற்று விகாரமாக இருந்தது. இருப்பினும், அதன் வழியாகக்காற்றை உள்ளுக்கிழுத்து நுரையீரல்களை நிரப்பிக்கொண்டு, அடிவயிற்றைச் சுருக்கினான்.

பின்னர் உதரவிதானத்தையும் முதுகெலும்பு நரம்பையும் இயக்கி, மெதுவாக அக்காற்றை வெளியேற்றினான். அவன்மீது கைவைத்துப் பார்த்தால் காது கேளாதவனுக்கும்கூட அதன் ஒலி கேட்கும். அக்காட்சியைக் கண்ணுற்றால், அதிகாலைப் பொழுதுக்கு - அல்லது ஆதவனுக்கு - முற்றும் துறந்த முனிவர்கள் இறை வணக்கம் செய்வதுபோல் தோன்றும். உடலைப் பராமரித்துப் பாதுகாக்க, இதுபோன்ற சடங்கில்தான் அவர்கள் ஈடுபடுவர். கொஞ்சம் குளிர்ந்த நீரை அருந்திவிட்டு, பல்துலக்கிவிட்டு, சமுக்காளம் ஒன்றைத் தொலைக்காட்சிமுன் விரித்துப் போட்டு, உடற்பயிற்சி செய்வதுண்டு. ஆனால், தொமா ரெமீழுக்கு, அது வேறொரு நோக்கத்திற்குப் பயன்பட்டது. அவன் அப்படிச் செய்து சுயஆய்வு செய்துகொண்டான். குரல் உள்ளுக்குள் சென்று வெளியில் வந்து ஒலிக்கும்போது, அது ஒரு மார்பொலிமானி (stethoscope)யாகப் பயன்பட்டது.

O

இருபது வயதில் நார்மண்டிப் பகுதியில் இருந்த பணம் கொழிக்கும் ஒரு பண்ணையை அவன் சகோதரிக்கும், மைத்துன னுக்கும் விட்டு விட்டுக் கிளம்பிவிட்டான். கல்லூரி பஸ்ஸுக்கும், பண்ணைவெளி சேற்றுக்கும், ஈர வைக்கோல் வாசனைக்கும், பாலைச் சுமந்து நிற்கும் பசுவிற்கும், புல் தரையில் அடர்த்தியாக வளர்ந்திருக்கும் நெட்டிலிங்க மரக்காடுகளுக்கும் விடை கொடுத்து விட்டுக் கிளம்பிவிட்டான். ருவான் (Rouen) நகர மையப்பகுதியில், அவனுக்காக அவனுடைய பெற்றோர் ஒரு சின்ன அறையை வாடகைக்கு எடுத்திருந்தனர். அதில் வெப்பம் பரப்பும் சாதனம், சோஃபா படுக்கை எல்லாம் இருந்தன. அங்குமிங்கும் போய்வர ஒரு 1971 மாடல் ஹோண்டா 500 வாங்கிக் கொடுத்திருந்தார்கள். செவிலியர் பள்ளியில் சேர்ந்தான். பெண்களை விரும்பினான். ஆண்களை விரும்பினான். எந்த முடிவுக்கும் வராத நிலையில் ஒரு நாள் பாரிசுக்குப் போயிருக்கும்போது பெல்வீல் எனும் இடத்தில் ஒரு கரோக்கி பாரில் நுழைந்தான். அங்கு மெழுகு போன்ற கன்னங்களுடனும், வினில் போட்ட தலைமுடியுடனும் ஏராளமான சீனர்கள் வந்திருந்தனர். அவர்கள் அழகுபடுத்திக் கொள்வதற்காக அங்கு வழக்கமாக வருபவர்கள் – பெரும்பாலும் தம்பதிகள்.

தொலைக்காட்சியில் அவர்கள் பார்த்த நடிப்பை அப்படியே செய்துகாட்டி, ஒருவருக்கொருவர் படம் எடுத்துக்கொண்டிருந்தனர். பின்னர் திடீரென்று, அவனுடனிருந்த மற்றவர்கள் கொடுத்த அழுத்தத்தினால் ஒரு பாட்டைத் தேர்ந்தெடுத்தான். பான்னி டெய்லரின் 'அது ஒரு மனவலி' என நினைக்கிறேன். சின்னப் பாட்டு, எளிமையானதும்கூட. அவனுடைய முறை வந்தது. மேடை ஏறினான். பின்னர் எல்லாம் கொஞ்சம்கொஞ்சமாக மாற்றமடைந்தது. சோர்வுற்ற அவன் உடம்பு சுறுசுறுப்பானது. அவன் வாயிலிருந்து வந்த குரல், அதன் வளம், தன்மை, வீச்சு ஆகிய அனைத்தும் அவனுக்கே புரியவில்லை. அவன் உடல் அவனுடைய மற்ற பரிமாணங்களை மறைந்திருந்ததுபோலும். ஒரு புலி, ஒரு மலை யடிவாரத்தைத் தாக்கும் கடல், ஒரு விலைமாது இவையெல்லாம் அவனுள் பதுங்கியிருந்ததுபோல் தோன்றியது. அறிவிப்பாளருக்கு மட்டும் புரிந்துவிட்டது. அவன் குரல் அவனுடைய அடையாள மானது. அவன் குரல் அவனுடைய தனித்தன்மையானது. தன்னைப் பிரபலப்படுத்திக்கொள்ளும் திட்டத்துடன் அவன் பாடகனானான்.

பாடலின் பரிமாணத்தைக் கண்டுபிடிக்கும்போதே, தன் உடலின் பரிமாணத்தையும் கண்டுபிடிக்க ஆரம்பித்தான். கடுமையான ஓட்டப் பயிற்சி, சைக்கிள் ஓட்டம், உடற்பயிற்சி போன்றவற்றில் ஈடுபட்டிருந்த ஒருவன், மறுநாள் தன் உடலில் இதுவரை கண்டிராத அழுத்தங்களை – ஆற்றல்களை – மையங்களை – புள்ளிகளைக் கண்டுபிடிப்பதுபோல் அவன் தன் உடலில் மறைந்திருக்கும் தகுதி களைக் கண்டறியத் தொடங்கினான். அவன் உடல் அமைப்பு எவ்வாறு இருந்தது என்று தெரிந்துகொள்ள முற்பட்டான். அவன் உடல்கூறு, உறுப்புகளின் அமைப்பு, தசைகளின் வகைகள், அவற்றி லிருந்து இதுவரை வெளிப்படாத ஆற்றல்கள் ஆகியவற்றை ஆராய்ந்தான். சுவாச அமைப்பு எப்படியென்றும், பாடுவதால் அது எவ்வாறு எல்லாவற்றையும் கட்டுப்படுத்தி ஒரு மனித உடலை – குறிப்பாக ஒரு பாடகனின் உடலை உருவாக்குகின்றதென்றும் அறிய முயற்சித்தான். அது அவனுக்கு ஓர் இரண்டாவது பிறவி.

இசைக்காக அவன் செலவழித்தநேரமும் பணமும் ஒவ்வொரு வருடமும் அதிகரித்துக்கொண்டே இருந்தன. அன்றாட வாழ்க்கை யின் பெரும்பகுதியை இசை ஆக்கிரமித்துக்கொண்டது. மருத்துவ மனையில் கூடுதல் வேலைபார்த்து வருவாயை அதிகரித்துக்

கொண்டான். அதை வைத்துக்கொண்டு காலையில் இசைப் பயிற்சியிலும், மாலையில் படிப்பிலும்காலத்தைச் செலவிட்டான். வாரத்தில் இரண்டு முறை ஆப்பரா (opera) பாடகி ஒருத்தியிடம் பாடம் கற்றான். (அவளுக்கு ஒட்டகச்சிவிங்கிக் கழுத்து, நாணல் போன்ற கைகள், பருத்த மார்பகம், தட்டையான வயிறு, அகண்ட இடை, சுருள் முடியுடன் கால்கள். அவள் எப்போதும் கம்பளிப் பாவாடையில் வலம் வருவாள்.) இரவில் பாடல்களையும், ஆப்பராக்களையும் சேகரிப்பான். வலைதளத்திலிருந்து திருட்டுத் தனமாகப் பதிவிறக்கம் செய்து, அவற்றை வெட்டி, ஒட்டி சேகரித்து வைப்பான். கோடையில், பிரான்ஸ் முழுவதும் சுற்றுவான். இசைக் கச்சேரிகள் கேட்பான். இரவில் கூடாரங்களிலோ, நண்பர் களோடு பங்களாக்களிலோ தூங்குவான். ஒரு நாள் உஸ்மான் என்னும் மொரோக்கோ இசைக் கலைஞனைச் சந்தித்து அவ னுடைய இனியக் குரலால் கவரப்பட்டான். அவனுடன் அல்ஜீரியா சென்றான். அங்கு கோலோ பள்ளத்தாக்கில் ஒரு கோல்ட்ஃபின்ச் பறவையை வாங்கினான். அதற்காக, அவன் பாட்டி ஒரு கைக் குட்டையில் முடிந்து வைத்திருந்த மூவாயிரம் ஈரோவை வாங்கிச் செலவழித்தான்.

O

தொடக்கக் காலத்தில் அவன் தீவிரச் சிகிச்சைப் பிரிவில் வேலை பார்த்தது, அவனுக்கு வலுவேற்றியிருந்தது. அவன் வேறொரு உலகத்தில் அடியெடுத்து வைத்திருந்தான். அது அடித்தளமான அல்லது ஓர் இசைவுப் பொருத்தமான உலகம். நிஜ உலகமும், அதுவும் அவ்வப்போது உரசிக்கொள்ளும்போது அவனுக்குக் கலக்கம் ஏற்படும். அவன் உலவி வந்த உலகில் எல்லோரும் தூங்குவார்கள். அவன் மட்டும் தூங்க மாட்டான்.

தொடக்கக் காலத்தில், அவன் தான் சார்ந்திருந்த துறையைச் சுற்றிச்சுற்றி வந்தான். உள்ளுக்குள் அது பற்றி ஒரு வரைபடம் தயாரித்துக்கொண்டான் போலும். அப்போது அவன், தான் எல்லா வற்றிற்கும் மேலான அறிவு-சார் உலகத்தில் வட்டமிடுவதை உணர்ந்திருந்தான். அவன் குரல் மேலும் தெளிவடைகிறது, மேலும் நுணுக்கம் அடைகிறது. அப்போதுதான் முதன் முதலாக, பிரபல இசைமேதை பிராம்ஸின் (Brahms) 'தாலாட்டு' ஒன்றைக்

கற்கிறான். அது எளிமையானது. அதனை முதன் முறையாக, தவித்துக்கொண்டிருந்த, நோயாளி ஒருவரின் தலைமாட்டில் பாடி அதன் வலிநிவாரணத் தன்மையை சோதித்தான். நேரத்தில் அவனுக்குக் கெடுபிடி இல்லை, அனால், வேலையின் பளு அதிகம். எல்லாவற்றிலும் தட்டுப்பாடு வேறு இருந்தது. அவன் துறை ஒரு தனி உலகம். அதற்கேயுரிய விதிமுறைகள் இருந்தன. கொஞ்சம்கொஞ்சமாக, தொமாவுக்கு வெளியுலகத்தைத் துறந்து விட்டது போன்ற உணர்வு மேலிட்டது. அதில் இரவு பகல் என்ற பாகுபாடு அவனுக்கு எந்தத் தாக்கத்தையும் ஏற்படுத்த வில்லை. சில சமயங்களில் தடுமாற்றம் ஏற்படுவதை உணர்ந் தான். அதனைப் போக்க ஏராளமான இசைப் பயிற்சி முகாம்களில் பங்கேற்றான். அவற்றிலிருந்து திரும்பும்போது, தளர்ச்சியடைந்திருந்தாலும், அவன் பார்வை மேலும் கூர்மை யடைந்தது. அவன் குரலும் வளமாகிக்கொண்டிருந்தது. சக்தியைச் சேமிக்காமல் சேவை செய்தான். அதனைத் துறை-சார் கூட்டங் களில் கவனிக்கத் தொடங்கினார்கள். உறக்க நிலையில் இருந் தவர்களுக்குச் சிகிச்சை அளிக்கும் கலையைக் கைவரப் பெற்றான். அவர்களை எழுப்புவதிலும் நிபுணத்துவம் பெற்றான். நோயாளி களைக் கண்காணித்து, அவர்கள் உயிரோட்டத்தை உறுதிசெய் வதற்குப் பயன்படுத்தப்பட்ட கருவிகளைத் திறமையாகக் கையாண்டு அவர்கள் வலியைப் போக்குவதில் ஈடுபாடு காட்டி னான். ஏழாண்டு அதே பணி செய்தபின், அதே துறையில் வேறுவித சேவையில் ஈடுபட விரும்பினான். இவ்வாறுதான், ஆவ்ர் மருத்துவமனையைத் தலைமை இடமாகக் கொண்ட வேறொரு பிரிவில் பணியைத் தொடங்கினான். உறுப்புகள், திசுக்கள் சேகரிக்கும் துறையில் பணியாற்றும் முன்னூறு செவிலியர் களில் ஒருவனாகப் பணியேற்று, அதில் வல்லவனானான். அப்போது அவனுக்கு வயது இருபத்தொன்பது. இதுபோன்று புதிய திசையில் பயணிப்பதற்குக் கூடுதல் பயிற்சி தேவைதான். ஆனால், அது பற்றி அவனிடம் வினா எழுப்பினால், நேசிப் பவர்களோடு உறவு, உளவியல், சட்டம் ஆகியவற்றை ஒருங் கிணைப்பது செவிலியர் பணிக்கு அத்தியாவசியமானது என் றாலும், வேறொன்றும் – சிக்கலான வேறொன்றும் - இருப் பதைக் குறிப்பிடுவான். அவனிடம் பேசுபவர்கள்மீது அவன்

நம்பிக்கை வைத்தால் – அவர்களிடம் பேச அவனால் நேரம் ஒதுக்க முடிந்தால் – வாழ்க்கையின் விளிம்பில் ஒரு விசித்திரமான நிச்சயமற்ற தன்மை இருப்பதைக் குறிப்பிடுவான். சரீரத்தைப் பற்றியும் அதன் பயன்கள் பற்றியும் தனக்குள் எழும் கேள்வியைப் பற்றிச் சொல்வான். மரணத்தையும், அதன் வெவ்வேறு உருவகங் களையும் அணுகும் முறை பற்றியும் பேசுவான். ஏனெனில், அது தான் அவனுடைய பதிலாகும். தன்னைக் கேலி செய்பவர்களைப் பற்றிக் கவலைப்படமாட்டான். ஈ.ஈ.ஜி. (electroencephalogram, மின் மண்ட நீர்ம அளவு வரைவு) குழம்பிவிடுமோ, அதற்கான கருவி மின்கோளாறினாலோ அல்லது வேறொரு காரணத்தினாலோ உடைந்துவிடுமோ என்பது பற்றித்தான் கவலைப்படுவான். அவன் உண்மையில் இறக்காமல் இருந்தால் என்னாவது என்பது பற்றிக் கவலைப்படுவான். அது நடக்க வாய்ப்பிருக்கிறது. இப்படி அவன் சோகத்தின் பக்கம் சஞ்சரிப்பதுண்டு. உதட்டிலொரு மெல்லிய புன்னகை. இந்தக் காலகட்டத்தில்தான் அவன் சொர்போன் (Sorbonne) பல்கலைக்கழகத்தில் தத்துவத் துறையில் முனைவர் பட்டம் பெற்றான். மற்றவர்களோடு தன் மகிழ்ச்சியைப் பகிர்ந்து கொண்டான். சக ஊழியர்களோடு முறை மாற்றுப் பணியில் சமரசம் செய்துகொண்டு ஐந்து அரை நாள் கருத்தரங்குகளுக்குச் சென்று வந்தான். அக்கருத்தரங்குகள் நடைபெறும் சேன் ழாக் வீதியை அவனுக்குப் பிடிக்கும். சேன் நதிக் கரையோரம் செல்லும் அந்த வீதியிலிருந்து பெரு நகரத்தின் பேரிரைச்சலைக் கேட்பான். சில சமயம் பாடவும் செய்வான்.

O

இன்று எதையும் திட்டமிட சாத்தியமில்லை. தொமா ரெமீழ் தயார்நிலையில் இருந்தான். அடுத்த 24 மணி நேரத்தில் தீவிரச் சிகிச்சைப் பிரிவு அவனை எந்த நேரத்திலும் அழைக்கலாம். ஆனால், காத்திருக்க வேண்டிய நேரத்தை எவ்வாறு கழிப்பது என்று அவன் தீர்மானிக்க வேண்டும். அது ஒரு முரண்பாடான தருணம். வேலையும் இல்லை. வேலை இல்லாமலும் இல்லை. அது ஒரு சலிப்பூட்டும் தருணமும்கூட. தொமா ஓய்வெடுக்கவும் முடியாது. உருப்படியான வேலையொன்றைச் செய்யவும் முடி யாது. நிச்சயமற்ற நிலைமைதான் நிலவும். தள்ளிப் போவதனால்

ஸ்தம்பித்து நிற்க வேண்டும். அவன் வெளியே போய்வர தயாரானான். ஆனால், போகவில்லை. ஆகையால், ஒரு கேக் செய்ய முற்பட்டான். ஒரு படம் பார்க்க ஆரம்பித்தான், தான் வளர்த்தப் பறவையின் பாட்டைப் பதிவுசெய்ய நினைத்தான். கடைசியில் எல்லாவற்றையும் பின்னால் பார்த்துக்கொள்ளலாம் என்று நினைத்தான். 'பின்னால்' என்பது ஓர் அரூப கருத்தாக்கம். அப்படியொன்றுமில்லை. கால வெள்ளம் எதிர்பாராத பல நேரங் களைச் சுமந்து செல்லும். கைபேசியில் வெளிச்சமிட்டு மருத்துவ மனை எண்ணைப் பார்த்தான். மனதில் ஒரு விதக் கசப்பும் நிம்மதியும் ஏற்பட்டன.

O

அவன் நிர்வகித்த பிரிவு அதே மருத்துவனை வளாகத்தி லிருந்தாலும் தற்சார்புடன் செயல்படக் கூடியது. இருப்பினும் ரெவோலும் ரெமீழும் ஒருவருக்கொருவர் தெரிந்தவர்கள். ரெவோல் என்ன சொல்லப்போகிறார் என்று அவனுக்குத் தெரியும். அவனே வாய் திறந்து அதனைச் சொல்லிவிட முடியும். அந்த வாக்கியம் வழக்கமாகிவிட்ட ஒன்றுதான். அவருடைய நோயாளி ஒருவருக்கு மூளைச்சாவு ஏற்பட்டுவிட்டது. அது ஓர் அறுதியான தகவல். ரெமீழுக்கு அது அப்படியன்று. அது வேறு விதமாகப் பொருள் படும். அதாவது, அவன் உடனே தன் வேலையைத் தொடங்க வேண்டும். ஒரு புதியசெயல் முறையில் இறங்க வேண்டும்.

O

'நோயாளி ஒருவருக்கு மூளைச்சாவு ஏற்பட்டுவிட்டது.'

ரெமீழ் எதிர்பார்த்த அந்த வாக்கியத்தை ரெவோலின் குரல் நீட்டி முழக்கிச் சொன்னது, "சரி," என்று சொல்வதுபோல் இருந்தது. வாயைத் திறக்காமல் தலையை மட்டும் அசைத்தான். சட்டத்திற் குட்பட்டு அவனால் என்ன செய்ய முடியுமோ அதனைச் செய்ய முற்பட்டான். அது அதிக நிபுணத்துவத்துடன், குறிப்பிட்ட காலக் கெடுவுக்குள் செய்தாக வேண்டும். இதோ, அவன் மணியைப் பார்க்கத் தொடங்கிவிட்டான். இனி வரும் சில மணி நேரங்களுக்கு எல்லோருமே அடிக்கடி கடிகாரத்தைப் பார்த்துக்கொள்ள வேண்டி வரும்.

மின்னல் வேக உரையாடல் ஒன்று தொடங்குகிறது. சிமோன் லேம்பர் உடல் சம்பந்தமாக வாக்கியங்கள் வரிசை கட்டுகின்றன. மூன்று விஷயங்கள் பற்றிப் பேசப்படுகிறது: மூளைச்சாவுக்கான அறுதியீடு (எந்த மட்டில் அது இருக்கிறது?), நோயாளியின் மருத்துவ மதிப்பீடு (மூளைச்சாவுக்கான காரணம், ஏற்கெனவே இருந்த மருத்துவப் பிரச்சினைகள், உறுப்பு மாற்றத்துக்கான வாய்ப்பு), கடைசியாக, நோயாளியின் உறவினர்களோடு ஏற்படுத்திக்கொண்ட தொடர்புகள் (திடீரென, நிகழ்ந்ததால், அவன் குடும்பத்தினர்களோடு பேச முடிந்ததா? குடும்பம் அங்கு வந்திருக்கிறதா?). கடைசிக் கேள்விக்கு முதலில் ரெவோல் இல்லையென்று சொன்னாலும், பின்னர் விளக்கிச் சொன்னார்: “அவன் அம்மாவை இப்போதுதான் பார்த்துவிட்டு வருகிறேன்.” “சரி, நான் தயாராகிறேன்,” என்று ரெமீழ் சொன்னான். அவன் குளிரினால் நடுங்குகிறான். அவன் குளிருக்கான ஆடை அணிவதில்லை என்பது எல்லோருக்கும் தெரியும்.

சில நிமிடங்கள் கழித்து, ரெமீழ்தலைக்கவசம், கையுறை, பூட்ஸ், கழுத்துவரை மூடும் கோட், கழுத்தைச் சுற்றி கம்பளித் துண்டு ஆகியவற்றை அணிந்துகொண்டு, தன் மோட்டார் சைக்கிளில் மருத்துவமனை நோக்கிப் பறந்தான். தலைக் கவசம் அணியும் முன் அவன் அந்த நிசப்தமான வீதியில் தன் காலடியின் எதிரொலி கேட்கிறதா என்று பார்த்துக்கொண்டான், ஏனெனில், ஒலிகளை எதிரொலிக்கச் செய்யும் கணவாயில் தான் இருப்பதை அவன் உணர்ந்திருந்தான். தன் மோட்டார் சைக்கிளை ஒரு மணிக்கட்டால் கிளம்பச் செய்தான். அதன் பின், காற்றைக் கிழித்துக்கொண்டு, மரியான் சற்று முன் கடந்து வந்த பாதையின் இணைதொலைவான பாதையில் ரெனே கொத்தி வீதி, மரேஷால் ஃபோஃப்ர் வீதி, அரிஸ்தீத் பிரியான் வீதி போன்ற விசித்திரப் பெயர்கொண்ட வீதிகளைக் கடந்து, வெர்தேன் வீதி வழியாக நெடுஞ்சாலை சந்திப்புகள், மற்றும் நகரத்தின் எல்லைவரை சென்றுவிட்டான். தலைக்கவசம் அணிந்திருந்ததால் அவனால் பாட முடியவில்லை. இதற்கு முன்பெல்லாம், அச்சமும் மகிழ்ச்சியும் கலந்து அவனை ஆட்கொண்டுவிட்டால், நகரத்தின் தெருக்களைக் கடக்கும்போது தலைக் கவசத்தைத் தூக்கிவிட்டுக்கொண்டு தன் குரல் நாதத்தை ஒலிக்கச் செய்வது வழக்கம்.

O

ஒருவாறாக மருத்துவமனையைச் சென்றடைந்தான். கடல் போல் விரிந்திருந்த அந்தக் கட்டடத்தின் ஒவ்வொரு மூலையையும் அவன் அறிவான். அதனைக் குறுக்குவாட்டில் சென்றடைந்து மின் தூக்கிகள் இருக்குமிடம் சென்றான். அவை அவனுடைய அலு வலகத்துக்கும் இரண்டாவது மாடியில் உள்ள உறுப்பு, திசுக்கள் சேகரிக்க அமைக்கப்பட்ட குழுவின் அலுவலகத்துக்கும் இட்டுச் செல்லும். ஆனால், இன்று காலை என்னவோ, அங்குச் செல்லும் போது தான் ஓர் அந்நியன் என்ற உணர்வு அவனுக்கு ஏற்பட்டது. அந்தப் பகுதியிலிருந்த மற்ற மருத்துவமனைகளுக்குச் செல்லும் ஒரு புதியவன் போன்று, அதிகக் கவனத்துடன் சென்றான். மற்ற மருத்துவமனைகளிலெல்லாம் உறுப்புகள் சேகரிக்க அனுமதிப்ப தில்லை. வரவேற்புப் பகுதியில் வேகமாக நடந்தான். அங்கு இரண்டு நோயாளிகள் சிவந்த கண்களோடும், தடித்த உடைக ளோடும் அமைதியாகக் காத்திருந்தனர். அவர்களைக் கடந்து செல்லும்போது ஒற்றைப் புருவப் பெண்மணியைப் பார்த்துக் கையசைத்துவிட்டுப் போனான். அவன் வேகமாகப் போவதைப் பார்த்த அப்பெண்மணி, அவனுக்கு அவசர அழைப்பு வந்திருப்பதையும், தீவிரச் சிகிச்சைப் பகுதியில் யாரோ ஒரு நோயாளி உறுப்பு தானம் செய்யக் காத்திருக்கிறான் என்பதைப் புரிந்துகொண்டு, அவனுடைய கையசைப்புக்குப் பார்வையாலேயே பதில் சொல்லிவிட்டாள். ஒருங்கிணைக்கும் செவிலி ஒருவரின் வருகை ஓர் இக்கட்டன நிலைமையை உருவாக்கும். தான் ஏன் அங்கு வந்திருக்கிறேன் என்று செவிலி மற்றவர்களுக்கு விளக்கு வாள். அச்சமயம், நோயாளி ஒருவரின் உறவினர்களுக்கு அங்கு என்ன நடக்கிறது என்று தெரியாத நிலையில், அவர் சொல்வதோடு தங்கள் குழந்தையை, அல்லது தங்கள் சகோதரனை, அல்லது காதலனை அதனோடு இணைத்துப்பார்க்கத் தொடங்கிவிடுவார்கள். அதனால், தொடர்ந்து வரக்கூடிய பேச்சுவார்த்தைகள் அவர்களைப் பாதிக்கும்.

O

தன்னுடைய அறையில், ரெவோல் மேசைக்குப் பின்னால் நின்ற படியே தொமா ரெமீழுக்கு சிமோன் லேம்பர் பற்றிய மருத்துவ ஆவணங்களை நீட்டுகிறார். அவர் தன் புருவங்களை உயர்த்தியும்,

கண்களை விரித்தும், நெற்றியைச் சுருக்கியும், அவனிடம் தன் தொலைபேசி உரையாடலின் தொடர்ச்சியை விளக்குகிறார்: "பத்தொன்பது வயது பையன். பரிசோதனையின் போது நரம்பு மண்டலத்தில் எந்தவிதச் சொரணையும் இல்லை. வலி தெரியவில்லை. மண்டைக்குப் போகும் நரம்புகளில் எவ்வித எதிர்வினையுமில்லை. கருவிழிகள் சொருகி இருக்கின்றன. இரத்த ஓட்டம் நிதானமாக இருக்கிறது. அவன் அம்மாவைப் பார்த்துவிட்டேன். அவன் அப்பா இன்னும் இரண்டு மணி நேரத்தில் வந்துவிடுவார்." தொமா ரெமீழ்தன் கடிகாரத்தைப் பார்க்கிறான். "இரண்டு மணி நேரமா?" என்கிறான். மீதி இருந்த காஃபி பிளாஸ்டிக் கப்பில் ஊற்றப்படும்போது அதிலிருந்து ஒரு சின்ன சத்தம். ரெவோல் தொடர்கிறார் : "முதல் ஈ.ஈ.ஜி. கேட்டிருக்கிறேன். அது இப்போது தயாராகிறது." ஓட்டப் பந்தயத் தொடக்கத்தில் துப்பாக்கிச் சூட்டின் சத்தம்போல், ரெவோலின் வார்த்தைகள் ஒலிக்கின்றன. அவர் சட்டத்துக்குட்பட்ட ஒரு செய்முறையைத் தொடக்கி இளைஞனின் சாவை உறுதிப்படுத்த வேண்டும். அதற்கு இரண்டு வகையான வரைமுறைகளை அவர் கடைபிடித்தார். ஸ்கேனரினால் இரத்தக் குழாய் வரவி (CT angiography) செய்ய வேண்டும். அச்சமயம், மூளைச்சாவு இருந்தால், ஸ்கேன் செய்யும் போது உள்ளுக்குள் இரத்த ஓட்டம் இல்லை என்பது தெரியவரும்). அல்லது, நான்கு மணி நேர இடைவெளியில், 'இரண்டு முப்பது நிமிட' ஈ.ஈ.ஜி. செய்ய வேண்டும். அப்போது ஒரு நேர்க்கோடு மூளையில் எவ்விதச் செயல்பாடும் இல்லை என்பதைக் காட்டும். தொமாவுக்குப் புரிந்துவிட்டது. அவன் சொன்னான்: "அனைத்து உறுப்புகளையும் மதிப்பீடு செய்துவிடுவோம்." ரெவோல் தலையசைத்தார். I know என்றார்.

O

நடைக்கூடம் வந்ததும் இருவரும் பிரிந்தனர். ரெவோல் அன்று காலையில் அனுமதிக்கப்பட்டவர்களைப் பார்ப்பதற்கு, மீண்டெழும் அறைக்குச் சொன்றார். ரெமீழ் தன் அலுவலகத்துக்குச் சென்று உடனே பச்சைக் கோப்பைப் புரட்டுகிறான். கவனமாக ஒவ் வொரு பக்கத்தையும் அலசுகிறான். மரியானிடமிருந்து பெற்ற தகவல், அவசரக்குழு அளித்த அறிக்கை, அன்றைக்குச் செய்த

பரிசோதனைகள், ஸ்கேன்கள் ஆகியவற்றை அலசி ஆராய்ந்து, சில எண்களை மனதில் நிறுத்திக்கொண்டு, தரவுகளை ஒப்பிட்டுப் பார்க்கிறான். கொஞ்சம்கொஞ்சமாக சிமோனின் உடலைப் பற்றி ஒரு தீர்க்கமான கருத்து ஏற்படுகிறது. ஒருவித அச்சம் அவனைப் பற்றிக் கொள்கிறது. அவன் தொடங்கப்போகும் முயற்சியின் பல்வேறு படிநிலைகளும் அவனுக்குப் பரிச்சயமானவைதான். ஆனாலும், அது அப்படியே இலகுவாக ஒரு குறிப்பிட்ட வழி முறையில் செல்லக்கூடியதன்று என்பதும் தெரியும். பட்டியலிடப் பட்ட சிலவற்றைப் பின்பற்றிப் போக முடியாது. முன்பின் தெரியாத தளம் ஒன்றில் காலடி எடுத்துவைக்க வேண்டும்.

அதன் பின் தொண்டையைக் கனைத்துக்கொண்டு, சேன் தெனியில் உள்ள பையோமெடிசின் அமைப்பை அழைக்கிறான்.

9

மற்றெல்லாவற்றையும்போல், தெருவும் நிசப்தமாகவும், களையிழந்தும் காணப்பட்டது. இடம், பொருள், மூலக்கூறுகள், இப்படி அனைத்தையுமே பெருந்துயர் ஒன்று பற்றிக்கொண்டது போலிருந்தது. இன்று காலையில், மலைச் சாரல்களுக்குப் பின்னால், அதிவேகமாகப் பறந்த வேன், கம்பம் ஒன்றின் மீது மோதி, அந்த இளைஞனின் தலை எதிரிலிருந்த கண்ணாடியில் மோதியவிபத்துக்குத் தகுந்தாற்போல் எல்லாமே மாறிவிட்டது போல் தோன்றியது. வெளியுலகம் விபத்தின் தாக்கத்தையும், விளைவுகளையும் உள்வாங்கிக்கொண்டு, அதிர்வுகளை அடக்கி வைத்திருந்தன போலும். அந்த அதிர்ச்சி லட்சோப லட்சம் அலைகளோடு சேர்ந்து சோகமாக மாறிவிட்டதுபோல் தோன்றியது. அதனால்தான், கண்ணுக்கெட்டிய தூரம்வரை ஒளியின் சாயலோ, கண்ணைப் பறிக்கும் வண்ணமோ தென்படவில்லை. சன்னல் வழியே வெளியேறிவரும் ராக் இசை கேட்கவில்லை. வரிகள் தெரிவதால் மகிழ்ச்சியுடனோ அல்லது நாணத்துடனோ வாயை முணுமுணுக்க வைக்கும் உணர்ச்சிமிக்க மெல்லிசையோ காதில் விழவில்லை. காஃபியின் மணம், மலர்களின் அல்லது பல சரக்கின் வாசம், இப்படி எதுவும் உணரப்படவில்லை. சிவந்த கன்னங்களுடன் பந்து ஒன்றின் பின் ஓடும் குழந்தை இல்லை. ஆளோடியில் குண்டு விளையாட்டில் ஒரு குண்டு ஓடுவதை அமர்ந்த நிலையில் பார்த்துக்கொண்டிருக்கும் சிறுவன் எவனுமில்லை. எங்கும் நிசப்தம். ஒருவரையொருவர் கூப்பிட்டுக் கொள்ளும் மனிதக் குரல் இல்லை. காதலர்கள் பரிமாறிக்கொள்ளும் முணுமுணுப்பில்லை. குளிர்கால காலை வேளையில் மனிதர்கள் ஈடுபடும் சாதாரண, பொருளற்ற செயல்பாடுகள் இல்லை. மரியானின் கஷ்டத்தை மறக்க உதவும் எதுவும் நடக்கவில்லை. அவள் ஒரு நடைப்பிணமாக முன்நோக்கிச் சென்றாள். முகத்தில் ஏதோ ஒரு சலனம். கால்கள் தானாகவே நடந்தன. சோகமான நாள்.

அவள் தன் காலணியைப் பார்த்துக்கொண்டே ஏதோ தனக்குள் சொல்லிக்கொண்டிருந்தாள். வார்த்தைகள் அவள் மெல்லமெல்ல எடுத்து வைக்கும் ஒவ்வொரு அடிக்கும் எதிரொலிப்பதுபோல் வந்தன. அவற்றால் அவளுக்குள் ஓடிக்கொண்டிருந்த ஒரே சிந்தனையைச் சற்று விலக்கி வைக்க முடிந்தது. ஒவ்வொரு அடியாக முன்னேறிச் சென்று அந்த காஃபி பாரை அடைந்து, அங்கு அமர்ந்துகொள்ள வேண்டும். ஏதாவது பருக வேண்டும். அந்த பார் ஞாயிறன்றும் திறந்திருக்கும் என்று அவளுக்குத் தெரியும். அங்கு சிரமப்பட்டுப் போய்க்கொண்டிருந்தாள். ‘கடவுளே, இந்தச் சோகமான நாளில் உன்னைப் பிரார்த்தித்துக் கொள்கிறேன்,’ என்று தனக்குள் ஒவ்வொரு வார்த்தையும் பிரித்துப் பிரித்துச் சொன்னாள். பின்னர் அவள் நடந்து செல்வதை நிறுத்த விரும்பவில்லை.

O

கதவைத் திறந்தாள். உள்ளே இருள் கவிந்திருந்தது. எங்கும் இரவின் தடயங்கள். அலேன் பாஷுன்ங் (Alain Bashung) இசை கசிந்துகொண்டிருந்தது. நேராக கவுண்ட்டருக்குச் சென்று யாராவது இருக்கிறார்களா என்று பார்த்தாள். அவளுக்குத் தாகம் ஏற்பட்டது. உடனடியாக ஏதாவது பருக வேண்டும்போல் இருந்தது. எட்டிப் பார்த்தாள். யாரோ ஒருவன் அடுக்களையிலிருந்து வந்தான். வாட்டசாட்டமாக இருந்தான். உடலை ஒட்டிய ஒரு புல்லோவரும், தளர்ந்திருந்த ஜீன்ஸும் அணிந்திருந்தான். படுக்கையிலிருந்து எழுந்து வந்ததால் தலை முடி கலைந்திருந்தது. யாரோ ஒருவன் அவள் முன் இருந்தான். அவன் கம்பீரமாக, “என்ன சாப்பிடுகிறீர்கள்?” என்றான். “ஒரு ஜின்,” என்றாள். அவள் குரலில் தயக்கம் இருந்தது. அது வலித்து ஒலிக்கவில்லை. எதிரே நின்றவன், கைகளால் தலை முடியைச் சரிசெய்து பின்னுக்குத் தள்ளினான். கைகளில் மோதிரங்கள் ஜொலித்தன. பின்னர், அவன் அவளைப் பார்த்துக்கொண்டே சென்று ஒரு கண்ணாடிக் கோப்பையைக் கழுவினான். அவளை அவன் இதற்கு முன் எப்போதோ பார்த்திருக்கிறான். “நலமாக இருக்கிறீர்களா, மிஸ்?” அவள் தன் பார்வையை வேறு பக்கம் திருப்பிவிட்டு, உட்காரப் போனாள். அந்த ஹாலின் கடைசியில் இருந்த கண்ணாடியில் தன் முகத்தைப் பார்த்தாள். அவளுக்கு அவளையே அடையாளம் தெரியவில்லை. முகத்தை வேறு பக்கம் திருப்பிக்கொள்கிறாள்.

'கண்களை மூட வேண்டாம். பாட்டைக் கேள். எதிரிலிருந்த பாட்டில்களை எண்ணு. அவற்றின் வடிவத்தைக் கவனி. ஒட்டப் பட்டிருந்த விளம்பரங்களை எண்ணிக்கொண்டிரு' என்று அவள் தனக்குள் சொல்லிக்கொண்டாள். 'இன்னும் உன் எதிரொலி இங் கிருக்கிறது', என்றெழுதி இருப்பதைக் கவனி. ஏதாவது செய்து, வருகின்ற வன்முறையைத் தவிர்க்கவும்.' சிமோனைப் பற்றிய நினைவுகள் வெள்ளமாக வரும்போது அணைகட்டினாள். குண்டு மழையாகப் பொழியும்போது, அதனைத் தடுக்க முயன்றாள். பத்தொன்பது ஆண்டு கால நினைவுகள் கூட்டாகச் சேர்ந்து வந்துகொண்டிருந்தன. அவற்றைத் தூரத்தில் வைக்க வேண்டும். மருத்துவர் ரெவோலுடன் அவருடைய சிறிய அறையில் சிமோனைப் பற்றிப் பேசும்போது, அவன் நினைவுகள் மனதில் வலியை ஏற்படுத்தியது. அவ்வலியை அவளால் கட்டுப்படுத்தவோ, குறைக்கவோ இயலவில்லை. அப்படிச் செய்ய வேண்டுமானால், மூளையில் மரத்துப் போகச் செய்ய ஓர் ஊசி போட வேண்டும். கணினி உதவியுடன் துல்லியமாக மருந்தைச் செலுத்த வேண்டும். அப்போதும்கூட அது முடியாமல் போகும், ஏனெனில், மரி யானுக்கு ஒன்று தெரியாது. அதாவது, நினைவு முழு உடலையும் பொறுத்தது. 'என் மண்டை ஓட்டுக்குள் நான் என் பொழுதைக் கழித்தேன்' என்ற பாட்டு அவளுக்கு ஞாபகம் வந்தது.

O

இதுவரை ஒன்றும் தெரியாமலிருந்த அவளுடைய கணவன் சீன் வரும்போது எவ்வாறு கச்சிதமாக விஷயத்தைச் சொல்ல வேண்டும் என்பதை அவள் நன்றாகச் சிந்தித்து வைத் திருக்க வேண்டும். வாக்கியங்களைக் கோர்வையாக அமைத்து அவனுக்குப் புரியும்படிச் சொல்ல வேண்டும். முதலில், சிமோனுக்கு ஏற்பட்ட விபத்து. அடுத்தபடியாக, அவன் கோமா நிலையில் இருப்பது. (ஒரு மிடறு ஜின்னைச் சாப்பிட்டாள். 'அது பாறை களையும் பாலங்களையும் தகர்க்க வல்லது,' என்ற வரிகள் நினைவுக்கு வந்தன.) மூன்றாவதாக, அவனுடைய நிலைமை மீண்டு வரமுடியாத ஒன்று. 'மீண்டு வரமுடியாத ஒன்று' என்பதை விழுங்கிக்கொண்டாள். அப்படிச் சொல்வது நிலைமையை உறைய வைத்துவிடும். அதுபோல் அவள் எப்போதும் சொல்வதில்லை. அவள் எப்போதும் வாழ்க்கையின் தொடர் இயக்கத்தில் நம்பிக்கை

வைப்பவள். அவளைப் பொறுத்தவரையில் எந்த ஒரு நிலையிலிருந்தும் மீண்டுவிடலாம் என்று ஒவ்வொரு சந்தர்ப்பத்திலும் விளையாட்டாகச் சொல்லிக் கொள்வதுண்டு. யாராவது ஒருவர் சோர்வுற்றிருந்தால், அவரின் தோளை உலுக்கி “மீள முடியாத நிலைமை என்று எதுவும் கிடையாது, மரணம், ஊனத்தைத் தவிர,” என்று சொல்லிவிட்டு நடனமாடுவதுபோல் திரும்பிச் செல்வாள். ஆனால், சிமோன்... சிமோனின் நிலைமை மீளமுடியாத நிலைமை.

O

சீனின் முகம் அவன் பூனை கண்களையொத்த கண்களுடன் கைபேசித் திரையில் ஒளிர்ந்தான். “மரியான், என்னை அழைத்தாயா?” உடனே வேதனையின் உச்சத்தில் அவள் கண்களிலிருந்து கண்ணீர் தாரையாகக் கொட்டியது. அவளால் பேச முடியவில்லை. “மரியான், மரியான்,” என்று மீண்டும் கூப்பிட்டான். கடல் அருகில் இருந்ததால், அவளுடைய செருமல் அல்லது கண்ணீர் ஆகிய எல்லாவற்றையும் அலைகளின் எதிரொலியோ என்று குழப்பிக் கொண்டான்போலும். அவள் தன் கையின் பின்புறத்தைப் பதற்றத்தோடு கடித்துக்கொண்டாள். அவள் ஒரு காலத்தில் பழகிய - நேசித்த குரல் திடீரென அந்நியமாகப் பட்டது. அநியாயத்திற்கு அந்நியமாகப் பட்டது. காரணம், அது சிமோனுக்கு இன்னும் விபத்து ஏற்படாத இட காலப் பரிமாணங்களைக் கொண்டிருந்தது. காலியாகக் கிடந்த இந்தக் காஃபி பாரிலிருந்து பல ஒளியாண்டுகளுக்கு அப்பாலிருந்து வந்தது. அது இப்போது அபத்தமாக – அபசுரமாக ஒலித்து அவள் மனதைத் துளைத்தது. அது வேறொரு வாழ்க்கையைச் சேர்ந்த குரல். அந்த மனிதனின் அழைப்பைக் கேட்டு, அவள் அழுதாள். காலத்தின் பாதிப்புக்கு உட்படாத ஒன்றின் முன் ஏற்படும் உணர்ச்சியும், திரும்பிப் பெற முடியாத ஒன்றின் முன் ஏற்படும் உணர்ச்சியும் அவளை அழவைத்துக் கொண்டிருந்தது. காலம் எந்தத் திசையில் செல்கிறது என்பதை அவள் புரிந்துகொள்ள வேண்டி இருந்தது. அது நேர்க்கோட்டில் செல்லலாம். ஹூலா ஹூப் போல் வட்டமிட்டுச் செல்லலாம். வளைந்து போகலாம். சங்கின் வளைவு போல் போகலாம். பிரம்மாண்ட குழாய் ஒன்றின் வடிவெடுத்து, கடலையும், பிரபஞ்சம் அனைத்தையும் உள்வாங்கிக் கொள்ளும் கருஞ்சுழல்போல் போகலாம். கடந்து செல்லும்

காலம் எப்படிப் பட்டது என்று அவள் ஒரு நாள் புரிந்துகொண்டே ஆக வேண்டும். மரியான் தொலைபேசியைக் கையால் இறுக்கிப் பிடித்துக்கொள்கிறாள். பேசுவதற்குப் பயம். சீனின் குரலைப் பாழ்படுத்திவிடுவோமோ என்ற பயம். அந்தக் குரலை அடுத்த முறை அதேபோல் கேட்க முடியாமல் போய்விடுமோ என்ற பயம். தன் மகன் இன்னும் கோமா நிலைக்குப் போகாத கால கட்டத்திலிருந்து ஒலித்த குரல் மீண்டும் ஒலிக்காமல் போய் விடுமோ என்ற பயம். ஆயினும், அவள் நிகழ்காலத்திற்கு அந்தக் குரலைக் கொண்டுவரவேண்டிய கட்டாயத்தில் இருந்தாள். அதனை நினைத்துப் பேச ஆரம்பித்ததும், அவளால் தெளிவாக – விளக்க மாகப் பேச இயலவில்லை. தடுமாறினாள். அதனால், சீன் என்னவோ ஏதோவென்று பதற்றமடைந்து அவளைக் கேள்வி களால் துளைத்தான். சிமோனா? அவனுக்கென்ன? சர்ஃபா? விபத்தா? எங்கே?

அவன் குரலும் கைபேசியின் பின்புலத்தில் தெரியும் அவன் படம்போலவே தெளிவாகத் தெரிகின்றது. முதலில் அவன்தன்மகன் நீரில் மூழ்கியதாக எண்ணிவிடுவான் என்று நினைத்தாள். இல்லை என்று தெரிந்ததும், அவளுடைய ஒற்றை வார்த்தைகள் வாக்கி யங்களாக மாறி விஷயத்தை விளக்குகின்றன. அடுத்த சில நிமிடங்களில், அவளுக்குத் தெரிந்ததையெல்லாம் வரிசையாக, கண்களை மூடிக்கொண்டு, தொலைபேசியைத் தன் தொண்டை யருகில் வைத்துக்கொண்டு, கொட்டித் தீர்த்தாள். அவன் அழுவது காதில் விழுந்தது. பின்னர், சுதாரித்துக்கொண்டு, தங்கள் மகனைப் பற்றிய மருத்துவ அறிக்கையைப் பற்றிக் கூறினாள். "சிமோன் கோமா நிலையிலிருந்தாலும், உயிரோடு இருக்கிறான்." தொலை பேசியின் மறுமுனையில், சீனின் முகம் அவள் முகத்தைப் போலவே மாறிவிட்டது. "இதோ இன்னும் இரண்டு நிமிடத்தில் வந்துவிடுகிறேன். நீ எங்கிருக்கிறாய்?" அவன் குரல் இப்போது மகிழ்ச்சியோடிருப்போர்க்கும் துன்பத்தில் வாடுவோர்க்கும் இடை யிலிருந்த திரையைக் கிழித்துக்கொண்டு அவள் பக்கம் வந்து விட்டது. "காத்திரு, வந்துவிடுகிறேன்."

O

மரியான் துணிவை வரவழைத்துக்கொண்டு, தான் இருக்கும் இடத்தைப் பற்றிய விவரங்களைக் கொடுத்தாள். இதற்கு முன் அவள் அங்கு வந்திருக்கிறாள். நான்கு மாதங்களுக்கு முன், முதல் தடவையாக அங்கு வந்தபோது, மழை பெய்துகொண்டிருந்தது. அது அக்டோபர் மாதம். 'மரபுகள்' எனும் ஒரு நிறுவனம் கேட்டுக்கொண்டதன் பேரில் ஒரு கட்டுரை எழுதிக்கொண்டிருந் தாள். செயிண்ட் ஜோசஃப் தேவாலயம், பெர்ரே என்பவரால் நிர்மாணிக்கப்பட்ட ஒரு கட்டடம் - இவையெல்லாம் பார்ப்பதற் காக வந்திருந்தாள். அவற்றின் தன்மைகளைப் பற்றி எழுத முயன்றாள். ஆனால், அவள் கொண்டுவந்திருந்த காகிதங்கள் மழையில் நனைந்துவிட்டன. தெப்பமாக நனைந்துவிட்ட மரியான், அந்த விடுதிக்குள் நுழைந்து விஸ்கி சாப்பிட்டாள். அப்போது அவள் கணவன் வீட்டிலிருந்து எதையும் எடுத்து வராததால் தூங்கத் தொடங்கினாள்.

அவனுடைய உருவத்தைக் கைபேசிக் கண்ணாடியில் பார்க் கிறாள். நீண்ட நாள் கழித்து – கூடிக்கொண்டேபோன மௌனத் துக்குப் பின் – மீண்டும் பார்த்துக்கொண்டிருக்கப் போகும் அந்த முகத்தைப் பார்க்கிறாள். அவனை மீண்டும் பார்க்கும்போது, அந்த வயதில் எவ்வளவு அழகாக இருக்க முடியுமோ அந்த அளவுக்குத் தன்னை அலங்கரித்துக்கொண்டிருக்க வேண்டும் என்று விரும்பி னாள். அவனைக் கவர வேண்டுமென்று நினைக்கவில்லை யாயினும், அவன் கண்ணில் பளிச்சென்று தெரிய வேண்டும் என்று நினைத்திருந்தாள். ஆனால், களிமண் முகக் கவசம் அணிந்ததுபோல் கண்ணீர் அவள் தோலை இறுக்கமாக்கியிருந்தது. வீங்கிய கண் இமைகள் அவன் ரசித்துப் பார்க்கும் பச்சை நிறத்தை வெளிறச் செய்திருந்தன.

O

ஜின்னை ஒரே மூச்சில் காலிசெய்துவிட்டுத் திரும்பும்போது, அவள் எதிரே அவன் நின்றுகொண்டிருந்தான். தளர்ந்துபோயிருந் தான். சிறுசிறு மரத்துகள்கள் அவன் தலைமுடியிலும், சட்டை மடிப்பிலும், புல்லோவரிலும் படிந்திருந்தன. தீடீரென அவள் எழுந்ததால், பின்புறமாகத் தரையில் சாய்ந்த நாற்காலி பேரொலி எழுப்பியது. ஆனால், அவள் திரும்பவில்லை. தன் தள்ளாடும்

உடலைத் தாங்கிக்கொள்வதற்காக ஒரு கையை மேசைமீது அழுத்திக்கொண்டும், இன்னொரு கையைத் தொங்கவிட்டுக் கொண்டும், அவனைப் பார்த்தவாறே நின்றாள். ஒரு வினாடி, அவர்கள் ஒருவரையொருவர் பார்த்துக்கொண்டு நின்றனர். பின்னர், முன்னால் அடியெடுத்து வைத்து, தழுவிக்கொண்டனர். பலமாகத் தழுவிக்கொண்டனர். தலைகள் மோதிக்கொண்டு, மண்டை உடைந்துவிடும்போல் இருந்தது. தோள்கள் ஒன்றோடொன்று பின்னிப் பிணைந்து கொண்டன. வலுவாக அணைத்ததால் கைகள் வலித்தன. இருவருடைய உடைகளும் ஒன்று கலந்தன. உலகம் அழியப்போகும் நேரத்தில், அவர்கள் புயலை எதிர்கொள்வதற் காக – பாதாளத்தில் விழுந்து விடாமல் தப்பிப்பதற்காக - ஒருவரை யொருவர் நெருக்கமாக அணைத்துக்கொண்டது போலிருந்தது. அதே சமயம், அந்த அணைப்பு இருவரையும் மீண்டும் இணைத்தது. உதடுகள் முத்தத்தில் இணைந்து இருவருக்கும் இடையேயிருந்த இடைவெளியை மறையச் செய்தன.

O

சீன் உட்கார்ந்து மரியான் பயன்படுத்திய கோப்பையை முகர்ந்து பார்த்துவிட்டு, "ஜின் சாப்பிட்டாயா?" என்றான். மரியான் முகத்தில் அஷ்டகோணத்தில் ஒரு புன்னகை. அவனிடம் மெனுவை நீட்டி "எது வேண்டுமானாலும் சாப்பிடு," என்றாள். மெனுவெகு நீள மாக இருந்தது. வேண்டுமானால், அவளே அவற்றையெல்லாம் படிப்பதற்குத் தயாராக இருந்தாள். தேவையானால், மீண்டும் மீண்டும் படிப்பதற்குத் தயங்க மாட்டாள். காரணம், அவளுக்குள் அடக்கிவைத்திருந்த சோகத்தை அழுது புலம்பி அவனுடன் பகிர்ந்து கொள்ள வேண்டிய நேரத்தைத் தள்ளிப் போட விரும்பினாள். அவனோ, பொறுமை இழந்து, அவள் கையைப் பிடித்து அழுத்தி னான். "நிறுத்து. எனக்கும் ஜின் போதும்," என்றான்.

உடனே, மரியான் துணிவெனும் ஆயுதத்தைத் துணைக்கிழுத்துக் கொண்டாள் – ஆயுதம் என்றுதான் சொல்ல வேண்டும், ஏனெனில் அவன் அணைத்ததிலிருந்து அவள் தனக்குள் அடக்கி வைத்திருந்த சோகத்தின் தாக்குதல் அதிகரிப்பதை உணர்ந்தாள். அவள் அதி லிருந்து தன்னைக் காப்பாற்றிக்கொள்ள விரும்பினாள். பெஞ்சில்

நேராக நிமிர்ந்து உட்கார்ந்து தான் தயார் செய்து வைத்திருந்த மூன்று விஷயங்களை அவனை உற்றுப்பார்த்தபடியே ஒரேயடியாக உதிர்த்துவிட்டாள். கடைசியில் அவள் 'மீண்டு வர முடியாது' என்று சொன்னவுடன், அவன் முகம் வாடியது, சுருங்கியது. 'இல்லை, இல்லை,' என்று கத்திவிட்டு விசுக்கென்று எழுந்தான். மேசையைத் தள்ளிவிட்டான். கோப்பையில் இருந்த ஜின் தளும்பியது. கையை வீசிக்கொண்டு கதவு பக்கம் வேகமாக நடந்தான். வலிய சண்டைக்கு வந்த யாரோ ஒருவனைத் தாக்கிவிட்டுச் செல்பவனைப் போல் நடந்துபோனான். வாசல் கதவை அடைந்ததும், மீண்டும் திரும்பி அவர்கள் சாப்பிட்டுக்கொண்டிருந்த மேசைக்குச் சென்றான். தரையில் விழ்ந்த சூரிய ஒளியில் அவன் நடக்கும்போது, அவன் உடல் முழுதும் சாம்பல் நிறம் பூத்திருந்தது. ஒவ்வொரு அடி எடுத்து வைக்கும்போது, அவன்மீது படிந்திருந்த மரத்துகள்கள் மறைய ஆரம்பித்தன. அவன் உடல் கொதித்தது. உடலை முன் னால் சாய்த்துக்கொண்டு நடந்தான். மேசையருகே வந்ததும், கோப்பையிலிருந்த ஜின்னை ஒரே இழுப்பில் குடித்தான். மரியான் தன் கழுத்துத் துண்டை முடிந்து கொண்டிருந்தாள். அவளைப் பார்த்து "போவோம், வா," என்று உறுமினான்.

10

அறையில் மங்கலான ஒளி. சன்னல் சட்டங்கள் வழியே வரும் குளிர்ந்த வெளிச்சம் தரையில் பிரதிபலிக்கிறது. ஆதலால், அங்கிருந்த கருவிகள், மேசை நாற்காலிகள், படுத்திருந்த உடல் ஆகியவற்றைப் பார்க்க வேண்டுமானால், கண்கள் சற்றுப் பழக்கப் பட வேண்டும். சிமோன் லேம்பர் ஒரு கட்டிலில் மல்லாக்கப் படுக்க வைக்கப்பட்டிருந்தான். இரண்டாக மடிக்கப்பட்டிருந்த வெள்ளைப் போர்வையொன்று அவன் மார்புவரை இழுத்துவிடப் பட்டிருந்தது. சுவாசக் கருவி பொருத்தப்பட்டிருந்தது. ஒவ்வொரு தடவையும் அவன் மூச்சு விடும்போது, போர்வை சற்று மேலெழும் பியது. அவன் தூங்குவதுபோல் காணப்பட்டான். வெளியில் நடந்துகொண்டிருந்த மருத்துவப் பணிகளின் ஓசை, குறைந்த அளவிலேயே கேட்டது... மின்சாரக் கருவிகள் எழுப்பிய சத்தம் நிசப்தத்தை அதிகரித்துக்காட்டுவதுபோலிருந்தது. அது ஒரு நோயாளியின் இயல்பான அறை என்று சொல்லலாம், ஆனால், அங்கு பரவியிருந்த ஒளி மங்கலாகவும், அவன் படுக்கவைக்கப் பட்டிருந்த இடம் சற்றுத் தள்ளித் தனிமைப்படுத்தப்பட்டும் இருந்தது. அந்த அறை மருத்துவமனைக்கு வெளியில் இருப்பது போலவும், அங்கு இனிமேல் வேறு வேலை இல்லை என்பது போலவும் தோன்றியது.

O

சற்று முன் அவர்கள் காரில் வந்தபோது எதுவும் பேசிக் கொள்ளவில்லை. பேசிக்கொள்வதற்கு எதுவும் இல்லை. சீன் தன் காரை காஃபி பாருக்கு எதிரே நிறுத்தி இருந்தான். அந்த கார் அவன் படகுக்கு வேண்டிய சாமான்களை ஏற்றுவதற்குப் பயன்படுத்தி வந்த கார். அத்துடன் சிமோன் அங்குமிங்கும் அலைந்து சேகரிக்கும் ஷார்போர்ட், ஃபிஷெஸ் போன்று சர்ஃபுக்குத் தேவையானவற்றை ஏற்றுவதற்கும் பயன்படுத்தினான்.

இப்போது அவன் மரியானின் காரில் ஏறிக்கொண்டான். மரியான் தான் காரைச் செலுத்தினாள். அவள் கைகள் விறைப்பாக இருந்தன. சீன் தன் முகத்தை கார் கண்ணாடி பக்கம் திருப்பி வைத்துக்கொண்டிருந்தான். அவ்வப்போது சாலைப் போக்கு வரத்துக் குறித்து ஏதாவது சொல்வான். அன்று போக்கு வரத்து நெரிசல் இல்லை. அது அவர்களுக்குச் சாதகம்தான். அவர்கள் இருவரும் தங்கள் மகன் இருக்குமிடத்துக்கு விரைவில் சென்றுவிடலாம். அதே சமயம், அவர்கள் வேதனைக்கும், சோகத் துக்கும் சென்றடைய வேண்டி இருந்தது. எப்படியாயினும், அவர்கள் தாமதமின்றி சென்றடைவார்கள். அதனை எதுவும் தடுக்காது. போகும்போதே, வேறுவிதமாகவும் சிந்தித்துப் பார்த்தார்கள். ஸ்கேனர் எடுத்த படங்கள் மாறிப்போயிருக்கலாம். அவற்றை ஆய்வு செய் தவர் தவறு செய்திருக்கலாம். கணினியில் ஏதாவது குறை ஏற்பட் டிருக்கலாம். முடிவுகளைத் தட்டச்சு செய்யும்போது பிழை ஏற்பட் டிருக்கலாம். பிரசவ மருத்துவமனையில், குழந்தைகள் மாறாட்டம் செய்யப்படுவதைப் பார்த்திருக்கிறோம். சில சமயம் அறுவைச் சிகிச்சை அறைக்குச் செல்லும்போது, தற்செயலாக நோயாளி மாறிப்போவதுண்டு. இவையெல்லாம் அன்றாட வாழ்க்கையில் சகஜமாக நிகழ்பவை. மருத்துவமனை தவறுகளுக்கு அப்பாற்பட்ட இடமில்லை. இருந்தும், அப்படி நிகழ்வதற்கு வாய்ப்பிருக்கும் என்று அவர்களுக்கு நம்பிக்கை இல்லை. ஆதலால், அந்தக் கருத்தை ஒருவருக்கொருவர் பகிர்ந்துகொள்ளவில்லை. அதற்குள், அவர்கள் எதிரில் பளபளவென்ற கண்ணாடிக் கட்டடங்கள் மின் னத் தொடங்கின. அப்படி வந்தவர்கள்தான் இப்போது இந்த அறையில் தடுமாறிக்கொண்டிருந்தனர்.

O

மரியான் தன் மகனை நெருங்குகிறாள். எவ்வளவு அருகில் செல்ல முடியுமோ அவ்வளவு அருகில் செல்கிறாள். அவன் உடல் எப்போதுமில்லாத அளவிற்கு நீண்டதாகத் தோன்றியது. அவனை அவ்வளவு நெருக்கத்தில் பார்த்து வெகு நாளாகிவிட்டது. குளியலைறையில் குளிக்கும்போது, வெட்கப்பட்டுக்கொண்டு கதவை மூடிக்கொள்வான். அவன் அறைக்கு யார் வந்தாலும் கதவைத் தட்டிவிட்டுத்தான் வர வேண்டும் என்று சொல்லியிருந்தான்.

வீட்டிலிருக்கும்போது நடந்து செல்வதென்றால் புத்த பிட்சுபோல் உடலில் துணியைச் சுற்றிக்கொள்வான். மரியான் தன் மகனின் வாய்வரை குனிந்து மூச்சு வருகிறதா? என்று பார்த்தாள். அவன் மார்பில் கன்னத்தை வைத்து அவன் இதயம் இயங்குகிறதா? என்று பார்த்தாள். அவன் மூச்சுவிடுவதை உணர்கிறாள். அவன் இதயம் துடிப்பது அவள் காதில் கேட்கிறது. உடனே அவள் மனதில், முதன் முதலாக, இலையுதிர்க் காலத்தில் ஒரு நாள் பிற்பகல், ஓடியன் அல்ட்ரா சவுண்ட் மையத்தில் அவன் இதயத் துடிப்பைக் கேட்டது நினைவுக்கு வருகிறது. குதிரை ஓடுவதுபோல் கேட்டது. எதிரிலிருந்த திரையில் மினுக்மினுக்கென்று வெளிச்சம் தோன்றி அவன் சிறிய உடலைக் காண்பித்தது. அவள் துடித்தெழு கிறாள். சிமோனின் தலையில் கட்டு போடப்பட்டிருந்தது. முகம் மட்டும் அப்படியே இருந்தது. ஆம். அவன் முகத்தில் மட்டும் எந்த மாற்றமுமில்லை. அவளைப் பல கேள்விகள் வாட்டியெடுக்கத் தொடங்கின. அவள் தன் மகனுடைய நெற்றியையும், நெற்றிப் பொட்டையும், புருவத்தின் வளைவுகளையும், கண்ணிமைக்குக் கீழ் சற்று உள்ளடங்கி இருக்கும் கண்களையும்உற்றுப் பார்க்கிறாள். அவனுடைய வலுவான மூக்கும், சதைப்பற்றான - செதுக்கிவைத்தது போன்ற உதடுகளும், கன்னக் குழிகளும், தாடையை அலங் கரிக்கும் குறுந்தாடியும் அப்படியே இருந்தன. அவன் முகமும், அதனுள் வாழும் - சிந்திக்கும் செயல்கள் அனைத்தும் திரும்பக் கிடைத்துவிடுமா?

மழைச் சாரல் வீசும் கண்ணாடிக்குப் பின் தெரிவதுபோல் சீனின் உருவம் தெரிகிறது. படுக்கையின் வேறொரு மூலையிலிருந்து வந்து, அவள் அருகில் நிற்கிறான். தன் மகனின் கையைப் பிடிக்கிறான். அவன் அடிவயிற்றிலிருந்து வந்த அவன் மகனின் பெயர் உதடு களிலிருந்து மெல்ல ஒலிக்கிறது. “சிமோன்”, “நாங்கள் உன்னோடு இருக்கிறோம். நான் சொல்வது கேட்கிறதா, என் செல்லப் பையா! நாங்கள் உன்னோடுதான் இருக்கிறோம்.” தன் கன்னத்தைத் தன் மகனின் கன்னத்தில் பதிக்கிறான். அவன் உடம்பில் இன்னும் சூடு இருந்தது. அந்த உடலின் வாடையை உணர்கிறான். கம்பளியும் பருத்தியும் கலந்த வாடை. கடல்நீரின் வாடை. அவன் அதை யெல்லாம் வாய்க்குள் முணுமுணுத்துக்கொள்கிறான். அதனை யாரும் கேட்க முடியாது. மந்திரச் சொற்கள். ஆதிகாலம் தொட்டு, மொழி மாற்றங்களையும் தாண்டி வந்த சொற்கள். கனன்றுகொண்

டிருக்கும் தீயிலிருந்து எழுந்த சொற்கள். இரண்டு மூன்று நிமிடங்கள் நீடித்த அந்தச் சிந்தனைக்குப் பிறகு, அவன் நிமிர்ந்து மரியானின் கண்களைப் பார்க்கிறான். அவள் கைகள் மெல்ல மகனின் உடலை வருடுகின்றன. போர்வை சற்று விலகுகின்றது. அவன் 'மவோரி' என்ற சொல்லைத் தன் உடலில் பச்சைக் குத்தி இருந்தது வெளிப்பட்டது. தோளிலிருந்துகழுத்து – தோள் பட்டைவரை இலையும் தழையுமாக வரையப்பட்டிருந்தது. தனது பதினைந்தாவது வயதில் பாஸ்க் நாட்டில் அலைச்சறுக்கில் ஈடு பட்டபோது அவன் அதனை வரையச் செய்தான். தன் உடலின் மீது தனக்குள்ள ஆதிக்கத்தை நிரூபிக்கவே அப்படிச் செய்தான். சீன் அமைதியாக அதைப் பார்த்தான். அவன்கூட முதுகு முழுவதும் பச்சைகுத்தி இருந்தான். அப்போது அவன் தன் மகனிடம் கேள்வி கேட்டு, அவன் தன் கலப்பு இனப் பரம்பரையைக் குறிக்கும்படி செய்திருந்தானா எனத் தெரிந்துகொள்ள முனைந்தது நினைவுக்கு வந்தது. அப்போது மரியான் கோபித்துக்கொண்டாள். சிமோன் சின்னப் பையன். "உன்மீது போட்டுக்கொண்ட ஒப்பனை உருப் படிவம் வாழ்நாள் முழுதும் இருக்கும்," என்றாள். "அதிலிருந்து மீள முடியாது," என்ற வாக்கியம் அவள் காதில் மீண்டும் ஒலித்தது.

O

இதற்கிடையில், ரெவோல் அறைக்குள் வந்துவிட்டார். சீன் அவரை அழைத்து, "அவன் இதயம் துடிப்பது என் காதில் கேட் கிறது," என்றான். அங்குள்ள கருவிகளின் ஓசை அதிகமாகிறது. அவன் மீண்டும் ஒரு முறை, "அவன் இதயம் துடிக்கிறதல்லவா?" என்று வலியுறுத்திக் கேட்டான். "ஆமாம், துடிக்கிறது, ஆனால், கருவிகளின் உதவியோடுதான் துடிக்கிறது," என்றார் மருத்துவர். பின்னர் அவர் அறையைவிட்டு விலகத் தயாராகும்போது, சீன் அவரை மீண்டும் கேள்வி கேட்டான்: "அவனுக்கு ஏன் உடனே அறுவைச் சிகிச்சை செய்யவில்லை?" மருத்துவருக்கு அவனுடைய மிதமிஞ்சிய பதற்றமும், கோபமாக மாறும் கையறுநிலையும் புரிந்துவிட்டது. மேலும் சீன் குடித்திருக்கிறான் என்பதை அவன் சுவாசத்திலிருந்து அவர் கண்டுபிடித்துவிட்டார். ஆகவே, கவனத் துடன் விளக்கினார்: "அப்போதே அறுவைச் சிகிச்சை செய்திருக்க முடியாது, காரணம், அவனுக்கு இரத்தக் கசிவு அதிகமாக

இருந்தது. எல்லை மீறிவிட்டது. அவனை மருத்துவமனையில் அனுமதித்த உடனேயே எடுத்த ஸ்கேன் அதனை உறுதி செய்தது. மிக அதிகக் காலத் தாமதம் ஆகி இருந்தது." அவர் அவ்வாறு நிதானத்துடன் சொன்னது செருக்குடன் சொல்வதுபோல் சீனுக்குத் தோன்றியிருக்க கூடும். அவன் உடனே குரலை உயர்த்தி சத்தமிட ஆரம்பித்தான்: "நீங்கள் ஒன்றுமே முயற்சிக்கவில்லை!" ரெவோல் அதிர்ந்துவிடாமல் ஏதோ ஒன்றைச் சொல்ல வாயெடுத்தார். ஆனால், தற்போதைக்கு ஒன்றும் சொல்லமலிருப்பதே மேல் என்று நினைத்தார். மேலும், யாரோ கதவைத் தட்டுவது காதில் கேட்டது. பதில் எதுவும் எதிர்பார்க்காமல், கொர்தேலியா உள்ளே நுழைந்தாள்.

அவ்விளம் மாது முகத்தைத் தண்ணீரால் கழுவிவிட்டு வந்திருந்தாள். ஒரு கப் காஃபியும் குடித்திருந்தாள். இரவு முழுதும் கண்ணயராமல் இருக்கும் சில இளம் பெண்களைப் போல் அவள் முகமலர்ச்சியுடன் காணப்பட்டாள். மரியானைப் பார்த்து வணக்கம் சொன்னாள். சீனை நோக்கி ஒரு லேசான புன்முறுவல் செய்தாள். பின்னர் கவனத்தோடு, நோயாளியின் கட்டிலை நெருங்கினாள். "இப்போ, நான் உன் உடலின் தட்பவெட்ப நிலையைப் பார்க்கப் போகிறேன்," என்று சிமோனைப் பார்த்துச் சொன்னாள். மருத்துவர் உறைந்துபோனார். மரியானும், சீனும் செய்வதறியாது கண்களை விரித்து நின்றார்கள். பின்பு அவர்களைக் கண்டுகொள்ளாமல், சிமோனிடம், "சரி, இப்போது நீ சரியாக சிறுநீர் கழித்தாயா என்று சோதனை செய்யப்போகிறேன்," என்று சொன்னாள். அவள் காட்டிய அபரிமிதமான பரிவை மரியானும், சீனும் பொறுத்துக் கொண்டனர். ரெவோல் அவர்கள் கண்களில் தோன்றிய அதிர்ச்சி யைக் காணத்தவறவில்லை. செவிலியிடம் சற்று வெளியில் இருக்கும்படிச் சொல்ல நினைத்த மருத்துவர், சற்று தயக்கம் காட்டினார். பின்னர், சும்மா இருப்பதில் பயனில்லை என்று நினைத்து, சிமோனின் பெற்றோர்களிடம் "வாருங்கள், என்னுடைய அலுவலக அறைக்குப் போய் பேசலாம்," என்றார். அதனை எதிர்பாராத மரியான் மறுத்தாள். "நான் என் பிள்ளையோடுதான் இருப்பேன்," என்றாள். அவளுடைய அசைவுக்கேற்ப, அவள் தலைமுடி முகத்தில் அப்படியும் இப்படியும் ஆடியது. அவளுடைய கணவனும் அவளை விட்டு அகலவில்லை. ஆனால், ரெவோல்,

"வாருங்கள், உங்கள் பிள்ளைக்குச் சில சிகிச்சைகள் அவசியப் படுகின்றன; வேண்டுமானால், நீங்கள் இங்கு மீண்டும் வரலாம்," என்று வலியுறுத்திச் சொன்னார்.

O

மீண்டும் வளைந்துவளைந்து செல்லும் நடைக்கூடங்கள், பணியில் ஈடுபட்டிருப்பவர்களின் உருவங்கள், எதிரொலிகள், பரி சோதனைகள், சுத்தம்பண்ணப்படும் நோயாளிகளின் கழிகலன்கள், அறைகளில் மாற்றப்படும் படுக்கைகள், துடைக்கப்படும் தரை ஆகியவற்றையெல்லாம் கடந்து ரெவோலைப் பின்தொடர்ந்தார்கள். அவருடைய தளர்ந்த நடையையும், இரண்டு பக்கமும் தொங்கும் வெள்ளை ஆடையையும் பின்பற்றிச் சென்று அவருடைய சின்ன அறையை அடைந்தனர். நாற்காலிகள் சில்லிட்டிருந்தன. அவர் சாய்மான நாற்காலியில் அமர்ந்து பேப்பர் வெயிட்டைக் கையில் எடுத்தார். அச்சமயம் பார்த்து, தொமா ரெமீழ் கதவைத் தட்டி விட்டு, பதிலை எதிர்பாராமல் உள்ளே நுழைந்தான். நோயாளியின் பெற்றொர்களிடத்தில் தன்னை அறிமுகப்படுத்திவிட்டுத் தன் தொழிலையும் சொன்னான். "நான் இங்குதான் ஒரு செவிலியாக வேலைபார்க்கிறேன்," என்றான். முக்காலியொன்றை இழுத்துப் போட்டுக்கொண்டு, ரெவோல் பக்கத்தில் போய் உட்கார்ந்தான். அந்தச் சின்ன அறையில் நான்கு பேர் இருப்பது புழுக்கத்தை அதிகரிக்கும் என்பதால், ரெவோல் விஷயத்தைத் துரிதமாக முடிக்க வேண்டுமென்று நினைத்தார். ஆதலால், மீண்டுமொரு முறை சிமோனின் பெற்றோர்களைப் பார்த்தார். பார்வை பொருள் பொதிந்ததாக இருந்தது. பின்னர் நேரடியாக விஷயத்துக்கு வந்தார். "சிமோனின் மூளை முற்றிலுமாகச் செயல்படவில்லை. முப்பது நிமிட ஈ.ஈ.ஜி. சோதனை இப்போதுதான் முடிந்தது. அதன் முடிவின்படி, சிமோன் கோமா நிலையிலிருந்து மீள முடியாத நிலைக்குச் சென்றுவிட்டான்.

O

பியேர் ரெவோல்முதுகை நிமிர்த்தி, கழுத்தை நீட்டி தன் உடலைச் சரிசெய்துகொண்டார். கியரைப் போட்டு வேகத்தை அதிகரிக்கப்போவதுபோல் சுறுசுறுப்பானார். இனிமேல் சுற்றி

வளைத்துப் பேசுவதில் பலனில்லை என்று தீர்மானித்துவிட்டார் போலும். அதனால்தான் மரியானின் இயல்பான உடல் நடுக் கத்தையும், சீனின் அரண்டுபோன முகபாவத்தையும் கண்டு கொள்ளாமல் செயல்பட ஆரம்பித்தார். அவ்விருவருக்கும் 'மீள முடியாத நிலை' என்றதுமே, கதை முடியப்போகிறது என்பதை உணர்ந்திருப்பார்கள். ஆயினும், அந்த முடிவு அவ்வளவு சீக்கிரம் வரப்போவதுதான் தாங்கிக்கொள்ள முடியாத ஒன்று. சீன் கண் இமைகளை மூடிக்கொண்டு, தலையைச் சாய்த்துக்கொண்டு, கண் களின் ஓரத்தைச் சுட்டுவிரலால் நீண்டிவிட்டுக்கொண்டு, மெது வாகச் சொன்னான்: "எல்லா முயற்சிகளும் செய்தாகிவிட்டன என்று நிச்சயமாகச் சொல்ல வேண்டும்." ரெவோல் சாந்தமாக "விபத்தின் தாக்கம் மிகக் கடுமையாக இருந்தது. அவனை இன்று காலை இங்கு வந்து சேர்க்கும்போதே நிலைமை மோசமாக இருந்தது. ஸ்கேன் முடிவுகளை நரம்பியல் அறுவைச் சிகிச்சை நிபுணர்களிடம் அனுப்பிவைத்தோம். துரதிர்ஷ்டவசமாக இனி மேல் எந்த அறுவைச் சிகிச்சையும் பலனளிக்காது என்று திட்ட வட்டமாக் கூறிவிட்டார்கள். இதனைச் சத்தியம் செய்து சொல் வேன்," என்றார். "மோசமான நிலை" என்று சொல்லும்போதே, பெற்றோர் இருவரும் தலையைத் தொங்கப் போட்டுக்கொண் டார்கள். அது அவர்கள் மனதைச் சுக்குநூறாக உடைத்துவிட்டது. ஆனால், மரியான் விடவில்லை. "சரி, கோமா நிலையிலிருந்து எழுந்திருக்க முடியாதா? பலபேர் பல ஆண்டுகள் கழித்துகூட மீண்டிருக்கிறார்கள் அல்லவா? நிறைய பேர் இருந்திருக்கிறார் களே!" அப்படிச் சொல்லும்போது அவள் முகத்தில் ஒரு ஒளி இருந்தது. கண்கள் அகண்டன. கோமாவினால் எல்லாம் முடிந்து விட்டது என்று சொல்லிவிட முடியாது. அது அவளுக்குத் தெரியும். அதுபோல் எத்தனையோ பேரின் கதையும் அவளுக்குத் தெரியும். ரெவோல் அவள் கண்களைப் பார்த்து, "இல்லை," என்ற உண்மையைத் தைரியமாகச் சொல்கிறார். "அன்றாட வாழ்க்கைக்குத் தேவையான செயல்பாடுகள், அதாவது உணர்வு, உணர்ச்சி, நட மாட்டம் ஆகியவை நின்றுவிட்டன. தன்னிச்சையாக இயங்கும் செயல்பாடுகளும், அதாவது சுவாசம், இரத்த ஓட்டம் ஆகியவையும், கருவிகளின் உதவியோடுதான் நடைபெறுகின்றன." இப்படி ரெவோல் அடுக்கிக்கொண்டே போகிறார். பட்டியலிட்டுச் சொல் கிறார். ஒவ்வொரு தகவலுக்குப் பின்னும் ஒரு நிமிடம்

நிறுத்திவிட்டுப் பேசுகிறார். அவர் சொல்லும் விதத்திலிருந்து, சிமோனின் சரீரத்தைப் பொறுத்தவரை எதுவுமே சாதகமாக இல்லை. ஒருவாறாக எல்லாவற்றையும் சொல்லி முடித்தபின், அவர்கள் முன்னே ஒரு வெட்ட வெளிதான் தெரிந்தது.

“சிமோனுக்கு மூளைச்சாவு. அவன் இறந்துவிட்டான். அவன் மரணமடைந்துவிட்டான்,” என்று சொல்லி முடித்தார் மருத்துவர்.

O

இதையெல்லாம் மூச்சுவிடாமல் சொல்லி முடித்ததும், அவர் தன்னை ஆசுவாசப்படுத்திக்கொள்ள வேண்டியது இயல்பே. அவர்கள் பார்வை தளர்கிறது. ரெவோல் தன் பெல்ட்டில் வைத் திருந்த பேஜர், பீப் ஒலி எழுப்புகிறது. அதனைக் கண்டுகொள்ளா மல், கைக்கு வெப்பமேற்றிய பேப்பர் வெயிட்டைப் பார்க்கிறார். அவர் முற்றிலுமாகச் சோர்ந்துபோய்விட்டார். அவர் சிமோனின் பெற்றோர்களிடம் அவர்கள் பிள்ளையின் சாவை அறிவித்து விட்டார். தொண்டையைக் கனைக்காமலும், குரலில் நடுக்க மில்லாமலும், “இறந்துவிட்டான்,” “மரணமடைந்துவிட்டான்,” என்றும் சொல்லிவிட்டார். அச்சொற்கள் உடலின் உறைந்துவிட்ட தன்மையைக் குறித்தன. ஆனால், சிமோன் லேம்பரின் உடல் உறைந்துவிடவில்லை. அதுதான் பிரச்சினை. பிணத்திற்கான தன்மைகளைக் கொண்டிருக்கவில்லை. அதில் சூடு இருந்தது. அது உயிர் இருப்பதைக் காட்டியது. சலனமற்றும், சில்லிட்டும் இல்லை.

பக்கவாட்டில் பார்வையைச் செலுத்தி, ரெவோல் மரியானையும், அவள் கணவனையும் பார்க்கிறார். மரியான் தலைக்கு மேலிருந்த நியான் விளக்கை வெறித்துப் பார்த்துக்கொண்டிருந்தாள். அவள் கணவன் முன்னங்கைகளைத் தொடைமேல் அமுக்கிக் கொண டிருந்தாள், தலை தோளுக்குள் இறங்கி இருக்க, தரையைப் பார்த்த வண்ணம் இருந்தான். அறையில் இருந்த தங்கள் பையனை மருத்துவ அறிவற்ற அவர்கள் எப்படிப் பார்த்திருப்பார்கள்? நொறுங்கிப்போயிருக்கும் அவன் உள்ளுக்கும் புறத்திற்கும் தொடர்பு ஏற்படுத்திப் பார்த்தார்களா? புறத்தில் அவன் அமைதியாகத் தென்பட்டான். அதைப் பார்த்து ஒரு முடிவுக்கு வர முடியாது.

உடல் ரீதியாக அவனிடம் அறிகுறியொன்றுமில்லை. சாதாரண உடலைப் பரிசோதிப்பதுபோல் அதனைப் பரிசோதிக்க இயலாது. பாபின்ஸ்கி அறிகுறியென்று ஒன்று பிரபலமாகி இருந்தது. பாதத்தின் அடிப்பகுதியைத் தீண்டி மூளை வியாதியைக் கண்டுபிடித்து விடலாம். ஆனால், அவன் உடலோ, எதையும் கண்டுபிடிக்க முடியா வண்ணம் மூடிய பெட்டியொன்றைப் போல் இருந்தது. இந்நிலையில், ரெமீழின் கைபேசி மணி அடித்தது. மன்னிப்புக் கேட்டுக்கொண்டு, உடனே அதன் மேல் பாய்ந்து அதனை நிறுத்தினான். மரியான் திடுக்கிட்டாள். ஆனால், சீன் கவலையோடு தலை நிமிராமல் தரையைப் பார்த்தவண்ணமே இருந்தான்.

ரெவோல் அவர்களையே கண்கொட்டாமல் பார்த்துக்கொண்டிருந்தார். அவ்விருவரும் அவரைவிடச் சற்று வயதில் குறைந்தவர்கள். அறுபதுகளின் இறுதி ஆண்டுகளில் பிறந்தவர்கள். அவர்கள் வாழும் உலகில், ஆயுளின் நீட்சி அதிகம். இன்னும் அதிகமாகிக் கொண்டே போகக் கூடியது. மரணம் அவர்கள் அன்றாடக் கணக்கில் வருவதில்லை. அது மருத்துவமனையோடு போய்விடும். அதனை மருத்துவ நிபுணர்கள் பார்த்துக்கொள்வார்கள். எப்போதாவது அவர்கள் ஒரு சடலத்தைப் பார்த்திருக்கிறார்களா? ஒரு பாட்டி இறந்து கிடக்கையில் அவரருகில் இரவைக் கழித்திருக்கிறார்களா? நீரில் மூழ்கிய ஒருவனைப் போய் தூக்கி இருக்கிறார்களா? இறக்கும் தறுவாயில் உள்ள நண்பன் ஒருவனுக்கு அருகில் இருந்து உதவி இருக்கிறார்களா? Body of Proof, CSI, Six Feet Under போன்ற அமெரிக்கத் தொலைக்காட்சி தொடர்களில் வேண்டுமானால் பார்த்திருக்கலாம். ரெவோல் எப்போதாவது அவற்றில் வரும் பிணவறைகளைப் பார்ப்பதுண்டு. அவற்றிலெல்லாம் அவசரக்கால மருத்துவர்கள், மருத்துவ சோதனையாளர்கள், இறுதி ஊர்வல அமைப்பாளர்கள், உடலைப் பாடம் பண்ணுபவர்கள், குற்ற ஆய்வாளர்கள் நிறைந்திருப்பர். வினோதமான - கவர்ச்சிகரமான - விசித்திரமாக உதடுகளில் துளையிட்டுக்கொண்டிருக்கும் கனவுக் கன்னிகள் காதலைத் தேடி அலைவார்கள். அவர்களெல்லாம் பேசிக்கொள்வதைக் கேட்க அவருக்குப் பிடிக்கும். யூதர் ஒருவர் சாய்த்து வைக்கப்பட்டிருப்பார். அவரைச் சுற்றி மற்றவர்கள் தங்கள் பிரச்சினைகளைப் பகிர்ந்துகொண்டும், ஒருவரையொருவர் காதல் வலையில் விழச்செய்துகொண்டும் இருப்பர். இடையிடையே ஒரு முடியை வைத்துக்கொண்டு - அல்லது ஒரு

சட்டை பித்தானை வைத்துக்கொண்டு - பல்வேறு யூகங்களில் ஈடுபடுவார்கள். பூதக்கண்ணாடியில் ஒரு திசுவை வைத்து ஆராய்வார்கள். இதெல்லாம் காட்சியை நீட்டுவதற்குத்தான். இரவு முழுதும் நீட்டிக்க வைப்பதற்குதான். மர்மத்தைக் கண்டு பிடிப்பதற்காக உடலைத் தீண்டிப் பார்ப்பார்கள். இறந்தவன் என்ன சாப்பிட்டான், என்ன குடித்தான் என்பதையும், அவன் தலை முடியில் சாயம் அடித்துக்கொள்ள என்ன வேதியியல் பொருளைப் பயன்படுத்தினான் என்பதையும், அவன் பல்வேறு பெண்களுடன் உடல் உறவு வைத்திருந்தானா என்பதையும் ஆராய முற்படுவார்கள். சில சமயங்களில் இத்தகைய தொலைக் காட்சித் தொடர்களைப் பார்க்க ரெவோலுக்குப் பிடிக்கும். இருப் பினும், இத்தொடர்கள், மரணத்தைப் பற்றி எதுவும் சொல்வ தில்லை. பிணம் படம் முழுதையும் ஆக்கிரமித்திருக்கும். அதை அறுத்து ஆராய்வார்கள், சோதனை செய்வார்கள். ஆனால், அதெல்லாம் ஒரு வெளித்தோற்றம்தான். இந்த இரகசியமெல்லாம் தெரியாதவரை, இந்த உடல் மரணமடையவில்லை என்றுதான் தோன்றும்.

சீனும், மரியானும், அப்படியே ஆடாமல் அசையாமல் இருந்தனர். வேதனையின் சுமை, அல்லது துணிவு, அல்லது கௌரவம் - இப்படி எதுவாக வேண்டுமானாலும் இருக்கலாம். ரெவோல் வேறொன்றை எதிர்பார்த்தார். அதாவது, கோபம் வெடித்தெழுந்து, எதிரே இருந்த மேசையைத் தாண்டிப் போய், அங்குள்ள காகிதங்களையெல்லாம் தூக்கியெறிந்து அவர்கள் நாசம் செய்யலாம். தன்னை அடிக்கலாம், தகாத வார்த்தை சொல்லித் திட்டலாம். பைத்தியம் பிடிக்கும் அளவுக்கு நிலைமை இருந்தது. அவர்கள் சுவரில் முட்டிக்கொண்டு தங்கள் கோபத்தைக் காட்டலாம். ஆனால், அப்படியொன்றும் நடக்கவில்லை. அவர்கள் இருவரும் மெல்லமெல்ல மற்ற மனிதர்களிலிருந்து வேறுபட்டு வேறொரு கிரகத்திற்குப் போவது போல் இருந்தனர்.

O

மரணம் வெவ்வேறு வடிவங்களில் மனித உடலை மாற்றும் போது, அதன் தன்மையை எவ்வாறு கண்டறிவது? மார்பு துடிப் பதைக்கொண்டு உயிர் இருப்பதாகச் சொல்ல முடியாது. போரின்

போது, பள்ளத்தில் வீழ்ந்து கிடக்கும் ஒரு வீரனின் மார்பு துடிப்பைக் காது வைத்துக் கேட்கும் மற்றொரு வீரன், அவன் இறக்க வில்லை என்று சொல்வதுண்டு. ஆனால், விடுகின்ற மூச்சு உயிரைக் குறிக்காது. தண்ணீரில் மூழ்கி முகம் வெளுத்துப்போன பெண்ணொருத்தியைப் பயிற்சியாளர் வாயோடு வாய்வைத்துப் பார்த்து உயிர் இருக்கிறதா என்று தீர்மானிப்பார். மூளைதான் முக்கியம். அதில் ஓடிக்கொண்டிருக்கும் மின்சார அலைகள், அதிலும் பீட்டா அலைகள் (beta waves) தான் சாவைத் தீர் மானிக்கும். ஆகவே, அவர்களால் எப்படித் தங்கள் மகன் இறந்து விட்டான் என்று அறிந்துகொள்ள முடியும்? அவன் இயற்கை நிறம் அப்படியே இருக்கிறது. அவனுடைய பிடரியும், நீட்டி வைத்த கால்களும் ரேம்போ (Rimbaud) என்ற கவிஞன் தன் கவிதை யொன்றில் குறிப்பிடுவதுபோல் இருந்தன. ரெவோலுக்கு உயிரற்ற சடலங்கள்பற்றிய வருணனைகளெல்லாம் நினைவுக்கு வந்தன. அவற்றில் முக்கியமாக யேசு கிறிஸ்துவின் உருவங்கள்தான் அதிகமாக வந்தன. சிலுவையில் அறையப்பட்ட கிறிஸ்துவின் வெளிறிய உருவம், முள் கிரீடத்தால் கிழிக்கப்பட்டிருந்த அவர் நெற்றி, கருமையான மரத்துண்டில் ஆணியால் அடிக்கப்பட்டிருந்த அவர் கால்களும் கைகளும் நினைவுக்கு வந்தன. ஹோல்பெயின் ஜூனியர் (Holbein the Younger) கல்லறையில் கிறிஸ்துவின் சடலம் (The Body of the Dead Christ in the Tomb) எனும் தலைப்பில் ஓர் ஓவியம் வரைந்திருந்தார். தத்ரூபமாக வரையப்பட்ட அவ்வோவி யத்தைப் பற்றி பிரபல ரஷ்ய எழுத்தாளர் டாஸ்டாயெவ்ஸ்கி எழுதும்போது, கடவுள் நம்பிக்கை உடையவர்கள் அவ்வோவி யத்தைப் பார்க்கக் கூடாது என்றார். அதனைப் பார்ப்பவர்கள் நம்பிக்கையை இழந்துவிடுவார்கள். அந்த ஓவியம் ரெவோல் நினைவுக்கு வந்தது. அதேபோல், இறந்து பாடம்பண்ணி வைக்கப் பட்ட அரசர்களும், மதகுருமார்களும், சர்வாதிகாரிகளும், திரைப் படத்தில் பெரிதாகக் காண்பிக்கப்பட்ட 'கௌபாய்'களும் நினை வுக்கு வந்தனர். பொலிவியா நாட்டு இராணுவக்குழு 'ஷே' வின் படத்தை யேசு கிறிஸ்துபோல் படமெடுத்திருந்தார்கள். அதுவும் நினைவுக்கு வந்தது. ஆனால், எதுவும் சிமோனையொத்தது இல்லை. சிமோனின் உடல் ஆடாமலும், அசையாமலும், இரத்தம் சிந்தாமலும் இருந்தது. அமைதியான உடல் வளமிக்கதாக இருந்தது.

அழகு தெய்வமொன்று தூங்குவதுபோலிருந்தது. உயிருடன் இருப்பதுபோலிருந்தது.

செய்தியைக் கேட்ட பெற்றோர்கள் எவ்வளவு நேரம் தங்கள் இருக்கையில் அமர்ந்து இறந்தவன் சடலத்தைப் பற்றிய சிந்தனையில் இருந்தார்கள்? அவன் சாவை ஏற்றுக்கொள்ள அவர்களுக்கு இன்னும் எவ்வளவு நேரம் பிடிக்கும்? தற்சமயம் அவர்கள் நினைப்பதை வெளியிட முடியாது. மொழிக்கு முந்தைய நிலையில் அவர்கள் உணர்ச்சிகள் ஊசலாடிக்கொண்டிருந்தன, அல்லது அவர்களின் அந்த மொழியை மற்றவர்கள் பகிர்ந்துகொள்ள முடியாதபடி இருந்தது. அந்த மொழியில் சொற்களோ, இலக்கணமோ கிடையாது. அம்மொழிக்கு மறுபெயர் வேதனை என்று சொல்லலாம். அதைவிட்டு அவர்கள் விலக முடியாது. அதனை வர்ணிக்க முடியாது. அதற்கு ஓர் உருவமும் கொடுக்க முடியாது. ஒரே சமயத்தில், அவர்கள் தங்களிடமிருந்தும், சுற்றியிருந்த உலகத்திலிருந்து பிரிந்து இருந்தார்கள்.

O

தொமா ரெமீழ் ஒன்றும் பேசாமல், ரெவோலுக்கருகில் ஒரு முக்காலிமீது கால் மேல் கால்போட்டு அமர்ந்திருந்தான். அவனும் மருத்துவர் நினைத்ததையே நினைத்தான் போலும். அவனுக்கும் அதே பிம்பங்கள் மனதில் உதித்தனபோலும். தீப்பெட்டியை எடுத்து வைத்துவிட்டு, மற்றவர்களோடு காத்திருந்தான். மூளை குழம்பி இருந்தது. மனதில் முனகல்கள் கேட்டன. திடீரென, ரெவோல் எழுந்தார். அவருடைய துவண்டுபோன உடலும் சோகமான முகமும், அறையை விட்டு உடனே கிளம்ப வேண்டும் என்பதை உணர்த்தின. "எனக்காகச் சிலர் காத்துக்கொண்டிருக் கிறார்கள்," என்று சொல்லிவிட்டு கிளம்பினார். ரெமீழ் மட்டும் மௌனமாக அழுதுகொண்டிருந்த பெற்றோர்களுடன் இருந்தான். அவர்கள் எழுந்திருக்கவில்லை. ஆனால், சற்று நெருங்கி உட்கார்ந் திருந்தார்கள். தோள்கள் உரசின. சற்று நேரம் காத்திருந்துவிட்டு, அவர்களிடம் "சிமோன் அறைக்குப் போகலாமா?" என்று பரிவுடன் கேட்டான். இருவரும் எதுவும் பேசாமல் எழுந்து ரெமீழைப் பின்தொடர்ந்தனர். ஆனால், சிமோனின் அறைக்கருகில் சென்றதும், சீன் தலையசைத்து, "இல்லை, என்னால் உடனே வர முடியாது,"

என்றான். அவன் பலமாக மூச்சை இழுத்துவிட்டான். அவன் நுரையீரல்கள் விம்மின. தோள்கள் உயர்ந்தன. மரியான் அவன் தோளுக்கடியில் சென்றாள் - அவனுக்குப் பக்கபலமாகவும், தனக்கு ஒரு பாதுகாப்பு தேடிக்கொள்வதற்காகவும்! மூவரும் நடப்பதை நிறுத்தினார்கள். தொமா ரெமீழ் அவர்களை நெருங்கி, "நான் உங்களோடு இருக்கிறேன், உங்களோடு வருகிறேன். உங்களுக்கு ஏதாவது சந்தேகம் இருந்தால் என்னிடம் கேட்கலாம்," என்றான். சீனுக்குத் தொண்டை அடைத்தது. பின்னர் ஒரு வழியாகச் சுதாரித்துக்கொண்டு, "இப்போது என்ன நடக்கப்போகிறது?" என்று தயக்கமின்றிக் கேட்டான். ரெமீழ் ஒரு நிமிடம் எச்சிலை விழுங்கிக்கொண்டான். சீன் தொடர்ந்து பேசினான். அவன் குரல் விரக்தியாலும், வேதனையாலும் உடைந்துபோயிருந்தது. "நம்பிக்கை எதுவுமில்லையானால், அவனை ஏன் இன்னும் தீவிரச் சிகிச்சைப் பிரிவில் வைத்திருக்கிறார்கள்? என்ன செய்யப் போகிறார்கள்? எனக்குப் புரியவில்லை." முகத்தை மூடி இருந்தது. கண்கள் குத்திட்ட நிலையில் இருந்தன. அவளுக்கும் ஒன்றும் புரியவில்லைபோலும். தொமா ரெமீழ் பதில் சொல்ல நினைத்து வார்த்தைகளைத் தேடிக்கொண்டிருந்தான். அவன் தங்கள் திட்டத் தைத் திடுதிப்பென்று கூறி அவர்களைத் திக்குமுக்காடச் செய்ய விரும்பவில்லை. ஆனால், சீன் கேள்வியை எழுப்பிவிட்டான். பதில் சொல்லியே ஆக வேண்டும். பேசுவதற்குத் தயாரானான்.

11

கொர்தேலியா, சிமோனின் தலையைச் சுற்றி இருந்த தலையணையைத் தட்டினாள். அவன் மார்பை மூடியிருந்த போர்வையின் மீதிருந்த மடிப்புகளைச் சரிசெய்தாள். திரைகளை இழுத்துவிட்டாள். பின்னர் கதவைச் சாத்திக்கொண்டு வெளியில் சென்று வரவேற்புப் பகுதி நோக்கி நடந்தாள். நடைக்கூடத்தின் தரையில் 'பேல்லட்' நடனக்காரிபோல் ஒய்யாரமாகப் பின்னங்காலைத் தூக்கி நடனமாடிக்கொண்டே நடந்தாள். தான் போட்டிருந்த சீருடை குறுகலாக இருந்ததைப் பற்றி முணுமுணுத்துக் கொண்டே போனாள். அகலமாகவும், அதிக மடிப்புகள் கொண்டதாகவும் இருந்தால் தன் வளமான கால் முட்டிகளில் பட்டு ஒலியெழுப்பியிருக்கும். அது முடியாமல் போனதற்கு வருத்தப்பட்டுக்கொண்டே, தன் பாக்கெட்டிலிருந்த கைபேசியை எடுத்துப் பார்த்தாள். அதில் புது செய்தி ஒன்றும் இல்லை. ஒன்றுமே இல்லை. மணி பிற்பகல் 2.40. அவன் தூங்கிக்கொண்டிருப்பான். உடலில் துணியின்றி மல்லாக்கப் படுத்துத் தூங்கிக்கொண்டிருப்பான். இப்போது அவனைக் கூப்பிடக் கூடாது.

நேற்றைய சம்பவம் நிழலாடியது. உள்ளாடையை மீண்டும் போட்டுக்கொண்டு, பெல்ட் பக்கிள்ஸை இறுக்கி விட்டுவிட்டு, அவர்களிருவரும் ஒருவரையொருவர் பார்த்துக்கொண்டனர். "சரி, சரி, நேரமாகிவிட்டது, நான் போக வேண்டும்" என்றாள். "உண்மையைச் சொல், நேரமாகவில்லைதானே," என்றான். "சரி, சரி, நான் போயாக வேண்டும்," என்று சிணுங்கினாள். கன்னத்தில் ஒரு முத்தம். கனிவான ஒரு புன்னகை. பின்னர், இருவரும் இருளில் கரைந்தனர். கொர்தேலியா முதலில் மெல்ல நடந்து சென்றாள். ஆயிரத்துத் தொள்ளாயிரத்து ஐம்பதுகளில் திரைப்பட நட்சத்திரங்கள் உடலை ஒட்டிய பாவாடையணிந்துகொண்டு நடப்பதுபோலிருந்தது. அவள் திரும்பிப் பார்க்கவில்லை. பின்னர், தெரு முனை வந்ததும் பம்பரம்போல் சுழன்றாள். தலையைத் தூக்கி

வானத்தைப் பார்த்தாள். வாயைப் பிளந்துகொண்டும், கைகளை அகல விரித்துக்கொண்டும் ஓட்டமும் நடையுமாகச் சென்றாள். அவ்வப்போது ஒரு சாக்கடையைக் கடக்க வேண்டியிருந்தது. அதனை ஓர் ஆற்றைத் தாண்டுவதுபோல் தாண்டிச் சென்றாள். ஆடைக்குள் காற்றுப் புகுந்தது சுகமாக இருந்தது. சற்று முன்னர் குப்பைத் தொட்டியருகில் அவனுடன் உருண்டு புரண்டு, அவன் அவள் துணியை விலக்கி சல்லாபித்த பின், குறைந்தது இருபத்தைந்து செ.மீ. வளர்ந்துவிட்டது போன்ற உணர்வு மேலிட்டது. தன் இச்சைகளைத் தயங்காமல் – யாரைப் பற்றியும் கவலைப்படாமல் - தீர்த்துக்கொள்ளும் வீரப் பெண்மணியாக, அதே சமயம் சுயக்கட்டுப்பாடுடைய நவீனக் கதாநாயகியாக வலம் வருவதில் பெருமைகொண்டாள். காலை ஐந்து மணிக்கு, ஆள் அரவமற்ற தெருக்களில் அவள் எதற்கும் கவலைப்படாமல் நடந்து சென்றாள். கார் ஒன்று அவள் அருகில் சென்றது. அதன் சன்னல் கண்ணாடி இறங்கியது. அதனுள் இருந்த ஒருத்தன் “என்ன ஊர் மேய்கிறாயா?” என்று தகாத வார்த்தையில் பேசினான். அவள் எதையும் கண்டுகொள்ளாமல், மனம் போனபடி போய் கொண்டிருந்தாள். அதனால்தான், அவள் கடந்துசென்ற தெரு முனையில் அவளுக்கு இடது பக்கத்தில், கிறீஸின் வேன் தடுமாறி நின்றதைச் சரியாகக் கவனிக்கவில்லை. ஏதோ அலைச்சறுக்கு விளையாடும் கலிஃபோர்னியப் பெண்கள் அவளைப் பார்த்துக் கண் சிமிட்டுவதுபோல் நினைத்தாள். சற்று வேகமாக அடியெடுத்து வைத்து வீட்டுக்குள் நுழைந்தாள். பின்னர் கதகதப்பான - சிறகுகள் அடைத்த போர்வைக்குள் அடைக்கலமானாள். தூக்கம் வரவில்லை. தன்னை வெகுநாட்களாகப் பின்தொடர்ந்து வந்து, தொந்தரவு செய்த அப்பையனிடம் எந்த ஒரு கேள்வியும் கேட்க வில்லை.அதனால் அவள் தன்னையே வியந்துகொண்டாள்.

O

கண்ணாடியினாலான மீன் தொட்டிபோல் இருந்த அந்த அறைக்குள் நுழைந்து, ஒரு நாற்காலியை இழுத்துப் போட்டுக் கொண்டு அதில் சாய்ந்தாள். திடீரென்று அவளுக்குத் தெம்பை இழந்ததுபோலிருந்தது. கணினி திரையில் கிளௌன் மீன்கள்

(clown fish) அங்குமிங்கும் ஓடிக்கொண்டிருந்தன. மீண்டும், அவள் தன் கைபேசியைப் பார்த்தாள். ஒன்றுமில்லை. ஒன்றுமே இல்லை. அவள் தனக்குள் ஒரு விதி செய்துக்கொண்டாள். அதனை எப் போதும் எதற்காகவும் மீறுவதில்லை என்ற முடிவோடு இருந்தாள். காரணம், ஒரு சிறு வார்த்தையை அவள் எவ்வளவு சீக்கிரம் பேசிவிட்டு முடித்தாலும், அது வேறு விதமாக ஒலித்து, அவளை ஓர் உணர்ச்சி வசப்படும் பெண் என்ற பிம்பத்தை ஏற்படுத்தி விடும். ஆகவே, வாயை அசைக்கக்கூட வேண்டாமென்றிருந்தாள். கொஞ்சம் காஃபி, கொஞ்சம் முந்திரிப் பருப்பு அல்லது கடலை, கொஞ்சம் மது. இது போதும். வேறு எதுவும் செய்துவிடக் கூடாது. பாழாய்ப் போன அந்தக் கைபேசியை அணைத்துவிட வேண்டும். ஐயகோ, என்ன களைப்பு!

தன் கணினியில் 'ஃபோட்டோ பூத்' பதிவிறக்கக் கண்ணாடியில் தன் கழுத்தை வளைத்து அதிலிருந்த ஊதா நிற தழும்புகளைப் பார்த்துக்கொண்டிருக்கும்போது, பியேர் ரெவோல் அறைக்குள் நுழைந்தார். அவர் வந்து தோளுக்கு மேல் எட்டிப்பார்த்தார். அவள் திடுக்கிட்டாள். மெட்ரோவில், ஒருவர் தன் நாட்குறிப்பைப் படித்துக்கொண்டிருக்கும்போது, வேறொருவர் திருட்டுத்தனமாக அதனைப் படிப்பதுபோலிருந்தது. கத்திவிட்டாள். அவரோ, "நீங்கள்தானே இந்த வார்டில் பொறுப்பேற்றிருப்பதாகச் சொன் னீர்கள்?" என்று கேட்டார். அவர் ஆடாமல் அசையாமல் அவள் பின் நிற்கும்போது, அவள் குதித்தெழுந்து தலையைத் திருப் பினாள். கண்களின் எதிரே ஒரு கருந்திரை இருந்ததுபோலிருந்தது. 'ஏதாவது கொஞ்சம் சாப்பிட வேண்டும்' என்று தனக்குள் சொல்லிக்கொண்டாள். அலங்கோலமாகக் கிடந்த கேசத்தைக் காதுகளுக்குப் பின் தள்ளிவிட்டுவிட்டு, தன் முகத்தைச் சரிசெய் தாள். "ஆமாம், இரண்டு நாளுக்கு முன்தான் இதில் சேர்ந்தேன்," என்று சொன்னாள். சொல்லிக்கொண்டே தன்னுடைய மேலாடை யைச் சரி செய்துகொண்டாள்.

"உங்களிடம் ஒரு முக்கியமான விஷயம் பேச வேண்டும்," என்றார் ரெவோல்.

"சரி" என்றாள், தலையசைத்தபடி. "இப்பவேவா?"

"ஆம், அதிக நேரம் பிடிக்காது. அறையில் சற்றுமுன் நடந்தது பற்றித்தான், ஆனால், இந்தக் கட்டடத்தில்..." என்று தொடர்ந்தார்.

கொர்தேலியாவின் கைபேசி அவள் உள்பாக்கெட்டில் சிணுங்கியது. அவளிடம் மின்சாரம் தாக்கியதுபோன்ற ஓர் அழுத்தம். 'ஆ, இது என்ன தொல்லை,' என்று தனக்குள் சொல்லிக்கொண்டாள்.

அங்கிருந்த மேசை ஒன்றின் ஓரத்தில் உட்கார்ந்து, ரெவோல் பேசத் தொடங்கினார். தலை கவிழ்ந்திருந்தது. மார்பில் கைகளைக் கட்டிக்கொண்டிருந்தார். கால்களை மடக்கிக்கொண்டிருந்தார்.

"நீங்கள் பார்த்த அந்தப் பையனுக்கு மூளைச்சாவு ஏற்பட்டிருக்கிறது."

கொர்தேலியாவின் கைபேசி மீண்டும் சிணுங்கியது. ரெவோல் தொடர்ந்து, அனைத்தையும் தெளிவாக விளக்கிக்கொண்டிருந்தார். ஆனால், அவர் பேசிக்கொண்டிருந்தது ஏதோ வேறொரு மொழி போல் அவளுக்குக் கேட்டது. அவள் மேலும்மேலும் முயன்று, கவனத்தை மருத்துவர் பக்கம் திருப்ப முயன்றாள். இருப்பினும், அவள் உடலில் உணர்ச்சிப் பிரவாகம் பெருக்கெடுத்து ஓடி ஒவ்வொரு அங்கத்தையும் மூழ்கடித்துக்கொண்டிருந்தது. அவள் காதலன் செய்த ஒவ்வொரு குறும்பும் நினைவுக்கு வந்துகொண்டிருந்தது. அவள் முன் பேசிக்கொண்டிருந்த மருத்துவர் எங்கோ தூரத்திலிருந்து பேசுவதுபோல் இருந்தது.

"அந்தப் பையன் இறந்துவிட்டான்; ஆனால், அதனை அவனுக்கு நெருக்கமானவர்களுக்குப் புரியவைப்பது கடினம், எனென்றால், அவன் உடல் பார்ப்பதற்குப் பிணம்போல் தெரியவில்லை. புரிகிறதா?" என்று அவர் கேட்டார்.

கொர்தேலியா அவர் சொல்வதைக் காதில் வாங்கிக்கொண்டு "ஆம், புரிகிறது," என்றாள். ஆனால், அவளுக்குப் புரியவில்லை. அவளுடைய கைபேசியின் அதிர்வு தொடர்ந்துகொண்டிருக்கிறது. அது கடந்த இரவின் சல்லாபங்களை நினைவுபடுத்தியது. குறிப்பாக, அவனுடைய மென்மையான வாய் நினைவுக்கு வந்தது. அது அவள் பின் கழுத்தைப் பதம்பார்த்தது. அத்துடன் அவன் சூடான மூச்சுக்காற்றும் சேர்ந்துகொண்டது. அவளுடைய நெற்றி, கன்னம், வயிறு, மார்பு எல்லாம் சுவரின் மீது உராய்ந்துகொண்டிருந்தன. சுவரின் மீது கற்கள் நீட்டிக்கொண்டிருந்ததால் அவள் மார்பகங்கள் சிவந்துவிட்டன. அவள் கைகளோ அவனுடைய புட்டங்களை

இன்னும் அருகில் இழுத்து அவனுடைய செய்கையைத் தீவிர மடையச் செய்துகொண்டிருந்தது.

மீண்டும், கைபேசியின் அதிர்வு. அவள் எச்சில் விழுங்கிக் கொண்டு மருத்துவருக்குப் பதில் சொன்னாள். "ஆமாம், நன்றாகப் புரிகிறது."

மருத்துவர் ரெவோல் அவளைப் பரிவுடன் பார்த்துச் சொன்னார், "சிகிச்சையின்போது, சாதாரண நோயாளியிடம் பேசுவதுபோல் மூளைச்சாவு அடைந்தவனிடம் சற்றுமுன் பேசியதுபோல் பேசக் கூடாது. அவனுடைய பெற்றோர்கள் அருகிலிருந்தார்கள். அவர் களிடம் நாங்கள் பேசிவருவதற்கு நேர்மாறாக உங்கள் பேச்சு அமைந்துவிடும். நிலைமை ஏற்கெனவே கடினமாகிவிட்டது. சரி தானா?"

"சரிதான்," என்றாள் அவள். அவளுக்கு அவர் தன்னைத் தனியாக விட்டுவிட்டுப் போய்விட்டால் தேவலாம்போல் இருந்தது. பின்னர், திடீரென்று, யாரும் எதிர்பாராத வண்ணம் "நீங்கள் அந்த நோயாளியைப் பொறுப்பில் எடுத்துக்கொண்டபோது, என்னைக் கலந்துகொள்ளவில்லை, அப்படிச் செய்யக் கூடாது," என்றாள்.

"பின் எப்படிச் செய்ய வேண்டும்?" என்று அவளைப் பார்த்து கேட்டார் ரெவோல். அவருக்கு ஒரே வியப்பு.

கொர்தேலியா முன்னால் ஓர் அடியெடுத்துவைத்து "ஒரு குழு மனப்பான்மையுடன் செயல்பட வேண்டும்," என்றுதன் பதிலைச் சொன்னாள்.

இருவருக்குமிடையே சிறிது நேரம் நிசப்தம் நிலவியது. ரெவோல் எழுந்து, "உங்கள் முகம் வெளுத்துப் போய் இருக் கிறது. உணவு தயாரிக்கும் இடம் எங்கிருக்கிறது தெரியுமா? அங்குப் போய் ஏதாவது கொஞ்சம் சாப்பிட்டுக் கொள்ளுங்கள். கவனமிருக்கட்டும். பன்னிரண்டு மணி நேரம் தொடர்ச்சியாக தீவிரச் சிகிச்சைப் பிரிவில் வேலை. சின்ன வயதுப் பெண்ணான நீங்கள் அதனைத் தாக்குப்பிடிக்க வேண்டும்."

"சரி, சரி," என்றாள்.

ஒருவாறாக, ரெவோல் அந்த இடத்தை விட்டு வெளியேறினார். கொர்தேலியா தன் பாக்கெட்டில் கையை விட்டாள். கண்களை

மூடிக்கொண்டு அழைத்தது யார் என்று ஊகிக்க முயன்றாள். முதலில், அது தன் பாட்டியாக இருக்கலாம் என்று நினைத்தாள். அவளிடம் ஒவ்வொரு ஞாயிறன்றும் பேசுவது வழக்கம். பின்னர், அது தன் பாட்டியன்று என தீர்மானித்தாள், ஏனெனில், அந்த நேரத்தில் அவள் பாட்டி பேச மாட்டாள். கண்களைத் திறந்து, கைபேசியில் வந்த எண்ணைப் பார்ப்பதற்கு முன், தனக்கே ஓர் அனுமான போட்டி வைத்துக்கொள்ள விரும்பினாள். என்ன எண்ணாக இருக்கும் என்று ஊகிக்க அவளுக்குள் ஒரு பந்தயம் வைத்துக்கொண்டாள். அதை ஊகிக்க ஒரு நாணயத்தைத் தூக்கிப் போட்டு பூவா தலையா என்று பார்க்க விரும்பினாள். ஒரு காகிதத்தைக் கசக்கி கூடையொன்றை நோக்கி வீசி, அதில் போய் அந்தக் காகிதம் விழுகிறதா என்று பார்க்க விரும்பினாள். பின்னர், இதென்ன சின்னப்பிள்ளைத் தனமான விளையாட்டு, உனக்கு என்ன வந்தது? என தனக்குள் சொல்லிக்கொண்டாள்.

O

கொர்தேலியா அறையின் மத்தியில் நின்று, தலையைத் தூக்கி, தோள்களைப் பின்னால் சாய்த்துக்கொண்டு, கைபேசியில் தன்னை அழைத்த அந்த எண்ணை விரல்களால் மூடி, பின்னர் ஒவ்வொரு விரலாக எடுத்துக் கண்டுபிடித்தாள். அது யாருடைய எண் என்று தெரியவில்லை. நிம்மதியாகத் தனக்குள் சிரித்துக் கொண்டாள். கடைசியில், அவன் அவ்வளவு சீக்கிரம் அவளைக் கூப்பிடுவதை அவள் விரும்பவில்லை. திடீரென, அவன்பால் அவளுக்கு ஒரு கொடூர எண்ணம் வந்தது. அதுபற்றி அவள் சிரித்துக்கொண்டாள். தெளிவாகவும் இருந்தாள். அவளுக்கு வயது இருபத்தைந்து. காதலில் வரும் பதற்றமும் மலையென வரும் களைப்பும் அவளுக்குக் கசந்தன. அதீத ஆர்வம், ஏக்கம், பைத்தியம், தேவையற்ற உணர்ச்சிப் பிரவாகம் ஆகியவையெல்லாம் தன்னுடைய வாழ்க்கையில் ஓர் அங்கமாக இருப்பது ஏன் என்று தன்னையே வினவிக்கொண்டாள். உடனே அந்த வினாவை விட்டு விலகிச் சென்றுவிட்டாள் – குழப்பமான குட்டையொன்றில் காலை வைக்கப் போகும்போது, தான் ஏன் அதில் சிக்கிக்கொண்டு நிம்மதி இழக்க வேண்டுமென்றெண்ணி உடனே காலை இழுத்துக் கொள்வதுபோல். நேற்று இரவு நடந்த நிகழ்வை மனதில் வைத்து

ரசித்துக்கொண்டிருந்தால் போதும். நிதானத்தையும், எல்லா வற்றையும் சிந்தித்துப் பார்த்து சிரிக்கும் தன்மையையும் பாது காத்துக் கொள்ளலாம். உணவு தயாரிக்கும் இடத்துக்குப் போய் ஒரு பாக்கெட் வேஃபர் பிஸ்கட்டை எடுத்துப் பிரித்தாள். அதன் ஓசை பட்டுத் துணியைப் பிரிக்கும் ஓசையை ஒத்திருந்தது. அதிலிருந்த வற்றை ஒவ்வொன்றாக எடுத்துச் சுவைக்க ஆரம்பித்தாள்.

12

ரேவோல் நடைக்கூடத்தைக் கடந்துகொண்டிருந்தார். சிலர் அவரைக் கூப்பிட்டு, அவரிடம் சில காகிதத்தை நீட்டினார்கள். சிலர் அவர் பின்னால் ஓடினார்கள். அவர் எதையும் கண்டு கொள்ளவில்லை. "எனக்கு மூன்று நிமிடம் தேவை," என்று பற் களுக்குள் முணுமுணுத்தார், கைவிரல்களால் சைகை காண்பித்தார். அங்குப் பணிபுரிபவர்களுக்கு அது புரியும். அவர் தன் 'அனெஸ்தீசியா' அறைக்குள் போனதும், தன்னுடைய சுழல் நாற்காலியில் அமர்ந்து தன்னுடைய கடிகாரத்தைப் பார்ப்பார். அதன் உதவியுடன், மூன்று நிமிடம் கணக்கு வைத்துக்கொள்வார். மூன்றே மூன்று நிமிடங்கள்! ஒரு முட்டை வேகும் நேரம். அந்த மூன்று நிமிடத்தில், மேசைமீது கையை மடக்கி அதன் மேல் தன் கன்னத்தை வைத்து, சிறுவர்கள் பள்ளி சாப்பாட்டறையில் செய்வதுபோல், ஒரு சிறு உறக்கத்தில் ஆழ்வார். தான் சந்தித்த அந்த இக்கட்டான - சோகமான சம்பவத்தை மறக்க அவருக்கு அந்தச் சிறு தூக்கம் தேவை. அவருக்கு ஏன் அந்தத் தேவை என்பது புரிந்துகொள்ள வேண்டிய ஒன்று. இருபத்தேழு வருடங்களாக அவர் மற்றவர்களுக்கு மயக்க மருந்து கொடுத்துத் தூங்கவைத்திருக்கிறார். அந்த அனுபவத்தைக் கொண்டு, தனக்கே ஒரு சின்ன உறக்கத்தை வரவழைத்துக் கொள்ளும் கலையையும் கற்றுக்கொண்டிருந்தார் – அது களைப் படைந்த உடல் மீண்டும் தன் சக்தியை மீட்டெடுக்க தேவையான நேரத்துக்கும் குறைவாக இருந்தபோதிலும்! அவருடைய மற்றொரு உறக்கத்தை - அதாவது, இரவில் நன்றாகப் படுத்து ஆழ்ந்த நித்திரையை அனுபவிக்கும் உறக்கத்தை இழந்து எவ்வளவோ காலமாகிவிட்டது என்று எல்லோருக்கும் தெரியும். பாரீஸ் வீதியில், அவர் வசிக்கும் அடுக்குமாடி வீட்டில் முறையான அறைகள் எதுவு மில்லை. ஒரேயொரு அகலமான தடுப்பு. அதில் இருவர் படுக்கும் கட்டிலொன்று மட்டுமே இருக்கும். அக்கட்டிலையே அவர் மேசை யாகப் பயன்படுத்தி அதில் பாப் திலான், நீல் யங் ஆகியோரின்

இசைத்தட்டுகள் அனைத்தையும் அடுக்கி வைத்திருப்பார். அத்துடன் அவருடைய ஆவணங்கள், மனிதன்மீது தாக்கத்தை ஏற்படுத்தக்கூடிய தாவரங்களில் அவர் ஆய்வு செய்யும் செடி கொடிகள், ஆகியவையும் இடம்பெறும். எப்போதாவது அங்கு வரும் நண்பர்கள் கன்னபிஸ், பாப்பீஸ், லேவண்டர், சல்வியா திவினோரம் போன்ற போதை மருந்து தயாரிக்கும் செடிகளை அவர் வெளிப்படையாக வளர்ப்பதைப் பார்த்து வியப்படைந்தால், அவர் அவற்றையெல்லாம் மருத்துவப் பயன்பாட்டுக்காக வளர்க்கப் படுகின்றன என்று விளக்கம் கொடுப்பார். அவற்றைப் பற்றி அவர் கட்டுரைகள் பல வெளியிட்டிருப்பதைச் சுட்டிக்காட்டுவார்.

நேற்று இரவுதான் தன் வீட்டில் தனியாக இருக்கும்போது 'சாமந்தியில் காமா கதிர்களின் தாக்கம்' எனும் பால் நியூமானின் படத்தைப் பார்த்தார். தலைப்பைப் பார்க்கும்போது, அது தாவர வியல் சார்ந்த ஒரு கற்பனைக் கதைபோல் தோன்றும். ஆனால், அந்தப் படத்தின் தன்மையே வேறுபட்டிருந்தது. மாயக் காட்சிக்கும் அறிவியலுக்குமிடையே உள்ள தொடர்பை அது சுட்டிக்காட்டியது. அதுதான் ரெவோலுக்கு அதன் மீது நாட்டத்தை ஏற்படுத்தியது. அப்படத்தின் இளம் கதாநாயகி மத்தில்தா வெவ்வேறு அளவில் சாமந்திச் செடிகளில் ரேடியம் கதிர்களைப் பாய்ச்சி அவற்றின் வளர்ச்சியையும், வடிவத்தையும் ஆராய்கிறாள். ரேடியம் கதிர் களால் அவற்றில் சில பிரம்மாண்டமாக வளர்ந்தன. சில வளர்ச்சி யற்று சுருங்கிப் போயின. இன்னும் சிலவற்றில் அழகு அதிகரித் திருந்தன. ரெவோல் ஆய்வின் அடிப்படையில் தானும் அது போன்ற அறிவியல் சோதனை செய்யலாம் என்று நினைத்தார். தனிமையில் வாழும் அச்சிறுமி கொஞ்சம்கொஞ்சமாக வாழ்க்கையின் எண்ணற்ற படிவங்களைப் புரிந்துகொண்டு தனக்கும் அதில் ஓர் இடத்தை உறுதி செய்துகொள்கிறாள். பள்ளியில் ஒரு விழாவின்போது மேடை யேறி, ஒரு நாள் மனித இனமும் வேறொரு அற்புத நிலைக்குச் சென்று முன்னேற்றமடையும் சாத்தியக்கூறு இருப்பதாகக் கூறினாள். அப்படத்தைப் பார்த்துவிட்டு, ரெவோல், முட்டைகள் பொரித்துச் சாப்பிடப் போனார். முட்டைகளின் மஞ்சள் கரு சாமந்தியின் நிறத்தை ஒத்திருந்தது. பின்னர் குளிரூட்டியைத் திறந்து ஒரு பாட்டில் பீரை எடுத்து வைத்துக்கொண்டு எல்லாவற்றையும்

மெல்லமெல்ல அருந்தினார். அருந்திவிட்டு, இலவம் பஞ்சு மெத்தையில் சுருண்டு படுத்துக்கொண்டார்.

ரெவோல் தூங்கினார். அவர் அருகில் ஒரு கையேடு வைக்கப் பட்டிருந்தது. அவர் எழுந்ததும், அதில் அவர் குறிப்புகள் எடுத்துக் கொள்வார், தன் மனதில் உதித்த காட்சிகள், செயல் திட்டங்கள், தொடர் நிகழ்வுகள், மனித முகங்கள் அனைத்தையும் விவரித்துக் கொள்வார். அதில் சிமோனின் முகம்கூட இருக்கலாம். உறைந்து போன இரத்தத்தில் அவன் கருத்த தலைமுடிகள் சிக்கிக்கொண் டிருப்பதையும், சோபை இழந்த அவன் சருமத்தையும், வீங்கி விட்ட அவன் கண்ணிமைகளையும், சாவின் நிழல் படிந்த அவன் நெற்றியையும், வலது நெற்றிப் பொட்டையும் பதிவு செய்து கொள்ளலாம். அல்லது மத்தில்தாவின் விளிம்பு நிலைத் தாயாரான பெயாத்ரீஸ் ஹன்ஸ்டோர்ஃபர் என்ற ஜோன் உட்வர்டையும் பதிவு செய்துகொள்ளலாம். விழா முடிந்ததும் மதுவில் தள்ளாடிக் கொண்டும் வயிற்றில் கை வைத்துக்கொண்டும், திடீரென மேடையில் தோன்றி my heart is full, my heart is full என்று சொல் வதையும் பதிவுசெய்து கொள்ளலாம்.

13

தோமா ரெமீழைப் பின்தொடர்ந்து செல்லும்போது, பெற்றோர்கள் இருவரும் கையோடு கை பிணைத்திருந்தனர். அவர்கள் வாழ்க்கையில் ஓர் எரிகல் விழுந்துவிட்ட நிலையிலும், உடல் சக்தியற்றுப் போன நிலையிலும், அவர்கள் அவனைப் பின்தொடர்ந்து சென்றார்கள். அவன் பேச்சுக்கு மதிப்புக் கொடுத்து, மீண்டும் ஒருமுறை கூட்டத்தை இடித்துக்கொண்டும், கதவுகளைத் தோள்களால் திறந்துகொண்டும் சென்றார்கள் என்றால், காரணம் அவனுடைய நேர்கொண்ட பார்வைதான். விலை மதிப்பில்லா அவன் பார்வைதான், அவர்களுக்குத் தைரியம் கொடுத்துக்கொண்டிருந்தது. அவர்கள் விரல்கள் இணைந்திருந்தன. சதைப் பற்றான அவர்கள் கைப்பகுதியும், கடித்துக்கடித்துத் தேய்ந்திருந்த அவர்கள் நகங்களும், அவர்கள் அணிந்திருந்த மோதிரங்களோடு உரசின. அதனை அவர்களே உணரவில்லை.

O

அவர்கள் போன இடம் மருத்துவமனையின் வேறொரு இடம். அது வரவேற்பு அறைபோல் வெளிச்சமாக இருந்தது, அங்கிருந்த மேசை நாற்காலிகள் சாதாரணமானவைதான், என்றாலும் பள பளப்பாக இருந்தன. தொடுவதற்கு வெல்வெட் போலிருந்த ஒரு பச்சை நிற சோஃபாவும், மெத்துமெத்தென்றிருந்த இரண்டு நாற்காலிகளும் போடப்பட்டிருந்தன. சுவரில் பிரபல ரஷ்ய ஓவியர் கண்டின்ஸ்கியின் பொபூர் 1985 கண்காட்சிக்காகத் தயாரித்த போஸ்டர் ஒன்று மாட்டப்பட்டிருந்தது. மேசையின் ஒரு பக்கத்தில் நீண்ட – மெல்லிய இலைகளோடு கூடிய பச்சைச் செடியொன்றும், நான்கு சுத்தமான கிளாசுகளும், ஒரு பாட்டில் மினரல் வாட்டரும், நொறுக்குத் தீனியாக லவங்கப்பட்டை மணம் வீசும் சில பொருட்களும் வைக்கப்பட்டிருந்தன. பாதி திறந்திருந்த சன்னல் வழியே வந்த தென்றலினால் திரைச் சீலைகள்

அசைந்தன. மருத்துவமனை வாகன நிறுத்தத்தில் அவ்வப்போது வந்துபோகும் குறைந்த அளவிலான வாகனங்களின் ஓசை கேட்டது. அதையெல்லாம் தாண்டி, கடல்பறவைகளின் பயங்கர ஓலம் காதில் விழுந்தது. எங்கும் குளிர்.

சீனும் மரியானும் இடது பக்கம் இருந்த சோபாவில் அருகருகில் அமர்ந்திருந்தனர். ஆடிப்போயிருந்தாலும், வியப்பில் ஆழ்ந்திருந்தார்கள். தொமா ரெமீழ் அங்கிருந்த ஓர் ஆரஞ்சு நிற நாற்காலியில் அமர்ந்திருந்தான். அவன் கையில் சிமோன் லேம்பர் சம்பந்தப்பட்ட கோப்புகள் இருந்தன. அவர்கள் மூன்று பேரும் ஒரே இடப் பரப்பையும் கால வெளியையும் பகிர்ந்துகொண்டிருந்தாலும், துயரத்தில் துடித்துக்கொண்ட இருவருக்கும் மற்றவனுக்கும் இடையே மிகப் பெரிய இடைவெளி இருந்தது, அவ்விருவர் முன்னும் அமர்ந்திருந்த அவ்விளைஞன் அங்கு வந்திருந்ததன் காரணம், அவர்கள் மகனின் உடலுறுப்புகளை அகற்றுவதற்கு அவர்களின் அனுமதி வாங்குவதற்காகதான். அங்கிருந்த மனிதனும் பெண்மணியும் அதிர்ச்சியில் உழன்றுகொண்டிருந்தனர். அவர்களின் கால-இட பரிமாணங்கள் நொறுங்கிப்போயிருந்தாலும், அவர்களுக்கு அவர்கள் மகனோடு ஒரு தொடர்ச்சி நிலை இருந்து வந்தது. தலை அகற்றப்பட்ட வாத்து கொஞ்ச தூரம் ஓடிக்கொண்டிருக்கும், அதுபோன்ற தொடர்ச்சி நிலைதான் அவர்களுக்குள் இருந்தது. உலகத்து சோகத்தையெல்லாம் அவர்கள் தலையில் சுமந்துகொண்டிருக்கும்போது, அவர்கள் எதிரில் வெள்ளைச் சீருடையிலிருந்த இளைஞன் கவனமாக, எதையும் விட்டுவிடா வண்ணம் தன் உரையைத் தயார்செய்து வைத்திருந்தான். ஆனால், அவன் மனதில் காலக் கெடு குறைந்துபோய்க்கொண்டிருந்து. மூளைச்சாவு அடைந்தவனின் உடல் வீணாகிக்கொண்டிருக்கு மாதலால், அவன் விரைந்து செயல்படவேண்டிய நிர்ப்பந்தம் ஏற்பட்டிருந்தது.

O

தொமா ரெமீழ் கிளாஸ்களில் தண்ணீர் ஊற்றினான். எழுந்து சென்று சன்னலை மூடினான். அறையைக் கடந்து சென்றான். ஆனாலும், அவன் பார்வை சிமோன் லேம்பரின் பெற்றோர்களையும் விட்டு அகலவில்லை. அவன் மனதளவில் ஒரு பதற்ற

நிலையில்தான் இருந்தான். ஏனெனில், அவ்விருவரையும் ஓர் இக்கட்டான நிலையில் தள்ள வேண்டியிருந்தது. அவர்கள் இன்னும் எதிர்பார்த்திராத ஒரு கேள்வியை அவர்களிடம் கேட்டாக வேண்டும். நடைப்பிணம்போல் இருந்த அவர்களைச் சிந்திக்க வைத்து, அவர் களிடமிருந்து ஒரு திட்டவட்டமான பதிலைப் பெற வேண்டும். அவன் பாடகனாகவும் இருந்ததால், பாடுவதற்கு முன் தன்னைத் தயார் செய்துகொள்வதுபோல் தயார்செய்துகொண்டிருந்தான். அவன் தசைகளைத் தளர்வு நிலைக்குக் கொண்டுவந்தான். சுவாசத்தைக் கட்டுக்குள் கொண்டுவந்தான். உடலின் கட்டமைப்பு போன்ற மொழியின் கட்டமைப்பைப் புரிந்துகொண்டு செயல்பட ஆயத்தமானான். அவனுடைய தொடக்க உரை – அவனுடைய முதல் அசைவே நிசப்தத்தைக் கலைத்துவிடும். நிலநடுக்கத்தின் போது தரையில் ஏற்படும் விரிசல்போல் அல்லாமல், அவன் சொல்லப்போவது அவர்கள் நிசப்தத்தை ஒரே நேர்க்கோட்டில் பிளந்துவிடும். மெதுவாகத் தொடங்கி நிலைமையை விளக்கி னான். "உங்களுக்குத் தெரியும், உங்கள் மகனின் மூளை சிதைந்து கொண்டிருப்பது. இருப்பினும், மற்ற உறுப்புகள் செயல்பட்டுக் கொண்டிருக்கின்றன. இது ஓர் அசாதாரண நிலை..." சீனும் மரியானும் அவன் சொல்வதை ஏற்றுக்கொள்வதுபோல் கண் களால் உணர்த்தினர். உற்சாகமடைந்த தொமா ரெமீழ் தன் உரையைத் தொடர்கிறான். "உங்கள் வேதனை எனக்குப் புரிகிறது. இருப்பினும், உங்களிடம் ஒரு முக்கியமான விஷயத்தைப் பகிர்ந்து கொள்ள வேண்டும்." அவன் முகத்தில் ஒரு தெளிவு தென்படுகிறது. குரலைச் சற்று உயர்த்தி எவ்விதக் குழப்பமும் இல்லாத வகையில், சொல்கிறான்: "இப்போதுள்ள நிலையில், உறுப்பு தானம் செய்யும் வாய்ப்பு பற்றி சிந்திக்கவேண்டி இருக்கிறது."

O

தொடக்கத்திலேயே, தன் குரலை எந்த அலைவரிசையில் வைக்க வேண்டுமோ அந்த அலைவரிசையில் வைத்துக்கொண்டான் தொமா ரெமீழ். ஆயினும், அந்த அறையின் நிசப்தத்தில், அவன் குரல் ஒரு பிரம்மாண்டமான ஒலிபெருக்கியில் ஒலிப்பதுபோல் ஒலித்தது. அது துல்லியமாகவும் இருந்தது – ரஃபேல் விமானம், ஒரு விமானம் தாங்கிக் கப்பலில் போய் இறங்குவதுபோல – ஜப்பானிய ஓவியர்

தன் தூரிகையால் வரைவதுபோல – டென்னிஸ் வீரர் ஒருவர் ஒரு டிராப் ஷாட் அடிப்பதுபோல! சீன் தலையைத் தூக்கினான். மரியான் துள்ளிக் குதித்தாள். இருவருடைய பார்வையும் தொமா ரெமீழின் பார்வையில் குத்திட்டு நின்றது. அமைதியாகப் பேசிக் கொண்டிருக்கும் அந்த அழகான வாலிபன் முன், அவர்கள் எதற்காக வந்திருக்கிறார்கள் என்பதை நினைத்து நடுநடுங்கினார்கள். "உங்கள் மகன்? இதுபோன்ற விஷயத்தை எப்போதாவது உங்களிடம் பேசி யிருக்கிறாரா? அப்படிப் பேசக்கூடிய சந்தர்ப்பம் வந்திருக்கிறதா?" என்று கேட்டான்.

சுவர்கள் ஆடினதுபோலவும், தரை நகர்ந்ததுபோலவும் மரியானும் சீனும் தாக்கப்பட்டிருந்தனர். மூடிய வாயும், மேசைமேல் படர்ந்த பார்வையும், முறுக்கும் கைகளும், சோகம் நிறைந்து திடமாகிக் கொண்டிருந்த நிசப்தமும் அவர்கள் குழப்பத்தோடு ஒரு பதற்றத் தையும்கூட வைத்தன. அவர்களுக்கெதிரே ஒரு வெறுமை தோன்றியது. அதையும் அவர்கள் ஒரு பொருளாகக் கருதினர். அந்த வெறுமையின் முன் அவர்கள் பல்வேறு கேள்விகளாலும், உணர்ச்சிகளாலும் அலைக்கழிக்கப்பட்டனர். ஆனால், இருவரும் ஒரே மாதிரியன்று. சீன் வெகுகாலமாகத் தனிமையில் வாய்மூடிப் பழக்கப்பட்டவன். கடவுள் நம்பிக்கையற்றவன். பசிபிக் மாக்கடல் தெய்வங்கள் பற்றிய நாட்டுப்புறக் கதைகள் அவனிடம் கடவுள் நம்பிக்கையை வேர் அறுத்திருந்தன. எப்போதாவதுதான் ஆன்மிகம் அவனை ஆட்கொள்ளும். ஆனால், மரியான் அப்படியன்று. அவள் தேவாலயங்களுக்குச் செல்பவள். உரிய ஆடைகளோடு புது நன்மை போன்ற சடங்குகளில் பங்கேற்றவள். சிறுமியாய் இருக்கும்போது அவள் தங்கையுடன் படுக்கையில் நீண்ட நேரம் பிரார்த்திப்பாள். இந்நாளிலும்கூட தேவாலயம் செல்லும்போது, அங்கு நிலவும் நிசப்தத்தில் ஒரு மர்மம் நிலவுவதாக நினைப்பாள். இறைமாடத்தில் சிலைக்குப் பின்னால் எரியும் சின்னஞ்சிறு சிவப்பு விளக்கைத் தேடுவாள். சாம்பிராணியும் மெழுகுவர்த்தியும் எழுப்பிக்கொண் டிருக்கும் நறுமணத்தை உள்ளுக்குள் இழுத்துப் பார்ப்பாள். தேவாலயத்தின் மேற்பகுதியில் வெவ்வேறு வண்ணக் கண்ணாடிப் பூவேலைகள் வழியே புகுந்துவரும் சூரியக் கதிர்களின் மீது மனம் லயித்து நிற்பாள். மரச்சிற்பங்களின் வண்ணம் தீட்டப்பட்ட கண் களைப் பார்த்து ரசிப்பாள். ஆனால், இத்தருணத்தில் கடவுள்

நம்பிக்கை எனும் கழுத்துப் பட்டையை ஒரு நிமிடம் நீக்கிப் பார்க்கும்போது மரணத்தின் பிம்பங்கள்தான் தெரிந்தன. மரணத்தின் மறுபக்கத்தில் நிலைபெற்றிருக்கும் அண்டவெளியைத்தான் பார்த்தாள். அண்டத்தின் மூலையொன்றில் திறந்து கிடக்கும் ஒரு பாதாளத்தைப் பார்த்தாள். அது ஓர் இருள் சூழ்ந்த ஏரி. அது கடவுள் நம்பிக்கை உள்ளவர்களின் இராச்சியம். அங்கு இறந்தவர்கள் இறைவனால் மறுவாழ்வு பெற்று உழன்றுகொண்டிருப்பர். தனித்து விடப்பட்ட ஆன்மாக்கள் காட்டில் உள்ள ஒரு பள்ளத்தாக்கில் அலைந்துகொண்டிருக்கும். அது ஓர் உறக்கம். ஒரு திசை மாற்றும் செயல். இத்தாலியக் கவிஞர் தாந்தே கூறும் 'கடலுக் கடியில் ஓர் ஆழ்துளை'. நுட்பமாக - அழகாகச் செய்யப்பட்ட ஓர் ஓடத்தில் சென்று பார்க்கக்கூடிய கடல். இப்போது, அதிர்ச்சியைத் தாங்கிக்கொள்ள பெற்றோர் இருவரும், கைகளைக் கட்டிக் கொண்டு, முன்புறம் சாய்ந்துகொண்டிருந்தனர். அவர்கள் சிந்தனைகளெல்லாம் எடுத்துக்கூற முடியாத வினாக்களாக மாறிக்கொண் டிருந்தன. மீண்டும் தொமா ரெமீழ் பேசுகிறான் - வேறொரு வழியைப் பின்பற்றி! "உங்கள் மகன் உறுப்புதான எதிர்ப்புக்கான தேசியப் பதிவு அலுவலகத்தில் தன் பெயரைப் பதிவு செய்திருக்கிறாரா? அல்லது, உங்களுக்குத் தெரிந்து அவர் அதற்கு எப்போதாவது எதிர்ப்பு தெரிவித்திருக்கிறாரா?" - சொற்றொடர் குழப்பமானது. அவர்கள் முகம் மாறியது. மரியான் தலையசைத்து, "எனக்குத் தெரியாது, அப்படிச் செய்திருப்பான் என்று நான் நம்பவில்லை," என்று தழுதழுத்தக் குரலில் சொன்னாள். அதே சமயம், சீன் துடித்தெழுந்து, தன் கருத்த, சதுர முகத்தை தொமா ரெமீழின் பக்கம் திருப்பித் தொண்டை அடைக்க, "அவனுக்குப் பத்தொன்பது வயதுதான்," என்று முன்னால் குனிந்து சொன்னான். "அந்த வயதில் அதுபோன்ற விஷயங்களில் கவனம் செலுத்துபவர்கள் உண்டா?" அவன் பற்களைக் கடித்துக்கொண்டு கோபமாகச் சொன்னான். "இருக்கிறார்கள்," என்று தொமா ரெமீழ் மெதுவாகச் சொன்னான். சீன் கொஞ்சம் தண்ணீர் குடித்துவிட்டு, பிறகு சொன்னான், "இருக்கலாம், ஆனால், சிமோன் அப்படிப்பட்டவனில்லை". உரையாடலில் ஏற்பட்ட ஓர் இடைவெளியைப் பயன்படுத்திக்கொண்டு, குரலைச் சற்று உயர்த்தி, "ஏன் சிமோன் அப்படிப்பட்டவனில்லை?" சீன் அவனை ஏற இறங்கப் பார்த்து

விட்டு, "எனென்றால், சிமோன் வாழ்க்கையை மிகவும் நேசிப்பவன்," என்றான். தொமா ரெமீழ் அவன் சொன்னதை ஏற்றுக் கொண்டு, மீண்டும் வலியுறுத்துகிறான்: "வாழ்க்கையை நேசிப்பது என்றால், மரணத்தைப் பற்றி யோசிக்கவில்லை என்று அர்த்தமில்லை; அதுபற்றி, அவர் தன் நெருங்கிய உறவுகளிடம் எப்போதாவது சொல்லியிருக்கலாமல்லவா?" ஒரு சிறு நிசப்தத்துக்குப் பின், மரியான், ஏதோ ஒரு மயக்க நிலையில் இருப்பதுபோல், "ஆம், நெருங்கிய உறவுகள் இருக்கலாம், எனக்குத் தெரியாது. அவனுக்கு அவன் தங்கை லூவை அதிகம் பிடிக்கும். அவளுக்கு ஏழு வயது. இருவரும் எப்போதும் சண்டை போட்டுக்கொள்வார்கள், இருந்தாலும், ஒருவர் இல்லாமல் மற்றொருவரால் இருக்க முடியாது. நண்பர்கள் என்றால், அலைச்சறுக்கு விளையாட்டுக்குப் போகும் நண்பர்கள் யோவான், கிறீஸ்தோஃப், பள்ளித் தோழர்கள் ஆகியோர்தான். எனக்கு அதற்கு மேல் தெரியவில்லை. ஆம், அவன் பாட்டி இருக்கிறாள்; அமெரிக்காவில் அவன் ஒன்றுவிட்ட தம்பி ஒருவன் இருக்கிறான். அதற்குப் பிறகு ழுய்லியேத் (Juliette), அவன் முதல் காதல். அவர்களையெல்லாம் விட்டால், நாங்கள் தான் நெருங்கிய உறவுகள்," என்று விரைந்து பதிலளித்தாள்.

O

அவர்கள் மகனைப் பற்றிப் பேசும்போது அவர்கள் நிகழ் காலத்தைப் பயன்படுத்தினர். தொமா ரெமீழ் அது தனக்கு ஒரு பின்னடைவு என்று கருதினான். அவன் தொடர்ந்து, "நான் உங்களிடம் இந்தக் கேள்விகளைக் கேட்பதற்குக் காரணம், இறந்து போனவர் – அதாவது, இங்கு உங்கள் பையன் – உயிரோடு இருக்கும்போது, இதுபோன்ற உறுப்பு தானம் தனக்குப் பிடிக்காது என்று தெரிவிக்கவில்லை என்றால் - உறுப்பு தானத்துக்குத் தன் எதிர்ப்பைத் தெரிவிக்காமலிருந்தால் - அவருடைய விருப்பம் என்னவாக இருக்கும் என்பது பற்றி, நாம் கூடிப் பேசவேண்டிய கட்டாயத்தில் இருக்கிறோம்," என்று சொன்னான். 'இறந்து போனவர் – அதாவது, உங்கள் பையனின் விருப்பம்,' என்பதைத் தொமா ரெமீழ் சற்றுக் குரலை உயர்த்திச் சொன்னான்." விருப்பமா? என்ன விருப்பம்?" என்று மரியான் கேட்டாள். அவளுக்குத் தெரியும், இருப்பினும், அவளுக்குத் திட்டவட்டமான பதில்

தேவைப்பட்டது. "உறுப்பு தானத்திற்கான விருப்பம், அவர் உறுப்பு களை மற்றவர்களுக்குப் பொருத்துவதற்கான விருப்பம்," என்று தொமா ரெமீழ் தெளிவாகச் சொன்னான். விஷயம் வேதனை தருவதாக இருப்பினும், அவன் அதைச் சொல்லியே ஆக வேண்டும். வளவளவென்று சுற்றி வளைத்துப் பேசுவதில் அர்த்தமில்லை. இது போன்ற நேரங்களில், இலைமறைவு காய்மறைவாகப் பேசுவது மேலும் அதிக வேதனைக்கு வழிவகுக்கும் என்று அவனுக்குத் தெரியும்.

o

அந்த இடத்தில், திடீரென பதற்றம் அதிகரித்தது. எதிரே இருந்த செடியின் இலைகள் நடுநடுங்குவதுபோலவும், கிளாஸில் இருந்த தண்ணீர் சலசலத்தது போலவும், விளக்கின் ஒளி அதிகரித்து அவர்கள் கண்களைக் கூசவைத்தது போலவும், அவர்கள் தலைக்கு மேல் ஒரு இயந்திரம் செயல்பட்டு, காற்றை அதிரச் செய்தது போலவும் தெரிந்தது. தொமா ரெமீழ் மட்டும் ஆடாமல் அசை யாமல், உணர்ச்சி எதையும் காட்டிக் கொள்ளாமல், அவர்களுடைய முகத்தை – வேதனையால் துடித்துக்கொண்டிருந்த அவர்கள் முகத்தையே பார்த்துக்கொண்டிருந்தான். அவர்களுடைய தாடை களும் தோள்களும் நடுங்கின. தெரிந்தும், அவன் தளராமல் பேசத்தொடங்கினான். "இந்த உரையாடலின் நோக்கம் உங்கள் மகனின் விருப்பத்தைக் கண்டுபிடித்து, அதற்கு ஒரு வடிவம் கொடுத்து வெளியிட வேண்டும். இந்நிலையில் உங்கள் சொந்த விருப்பம் என்னவாக இருக்கும் என்று யோசிப்பதற்கல்ல; உங்கள் மகன் இச்சூழலில் என்ன முடிவு எடுத்திருப்பார் என்பதைத் தான் யோசிக்க வேண்டும்." தொமா ரெமீழுக்கு மூச்சுத் திணறியது. அவன் கடைசியாகச் சொன்னதன் பயங்கரத்தை நினைத்துப் பார்த்தான். அவர்கள் உடல் வேறு, அவர்கள் மகன் உடல் வேறு என்பதை அவன் வார்த்தைகளால் பிரித்துக்காட்டியது ஓர் இடை வெளியை உண்டாக்கியது. ஆனால், அப்படிச் செய்தால்தான், அவர்கள் சரியாகச் சிந்திக்க முடியும். மரியான், ஈன சுரத்தில், தட்டுத்தடுமாறி, "அதனை எப்படித் தெரிந்துகொள்வது?" என்று கேட்டாள்.

அவள் செய்முறையைத் தெரிந்துகொள்ள விரும்பினாள். சீனின் பார்வை அவள் பக்கம் திரும்பியது. தொமா ரெமீழ் உடனே

பேச்சைத் தொடங்கிவிட்டான். அவன் ஒரு பயிற்சிப் பட்டறையின் போது கற்றுக்கொண்ட பாடத்தின்படி, மரியான் இப்போது முன்னெடுத்துச் செல்லும் ஒருத்தி. அவள் வழிவகுக்கக் கூடிய ஒருத்தி. "நாம் இங்கு சிமோனைப் பற்றிச் சிந்திப்பதற்கு வந்திருக் கிறோம். உறுப்பு தானம் தனிமனிதன் சம்பந்தப்பட்டது. அத்தனி மனிதனைப் பற்றித் தெரிந்துகொள்ள வேண்டும். கூட்டாகச் சிந்திக்க வேண்டும். உதாரணமாக, அவர் கடவுள் நம்பிக்கையில் ஊறி இருப்பவரா? தயாளக் குணம் உள்ளவரா? என்பதையெல்லாம் தெரிந்துகொள்ள வேண்டும்."

மரியான் உடனே, "அவன் தயாளக் குணம் உள்ளவன்தானா என்றா கேட்கிறீர்கள்? ஆம், அவன் தயாளக் குணம் உள்ளவன்தான்," என்றாள் அதிர்ச்சியுடன். தொமா ரெமீழ் கேட்டான், "சரி, அவர் மற்றவர்களிடம் எப்படிப் பழகுவார். அவருக்கு எல்லாவற்றையும் தெரிந்துகொள்ளும் ஆர்வம் உள்ளதா? வெளியூரெல்லாம் சென்று வருவாரா? என்பது போன்ற கேள்விகளுக்கு நாம் விடை தெரிந்து கொள்ள வேண்டும்."

மரியான் சீனைப் பார்க்கிறாள். முகம் வாடி இருந்தது. தோல் வெளுத்தும், உதடுகள் காய்ந்தும் இருந்தன. பின்னர் அவள் அங்கிருந்த பச்சைத் தாவரத்தைப் பார்த்தாள். அவளால், அவன் கேட்ட கேள்விகளுக்கிடையே தொடர்பு ஏற்படுத்திப் பார்க்க இயலவில்லை. 'சிமோன் தயாளக் குணமுள்ளவனா?' அவர்கள் வேறு எங்கோ பார்க்கிறார்கள். அவர்களுக்கு என்ன சொல்வதென்று புரியவில்லை. பெருமூச்சு விடுகிறார்கள். மரியான் தன் மகன் தோளில் கைப் போடுவதுபோல் கணவன் தோளில் கைப் போட்டு அவனைத் தன் பக்கம் இழுத்துக் கொள்கிறாள். தலைகள் இணை கின்றன. பின்னர் அவன் தலையைக் குனிந்து, 'ஆம், அவன் தயாளக் குணம் உள்ளவன்தான்,' என்று சொல்கிறான். ஆனால், அந்த வார்த்தைக்கு அர்த்தமில்லை. சிமோன் தயாளக் குணம் மிக்கவன் என்று சொல்ல முடியாது. சுயநலம் பிடித்தவனாக, எதையும் பெரிதாக எடுத்துக்கொள்ளாதவனாக இருந்தான் என்றும் சொல்லலாம். ஃப்ரிட்ஜைத் திறந்து பார்த்து அதில் 'கொக்க கோலா' இல்லையென்றால் காச்மூச்சென்று கத்துவான். பெருந்தன்மை யானவன் என்று சொல்ல முடியாது. இருப்பினும், 'ஆம்' என்று சொன்னது அவன் ஒட்டுமொத்த நடவடிக்கைகளைக் குறிப்பதற் காகவும், இளமையின் உற்சாகத்தில் துள்ளிய அவனை உயர்த்திச் சொல்லவும் பயன்பட்டது.

திடீரென, மரியானின் குரல் வெளிப்பட்டு, தெளிவாக – ஆனால், தட்டுத்தடுமாறி – ஒன்றைச் சொல்லஆரம்பித்தது. "நாங்களெல்லாம், கத்தோலிக்கர்கள். சிமோன் முறைப்படி ஞானஸ்நானம் பெற்றவன்." பேச்சைத் திடீரென்று நிறுத்தினாள். அதனைத் தொடர்வாள் என்று நினைத்தான் தொமா ரெமீழ். மௌனம் நீண்டுகொண்டு போகவே, அவன் கேட்டான்: "அதாவது அவர் கடவுள் நம்பிக்கை உள்ளவர் – உடல் மீண்டெழும் என்று நம்புபவர், இல்லையா?" அவள் தன் கணவனைப் பார்த்தாள். அவன் ஒரு பக்கமாக உட்கார்ந்திருந்தான். உதடுகளைக் கடித்துக் கொண்டு, "தெரியாது. நாங்கள் ஆச்சாரங்களைத் தொடர்ந்து கடைபிடிப்பவர்களல்ல," என்று சொன்னாள். தொமா ரெமீழ் பதற்றத்தில் இருந்தான். இப்படித்தான், சென்ற வருடம், ஒரு பெண்ணின் பெற்றோர்கள் அவர்கள் பெண்ணின் உடல் உறுப்புகளை அகற்றுவதற்கு அனுமதி மறுத்தனர். அவர்கள் பார்வையில், உடல் உறுப்புகளை அகற்றுவது, அந்த உடலை ஊனப்படுத்துவதாகும். அப்போது, தொமா ரெமீழ் உறுப்பு தானம் குறித்து தேவாலயத்தின் அதிகாரபூர்வமான நிலைப்பாட்டை விளக்க வேண்டி இருந்தது. ஆனால், அவர்கள் மறுத்துவிட்டார்கள். "அவன் இரண்டு முறை சாவதற்கு நாங்கள் அனுமதிக்க மாட்டோம்." மரியான் தன் தலையை சீனின் தோளில் சாய்த்துக்கொண்டு, மீண்டும் பேசத் தொடங்கினாள். "சென்ற கோடைக்காலத்தில், அவன் பொலினேசிய மந்திரவாதி பற்றி ஒரு புத்தகத்தில் படித்தான். அவன் பெயர் என்னவோ சொன்னான். சிமோன் அவனைப்பார்ப்பதற்குத் திட்டமிட்டிருந்தான். உனக்கு ஞாபகமிருக்கிறதா, சீன்? மறுபிறவி பற்றிய புத்தகம் அது." சீன் கண்களை மூடிக்கொண்டே அவள் சொன்னதை ஆமோதித்து விட்டு, வெளியில் சத்தம் வராமலே சொன்னான்: "சிமோனுக்கு வலிமை அதிகம். தன் வலிமையை நிரூபிக்கத் துடித்துக்கொண்டிருப்பான். அப்படித்தான் நான் அவனைப் பார்த்தேன். இயற்கையிலேயே வீரியம் உள்ளவன். பயம் என்பதே தெரியாது." மரியான் சற்றுத் தயங்கிவிட்டு சந்தேகத்தோடு கேட்டாள், "அதைத்தான் தயாளக் குணம் என்பதா? எனக்குத் தெரியவில்லை," என்று சொல்லிவிட்டு அழத் தொடங்கினாள்.

O

இப்போது அவர்கள் தங்கள் மகன் பற்றி இறந்தகாலத்தில் பேசினார்கள். தொமா ரெமீழுக்கு, இது ஒரு குறிப்பிடும்படியான முன்னேற்றமாகத் தோன்றியது. அதாவது, அவர்களுக்குத் தங்கள் மகன் மரணமடைந்துவிட்டான் என்ற கருத்து உறுதியாகிக்கொண் டிருந்தது. மீண்டும் கோப்புகளை மேசைமேல் வைத்துவிட்டு, கைகளைத் தொடைமீது வைத்துக்கொண்டு தொடர்ந்து பேசு வதற்குத் தயாரானான். திடீரென, எதிர்ப்பாராத ஒன்று நடந்தது. சீன் குதித்தெழுந்து, அங்குமிங்கும் நடக்கலானான். பதற்றத்துடன் பேசினான். "இதென்ன, இழவு, தயாளக் குணம், சுற்றுலா பற்றி யெல்லாம் பேசிக்கொண்டிருக்கிறோம். இதற்கும், உறுப்பு தானத் திற்கும் என்ன சம்பந்தம்? சிமோன் சுயநலவாதி என்று சொல்லி விட்டால், அத்தோடு பேச்சை நிறுத்திக்கொள்ள முடியுமா?" என்றான். பின்னர், தொமா ரெமீழருகில் சென்று, காதில் முணு முணுத்தான்: "இல்லை என்று சொன்னால், என்ன நடக்கும்? அதை மட்டும் சொல்லுங்கள்." மரியான் வியப்புடன் திரும்பி, "சீன்!" என்று கூப்பிட்டாள். அவன் காதில் வாங்கவில்லை. அப்படியும் இப்படியும் நடந்துகொண்டே இருந்தான். அவன் வேகம் அதி கரித்தது. சன்னலில் தன் முதுகைச் சாய்த்துக்கொண்டான். வெளி யிலிருந்து ஒளி வந்ததால், அவன் உருவம் பிரம்மாண்டமாகத் தெரிந்தது. "சொல்லுங்கள். மறுக்கலாமா, கூடாதா?" அவன் மூச்சு விடுவது ஓர் எருது மூச்சுவிடுவதுபோல் இருந்தது. தொமா ரெமீழ் கண்கொட்டாமல் பார்த்தான். அவன் முதுகுத் தண்டு நேராக நிமிர்ந்திருந்தது. ஜீன்ஸ்மீது அவன் வைத்திருந்த கைகள் ஈரமாகி விட்டன. மரியான் எழுந்து, சீன் அருகில் சென்று கைகளை நீட்டினாள். அவன் திரும்பிக்கொண்டான். சுவர் ஓரமாகமூன்று அடி எடுத்து வைத்து நடந்து சென்று, பின் திடீரென திரும்பினான். கையில் தன் பலத்தையெல்லாம் தேக்கிச் சுவரின் மீது ஓங்கி ஒரு குத்து விட்டான். கண்டின்ஸ்கி போஸ்டருக்குமேல், கண்ணாடி சன்னல் நடுங்கியது. தொமா ரெமீழைப் பார்த்து: "அதெப்படி முடியும்?" என்று கேட்டான். தொமா ரெமீழ் எழுந்துகொண்டான். அவன் உறைந்து போய்விட்டான், அவன் முகம் வெளுத்துப் போய் விட்டது. சீன் தொடர்ந்தான்:

"சிமோனின் உடலானது உறுப்புகள் சேமித்து வைத்திருக்கும் கிடங்கு அல்ல – வேண்டியதைத் திருடிக்கொள்ள."

இறந்தவனின் விருப்பத்தை அவன் உறவினர்களிடமிருந்து தெரிந்துகொள்ள முயற்சித்தால், அந்நடவடிக்கையைக் கைவிட வேண்டியதுதான்.

O

மரியான் சீனின் கையைப் பிடித்துக்கொண்டாள். அந்தக் கையைத் தடவிக்கொண்டே "நன்றாகச் சொன்னாய்," என்றாள். பின்னர் அவனை அழைத்துக்கொண்டு சோபாவுக்குப் போனாள். இருவரும் அங்கு அமர்ந்து, தங்களை ஆசுவாசப்படுத்திக்கொண் டார்கள். சிறிது நேரம் அமைதி நிலவுகிறது. அவர்களுக்குத் தாகம் எடுக்காதபோதும், கொஞ்சம் தண்ணீரை ஒரே மூச்சில் விழுங்கிக்கொண்டார்கள். கால அவகாசம் தேவை. எப்போதும் போல் பேசுவதற்குத் தயாராக வேண்டும்.

அச்சமயம், தொமா ரெமீழ் எல்லாம் முடிந்துவிட்டது என்ற முடிவுக்கு வந்துவிட்டான். மிகவும் சிக்கலான – கடுமையான விஷயம். சிமோனின்அம்மாவைக்கூட சமாளிக்கலாம். அப்பா விடம் ஒன்றும் நடக்காது. எந்தப் பின்வாங்கலும் கிடையாது. எல்லாம் வெகு வேகமாகப் போய்விட்டது. இனிமேல், உறுப்பு அகற்றுவது பற்றிய முடிவைப் பதிவுசெய்துவிட வேண்டும். அவன் மீண்டும் உட்கார்ந்து, கோப்புகளை எடுத்து அடுக்கினான். வற்புறுத்த முடியாது. தாக்கத்தை ஏற்படுத்த முடியாது. சாமர்த்திய மாகக் கையாள ஒன்றுமில்லை. அதிகாரத்தைக் காட்ட முடியாது. உறுப்பு தானம் செய்ய முன்வரும்திடமான இளைஞர்கள் அரி தினும் அரிது. மறைமுகமாக அச்சுறுத்தி, தான் விரும்புவதைச் சாதித்துக்கொள்ளும் முகவர் ஒருவர்போல் நடந்துகொள்ளக் கூடாது. அவர்களிடம் சட்டம் பேச விரும்பவில்லை. சட்டப்படி, ஒருவர் உறுப்பு தானம் செய்வதற்குத் தன்னுடைய எதிர்ப்பை தேசிய ஆணையத்தில் பதிவு செய்திருந்தாலொழிய, அவர் இறந்த பின் அவர் விருப்பம் தெரிவித்ததாகவே பொருள்படும். ஆனால், அந்தச் சட்டத்தை அவர்களிடம் சுட்டிக்காட்ட விருப்பமில்லை. இறந்த ஒருவனுக்குத் தன் விருப்பத்தை வெளிப்படுத்த முடி யாது என்று அவர்கள் வாதாடு வதற்கு வழிகோலவும் விருப்ப மில்லை. உயிரோடு இருக்கும்போது ஒன்றும் சொல்லவில்லை யென்றால், அது சம்மதிப்பதற்குச் சமம் என்ற வாதத்தைத் தொடங்குவதற்கும் அவனுக்கு விருப்பமில்லை. இந்த உரை

யாடலை அர்த்தமற்றதாக்கும் சட்ட நுணுக்கங்களை அவன் எடுத்துக்காட்ட விரும்பவில்லை. அவை குழப்பமானவை. ஒவ்வொருவருக்கும் ஒரு நாள் உறுப்பு தானம் தேவைப்படலாம். அவ்வாறு இருக்கையில், இறந்து போகும் ஒவ்வொரும் கட்டாயம் உறுப்பு தானத்திற்கு உடன்பட்டவராக மாட்டார்களா? ஆனால், தொமா ரெமீழ் அதுபோன்ற வாதத்தில் ஈடுபட விரும்பவில்லை. இனிமேல், உறுப்புதானத்தை சாதாரணமாக எடுத்துக்கொள்பவ ரிடமும், ஏற்கெனவே உறுப்பு தானத்திற்குச் சம்மதம் தெரிவித்த வர்கள் முன்னிலையில் மட்டுமே அதுபோன்ற சட்டத்தைச் சுட்டிக் காட்டத் தீர்மானித்தான் – மாடிப்படிகளில் தடுமாறுபவர்களைத் தாங்கிப் பிடிப்பதுபோல்.

தொமா ரெமீழ் எல்லா கோப்புகளையும் மூடி, மடியில் எடுத்து வைத்துக்கொண்டான். உரையாடலைத் தள்ளிப் போடலாமென்றும், வேண்டுமானால் அவர்கள் அறையை விட்டுப் போகலாம் என்றும் அவர்களிடன் சைகையால் உணர்த்தினான். இதுபோன்ற மறுப்பு வருவது சகஜம். அதையும் ஜீரணித்துக்கொள்ளத் தெரிய வேண்டும். மறுக்கின்ற சூழலும்கூட உறுப்புதான நடைமுறையில் ஒரு பகுதிதான். இப்போது அவர்களுக்கு வணக்கம் சொல்லிக் கைகுலுக்க வேண்டும். உரையாடல் அவனுக்கு ஒரு தோல்விதான் என்பதை அவன் ஒப்புக்கொள்ளதான் வேண்டும். எனினும், உறவினர்களின் விருப்பத்திற்கு மதிப்பளிப்பதை அவன் ஒரு கொள்கையாகக் கடைபிடித்தான். இறந்தவனின் உடல் அவனைச் சுற்றியிருப்பவர்களுக்குப் புனிதத் தன்மை கொண்டது என்பதும், அதனை விவாதப் பொருளாக்கக் கூடாது என்பதும் அவனுக்குத் தெரியும். இது அவனுடைய பாணி. வேறு விதமாகப் போனால், சட்டப் பிரச்சினை, மனிதாபிமானப் பிரச்சினை முதலியன வரக்கூடும். வலுக்கட்டாய உறுப்பு மாற்றம்போல் ஆகிவிடும். ஆதலால், அவன் அத்துடன் இப்பிரச்சினையை விடுவதே நல்லது என்று நினைத்தான். அவன் பார்வை சுவர்களை வட்டமிட்டது. சன்னலுக்குப் பின்னால் பறவையொன்று அவர்களைப் பார்த்துக் கொண்டிருந்தது. உடனே அவனுக்குத் தன் வளர்ப்புப் பறவை ‘மழார்’ ஞாபகம் வந்தது. உஸ்மான் தன் வீட்டுக்குப் போய் அதற்குத் தண்ணீர், உணவு ஆகியவற்றைக் கொடுத்தானா என்ற கேள்வி எழுந்தது. கண்களை மூடிக்கொண்டான்.

O

”ஓ.கே. அவன் உடலிலிருந்து எதை அகற்றுவீர்கள்?” என்று திடீரென சிமோனின் அப்பா தலை குனிந்தபடியே கேட்டான். இந்தத் திருப்பத்தை எதிர்பாராத தொமா ரெமீழுக்கு வியப்பு மேலிட்டது. புருவத்தைச் சுருக்கினான். கிடைத்த வாய்ப்பினை நழுவவிடாமல் தாவிப் பிடித்துக்கொண்டான். “இதயம், சிறு நீரகம், நுரையீரல்கள், கல்லீரல், ஆகியவற்றை அகற்றுவோம். அதுவும் நீங்கள் விருப்பம் தெரிவித்தால்தான். எல்லாவற்றையும் உடனுக்குடன் உங்களுக்குத் தெரிவித்துக்கொண்டிருப்போம். பின்னர் உடலைப் பழைய நிலையில் இருப்பதுபோல் வைத்து விடுவோம்.” அவன் சளைக்காமல், எல்லா உறுப்புகளையும் பட்டியலிட்டதற்குக் காரணம், துல்லியமாகச் சொல்லும் வழக்கம் அவனிடமிருந்ததுதான். மேலெழுத்துவாரியாகச் சொல்வதில் பய னில்லை என்று அவனுக்குத் தெரிந்துவிட்டது. “ இ த ய ம ா ? ” மீண்டும் கேட்டாள் மரியான்.

“ஆமாம், இதயம்தான்,” தொமா ரெமீழ் மீண்டும் சொன்னான்.

மரியான் நிலைகுலைந்தாள். சிமோனின் இதயம். உயிரணுக் களின் கூட்டம் ஒரு சின்ன பைக்குள் ஒன்றிணைந்து, கருவுற்ற பதினேழாவது நாளில் ஒரு வலைப்பின்னலை உருவாக்கும். இருபத்தோராவது நாளில் விசையுடன் வெளியில் இரத்தத்தைச் செலுத்தும். அதன் துடிப்பின் வேகம் அதிகமிருக்காது. தொழில் நுட்பம் மிகுந்த கருவிகளால் மட்டுமே அந்தத் துடிப்பை அறிய முடியும். மெல்லமெல்ல உருவாகிக்கொண்டிருக்கும் குழாய்கள் வழியே இரத்தம் பாய்ந்துகொண்டிருக்கும். திசுக்குள், நாடிகள், சிரைகள், இதயத்தின் நான்கு அறைகள் ஆகியவையெல்லாம் உருவாகிக்கொண்டிருக்கும். ஐம்பதாவது நாளில் எல்லாம் ஏறக் குறைய சரியான நிலைக்கு வந்துவிடும். இரவில் கனவு வந்தால் இதயம் படபடக்கும். ‘ஸ்டார் வார்ஸ்’ படத்தில் அனாக்கின் ஸ்கைவாக்கரின் வாழ்க்கையில் விளையாடும் பாண்டு வாத்தியம். விலா எலும்பை எழும்பச் செய்யும் இதயம். “இதைத் தொட்டுப் பாருங்கள்,” என்று ஒரு நாள், அவன் தன்னுடைய பதினான்காம் வயதில் சொன்னது நினைவுக்கு வருகிறது. அவன் காதலி ழுய்லி யேத் டீ-ஷர்ட்டில், கமுக்கட்டில் ஒரு கோப்போடு, பேருந்து நிலையத்தில் வந்திறங்கும்போது, உருகிய அந்த இதயம், புதிய அலைச்சறுக்குப் பலகையை ஆவலோடு துல்லியமாக அதனைச்

சுற்றியிருந்த தாளிலிருந்து பிரித்தெடுக்கும்போது படபடவென்று துடித்த அதே இதயம்.

"கண்களை விட்டுவிடுவார்கள், அல்லவா?" வாயில் கை வைத்து பொங்கிவந்த தேம்பலை அடக்கிக்கொண்டாள் மரியான். சீனின் உடல் நடுங்கியது. "கண்களா? இல்லை. கண்களை ஒன்றும் செய்ய மாட்டார்கள்." சீன் விம்முவது ஒருவாறாக அடங்கியது. தொமா ரெமீழின் பார்வை 'எனக்குப் புரிகிறது,' என்று சொல்வதுபோல் தரைமேல் படர்ந்தது.

இன்னும் ஒரு கடுமையான கட்டத்தைத் தாண்ட வேண்டும். உடல் நடுங்கியது. வியர்த்துக் கொட்டியது. அவன் ஒன்றைக் கவனித்தான். ஒவ்வொரு உறுப்பையும் பொருத்துதான் உணர்ச்சியின் அளவும் மாறியது. மரியான் துடித்தது தன் மகனின் இதயத்தை அகற்றுவது பற்றிப் பேசும்போதுதான். சிறுநீரகம், கல்லீரல், நுரையீரல் ஆகியவற்றை அகற்றுவதெல்லாம் புரிந்துகொள்ளக் கூடியதாகத் தோன்றியது போலும். அதேபோல், விழிகளை அகற்று வதையும் அவள் விரும்பவில்லை. கண்விழி, திசு, தோல் முதலிய வற்றைப் பற்றிப் பெரும்பாலும் பெற்றோர்களின் அனுமதி பெறுவ தில்லை. ஆயினும், தொமா ரெமீழ் புரிதலோடு அவள் சொல்வதை ஏற்றுக்கொண்டான். பிடிவாதமாக இருக்க விரும்பவில்லை. குடும்பத்தின் உணர்வுகளை மதிக்க வேண்டும். கண் விழி என்பது விழித்திரையோ, விழித்திரைப் படலமோ, கண்ணின் மணியோ வன்று. அது அவன் பார்வை சம்பந்தப்பட்டது. அதேபோல், அவன் தோல் உடலைப் போர்த்தி இருப்பதன்று. வியர்வை சுரக்கும் துவாரங்களல்ல. அது அவன்மீது வீசும் ஒளியோடும், அவனைத் தொட்டுத் தடவும்போது அவனுக்கு ஏற்படும் உணர்வோடும் சம்பந்தப்பட்டது.

O

"உங்கள் பையனின் உடலைப் பழைய நிலையில் இருப்பது போல் வைத்துவிடுவோம்."

அது ஓர் உறுதிப்பாடு. அவர்களின் உரையாடலுக்கு ஒரு முற்றுப் புள்ளியாகக்கூட இருக்கலாம். தொமா ரெமீழ் தன் கடிகாரத்தைப் பார்க்கிறான். இரண்டாவது 30-நிமிட ஈ.ஈ.ஜி. இன்னும் இரண்டு மணி நேரத்தில் நடக்கும்.

"நீங்கள் சற்றுத் தனிமையில் இருக்க விரும்புகிறீர்களா?"

அவர்கள் ஒருவரையொருவர் பார்த்துக்கொண்டு, சரி என்று தலையசைக்கிறார்கள். தொமா ரெமீழ் எழும்போது, "நீங்கள் சம்மதம் தெரிவித்தால், ஏதோ ஓர் உறுப்பு வேண்டிக் காத்துக் கொண்டிருக்கும் ஒருவருக்கு மறுவாழ்வு கிடைக்கும்," என்று சொல்கிறான்

பெற்றோர்கள் தங்கள் பொருட்களை எடுத்துக்கொண்டு கிளம்பு கிறார்கள். அவர்களுக்கு அந்த இடத்தை விட்டு சீக்கிரமே வெளியில் செல்ல விரும்பினாலும், ஏதோ ஒரு தயக்கம் இருந்தது. சீன் தன் சட்டைக் காலரைத் தூக்கிவிட்டுக்கொண்டு தொமா ரெமீழின் கண்களைப் பார்த்துக்கொண்டு கேட்டான், "அப்படி யென்றால் சிமோன் இறந்ததில் பலனெதுவும் இல்லாமல் போக வில்லை. அப்படித்தானே? உறுப்பு மாற்றும் சேவை மக்களைக் காப்பாற்றுகின்றது என்பது தெரியும். ஒருவனின் மரணம் மற்றொரு வனின் மறுவாழ்வு. அதெல்லாம் எங்களுக்குத் தெரியாமலில்லை. ஆனால், சிமோன் எங்கள் பிள்ளை. உங்களுக்குப் புரிகிறதா?" "புரிகிறது," என்றான் தொமா ரெமீழ். மரியான் திரும்பி அவனைப் பார்த்து, "கொஞ்சம் வெளியில் போய்விட்டுத் திரும்பி வருகி றோம்," என்றாள்.

தனியாக இருந்த தொமா ரெமீழ் இடிந்துபோய் நாற்காலியில் சாய்ந்தான். கைகளில் தலையைச் சாய்த்துக்கொண்டான். விரல்கள் தலை முடியைக் கோதின. மூச்சைப் பலமாக இழுத்துவிட்டுக் கொண்டிருந்தான். முடிவெடுப்பது கடினம்தான், என்று தனக்குள் சொல்லிக்கொண்டான். அவனுக்கும்மன அழுத்தம் வந்தது. சுவரைப் போய்க் குத்த வேண்டும், குப்பைக் கூடைகளை உதைத்துத் தள்ள வேண்டும், கண்ணாடிகளை உடைத்தெறிய வேண்டும், என்றெல் லாம் தோன்றியது. ஒருவேளை அவர்கள் ஒப்புக்கொள்ளலாம். பெரும்பாலும் மறுப்பையே எதிர்பார்த்தான். அப்படித்தான் இருக்கும். உரையாடல்களில் மூன்றில் ஒரு பங்கு மறுப்பில் போய் முடிந்தது. ஆனால், குழப்பத்தில் ஓர் ஒப்புதல் வாங்குவதைவிட தெளிவான மறுப்பு மேலானது. வலுக்கட்டாயமாக வாங்கிய ஒப்புதல், ஒப்புதல் கொடுத்தவர்களைப் பதினைந்து நாள் கழித்து வருத்தத்தில் ஆழ்த்தி, தூக்கத்தை இழக்க வைக்கும். ஆயினும்,

இறக்காமல் இருப்பவர்களைப் பற்றி நினைக்க வேண்டும் என்று நினைத்தான் – ஒரு தீக்குச்சிக் காம்பை மென்றுகொண்டே. பிளாட்டானோவ் எனும் நாடகத்தின் ஒரு பக்கத்தைக் கிழித்து, தன்னுடைய அலுவலகக் கதவில் ஒட்டியிருந்தான். அந்த நாடகத்தைப் பார்த்ததுமில்லை, படித்ததுமில்லை. ஆனால், அதில் இரண்டு கதாபாத்திரங்கள் பேசிக்கொள்வதை ஒரு பத்திரிகையில் பார்த்தான். அந்த உரையாடல் அவனுக்கு ஓர் இன்ப அதிர்ச்சியைத் தந்தது – சிறுவன் ஒருவன் ஓர் அதிஷ்ட சீட்டைத் தான் வாங்கிய சாக்கிலெட்டில் கண்டுவிட்டவன்போல. அந்த உரையாடல் இதோ:

"என்ன செய்வது, நிக்கோலா (Nicolas)?"

"இறந்தவர்களை அடக்கம் செய்துவிட்டு, இருப்பவர்களுக்குச் சிகிச்சை அளிக்க வேண்டும். அவ்வளவுதான்."

14

ழூய்லியேத் தன் அறையில் இருக்கிறாள். சன்னலருகில் சென்று ஒரு பக்கமாகத் திரும்பி குதிகால்களில் நின்று பார்த்தால், சிமோன் லேம்பர் வீட்டின் கூரை தெரியும். அவள் தனியாக இருந்த நேரம் பார்த்து அவன் முதல் தடவையாக அவள் அறைக்குள் நுழைந்த போது, சன்னல் கண்ணாடி வழியே பார்த்து, கீழே இருந்த சாம்பல் நிற வீடுகளுக்கு அப்பால் ஒரு துத்தநாக நிறத்தில் புகைக்கூண்டுகளுக்கு மத்தியில் இருந்த ஓர் இடத்தைக் காட்டி, அங்கு நிறைய கடல் பறவைகள் கூடுகட்டும் என்பதையும் குறிப்பிட்டு, தான் அங்குதான் வசிப்பதாகச் சொல்லிச் சென்றான். இப்போது அவள் பரிவுடன் உற்று நோக்குகிறாள்.

O

அன்று இரவு அவர்கள் இருவருக்குள்ளும் சண்டை வந்தது. இருவரும் நிர்வாணமாகத்தான் இருந்தார்கள். பக்கவாட்டில் இத மான போர்வைக்குள் நெருக்கமாக இருந்த அவர்கள், காதல் களியாட்டங்களில் ஈடுபட்டுவிட்டு, ஒருவரையொருவர் தடவிக் கொண்டிருந்தார்கள். அதுபோன்ற நேரத்தில் இருளில் அவர்கள் தெளிவாகப் பேசிக்கொண்டிருந்தார்கள். திடீரென ஒரு குறுஞ் செய்தி கைபேசியில் வந்து விழுந்தது. அதுபோன்ற சத்தம் வரும் போதெல்லாம் அவள் சிரித்துக்கொள்வது வழக்கம். ஆனால், அன்று அவள் சிரிக்கவில்லை. அவள் அந்தரங்கத்தை அது கலைத்த தாக நினைத்தாள். “அலைச்சறுக்கு திட்டம் உறுதி. ஆறு மணிக்கு உன் வீட்டு வெளிவாசலில்,” என்றிருந்தது. அவன் அந்தச் செய்தியை அவளுக்குப் படித்துக் காட்ட வேண்டிய அவசிய மில்லை. அவன் அதை எதிர்பார்த்துக்கொண்டிருந்தான் என்பது அவளுக்குத் தெரியும். அது வந்ததும் அவள் விறைப்புடன் கட்டிலி லிருந்து குதித்து, உடுத்திக்கொள்ள ஆரம்பித்தாள். உதடுகள் ஒட்டி இருந்தன. “உனக்கு என்ன ஆச்சு?” என்றான் அவன். அவனுக்கு

அது தெரியும். தெரிந்தும் தெரியாததுபோல் நடித்தான். ஆனாலும், அவள் அதைச் சுட்டிக்காட்டவில்லை. “ஒன்றுமில்லை, ஒன்று மில்லை,” என்று சொல்லிவிட்டு, அவள் அடுக்களைக்குச் சென்று அங்குச் சிந்திச் சிதறிக் கிடந்ததைச் சரிசெய்ய ஆரம்பித்தாள்.

O

இன்று வீடெங்கும் நிசப்தத்தில் ஆழ்ந்திருக்கும்போது, தான் பிளெக்ஸிக்ளாசில் செய்த முப்பரிமாண உருவத்தின் மீது சாய்ந்து கொண்டு, சிந்தித்துப்பார்க்கிறாள். அவள் எதற்காக அந்த மோசமான நிலைப்பாட்டை ஏற்றுக்கொண்டிருந்தாள். அதாவது, பெண்ணானவள் வீட்டில் முடங்கிக் கிடப்பதும், ஆண் வெளியில் சுற்றிவிட்டு வருவதுமான நிலைப்பாட்டை அவள் ஏன் ஏற்றுக் கொண்டாள். அது வயதானவர்களுக்குப் பொருந்தும். ஆனால், அவளுக்கு வயது பதினெட்டுதான். அவள் அன்புடனும், கண்டிப் புடனும் அவனிடம் சொல்லிப் பார்த்தாள். “போகாதே. என் னுடனேயே இரு. என்னுடைய பெற்றோர்கள் ஞாயிறு மாலைதான் வருவார்கள். அதுவரை நான் தனிமையில்தான் இருப்பேன்,” என்று சொல்லிப் பார்த்தாள். சிமோன் லேம்பர் கேட்கவில்லை. அலைச்சறுக்கு விளையாடும் திட்டம் கடைசி நேரத்தில்தான் முடிவானதாகவும், அதில் பங்கெடுத்தே ஆகவேண்டும் என்றும் பிடிவாதம் பிடித்தான். ஒர் ஆணுக்குள்ள பிடிவாதம் அவனிடம் இருந்தது. சண்டையும் முற்றியது. இதற்கிடையில், அவளைச் சாந்தப்படுத்தும் பொருட்டு, தாவி அணைக்க முயன்றான். அவள் அதற்கு இடம் கொடுக்கவில்லை. அவனிடம் சிறிதும் இரக்கம் காட்டாமல், அவனைப் பிடித்துத் தள்ளினாள். “நீ போவதென்றால் போ, நான் தடுக்கவில்லை,” என்று கண்டிப்புடன் சொல்லிவிட்டாள். பதிலுக்கு அவன் “நான் போகத்தான் போகிறேன்,” என்று சொல்லி விட்டுக் கதவைப் படீரென்று சாத்தினான். கடைசியாக “நான் உன்னைக் கூப்பிடுகிறேன்” என்று சொல்லிவிட்டு, வாசலில் நின்று காற்றில் ஒரு முத்தம் அனுப்பினான்.

O

அவள் பிளெக்ஸிக்ளாசில் கைவினைப் பொருட்களை, கிறிஸ்து மஸ் முடிந்து பள்ளிகள் திறந்ததிலிருந்து செய்து வருகிறாள்.

பிளஸ் 2 மாணவர்களுக்கு அது ஒரு கைவினைப் பயிற்சியாகக் கொடுக்கப்பட்டிருந்தது. அதன் வெளிப்புறத்தை அமைத்துவிட்டு, உட்புற வேலையை ஆரம்பித்தாள். வெவ்வேறு அளவுகளில் வரை படங்கள் வரைந்து, சுவரில் மாட்டி இருந்தாள். சுவரருகில் சென்று அவற்றை உற்றுக் கவனித்துவிட்டுத் தன் மேசைக்கு வந்தாள். அதன்மேல், ஓர் அட்டை, சில பென்சில்கள், இரண்டு இரும்பு மட்டப்பலகைகள், அழிப்பான்கள், கோந்து முதலியவற்றைப் பரப்பி வைத்தாள். பின்னர், குளியலறைக்குச் சென்று கைகளைச் சுத்தம் செய்துவிட்டு வந்து பிளாஸ்டிக் கையுறைகளை மாட்டிக் கொண்டாள். அக்கையுறைகள் அவள் அதே தெருவிலிருந்த அழகு நிலையம் ஒன்றில் பல்வேறு பொருட்களுக்கு மத்தியில் கிடந்தன. அவற்றை நிலைய உரிமையாளர் அவளுக்குக் கொடுத்திருந்தாள்.

பின்னர் அவள் ஒரு வெள்ளை அட்டையைச் சரியான அளவில்—கச்சிதமாக வெட்டி, ஒவ்வொரு துண்டிலும் ஓர் எண்ணை வரைந்து, ஒரு மாதிரி உருவத்தை உண்டாக்கினாள். அதன்படி ஒரு குறுக்கும்நெடுக்குமாக ஒரு வழித்தடத்தை உருவாக்கினாள். 'ரைசோம்' நீட்டுவாக்கில் வேர்விட்டிருப்பதைப் போல் பாதைகள் அங்குமிங்கும் போய்க்கொண்டிருக்கும். சக்கரவியூகத்தைப் போல் ஏராளமான வழிகள் இருப்பினும் உள்ளே போகும் வழி தெரியாது. அதை விட்டுவெளியேறும் வழியும் தெரியாது. மையப் புள்ளியும் இருக்காது. அப்படி அவள் தன் வேலையில் கவனமாயிருக்கும்போது, ஏதோ ஓர் அதிர்வு அவளைச் சுற்றி ஏற்பட்டதை உணர்ந்தாள். சித்திரம் வரைதல், வெட்டுதல், ஒட்டுதல், தைத்தல் போன்ற வேலைகளெல்லாம் அவளுக்குப் பிடிக்கும். அது பற்றி அவள் பெற்றோர்கள் சொல்வதுண்டு. அவளுக்கு எழுத்துக் கூட்டிப் படிக்கத் தெரிவதற்கும் முன்பே சிறுச்சிறு காகிதங்களை வெட்டி, கம்பளி நூலில் இணைத்து புதுப்புது கைவினைப் பொருட்களை உருவாக்குவாள். மாவில் சிற்பங்கள் வடிப்பாள். படைப்பாற்றல் மிக்க குழந்தை என்று அவள் பெற்றோர்கள் நினைத்திருந்தார்கள்.

இப்போது அவள் உருவாக்கி இருக்கும் உருவத்தை முதல் தடவையாக அவள் சிமோன் லேம்பரிடம் காண்பித்த போது, அவன் சற்று யோசித்துவிட்டு, "இதுமனித மூளையின் உருவமா?" என்று கேட்டான். அவள் அவனை வியப்போடு பார்த்தாள். "ஒரு

விதத்தில், நீ சொல்வது சரிதான்," என்றாள். அங்கு ஏராளமான நினைவுகள், எதிர்பாராத திருப்பங்கள், கேள்விகள் எல்லாம் நிறைந்திருக்கும். ஆனாலும், அவளுக்கு ஏற்படும் அனுபவத்தை அவளால் அவனுக்கு விளக்க இயலவில்லை. அவள் அந்த வேலையில் ஈடுபட்டிருக்கும்போது, கைகள் இயங்கிக்கொண் டிருந்தது, அதே சமயம் அவள் மனம், எதிரே இருந்த மேசையை விட்டு நழுவி எங்கோ சிறகடித்துப் பறந்துவிட்டு மீண்டும் வந்து அவள் வரைந்த கைவினைப் பொருளில் அடங்கியது. வெள்ளைப் பசை இருந்த அந்த டியூபை மெல்ல அழுத்தினாள். அதன் மணமும் அவளை மெல்லமெல்ல நிலைகுலையவைத்தது. அது அவள் முன் இருந்த பொருளிலிருந்து சுற்றி வளைத்து அவள் நினைவுகளுக்கும், ஆசைகளுக்கும், கனவுகளுக்கும் சென்றுவிட்டு கடைசியில் சிமோன் லேம்பருக்கும், அவன் உடலில் பச்சை இங்கில்வரைந்திருந்த ஓவியத்தின் புள்ளிகளுக்கும் கோடுகளுக்கும் சென்று அவன் பிம்பத்தை முன்னிறுத்தியது. அவள் அவனிடம் காதல் கொண்டிருந்தாள்.

O

மூய்லியேத்தின் அறையில் பொழுது நீண்டுகொண்டே போனது. ஏதோ ஒரு சிக்கலில் இருந்த அவள் மனதில் ஒரு பாதை திறப்பதுபோலிருந்தது. அது செப்டம்பர் மாதம். ஒரு நாள் அவர்கள் இருவரும் அருகருகில் நடந்து சென்றபோது, திடீரென்று அதி வேகத்தில் கண்ணுக்குப் புலப்படாத சில உயிரணுத் துகள்கள் அவர்களைச் ஆட்கொள்ளுவது போலிருந்தது. கல்லூரியின் வாயிலைக் கடந்தபின் இச்சை எனும் இனம்புரியாத மொழியில் அவர்கள் இருவரும் மௌனமாகப் பேசிக்கொண்டார்கள். சற்று நேரத்திற்குப் பின், அவள் தன் தோழிகளை முன் செல்ல விட்டு விட்டு, அவள் மெல்ல நடந்தாள். அவனுடன் அவள் தனியாக இருக்க விரும்பினாள். சிமோன் தன் சைக்கிளை எடுத்துக்கொண்டு வந்து, அவளருகில் போனதும், ஒரு கையால் ஹாண்டில்பாரைப் பிடித்துக்கொண்டும், காலைத் தரையில் இழுத்துக்கொண்டும் அவளுடன் சேர்ந்து நடந்தான். இதையெல்லாம் அவள் எதிர் பார்த்ததுதான்.

"என் வீடு அதிக தூரமில்லை. நீ என்ன, ரொம்ப தூரத்திலிருந்து வருகிறாயா?."

“நான் வசிக்கும் இடமும் தூரமில்லை. அதோ, அந்தத் திருப்பத்தைத் தாண்டியதும் என் வீடு வந்துவிடும்.”

பெய்துகொண்டிருந்த பெருமழை நின்றுவிட்டது, இப்போது நல்ல வெளிச்சமாக இருந்தது. சாலையோரங்களில் மழையால் உதிர்ந்த பழுப்பு நிற இலைகள் கொட்டிக் கிடந்தன. சிமோன் சற்று தைரியமாகப் பக்கவாட்டில் பார்த்தான். மூய்லியேத் அருகில் இருந்தாள். அவள் தோல் ப்ளஷ் செய்யப்பட்டு மின்னியது. தோல், முடி, வாய் அனைத்தும் உயிர்ப்புடன் இருந்தன. காதில் ஒரு வளையம் மாட்டி இருந்தாள். புருவத்தில் லேசாக மை தடவி இருந் தாள். “உனக்கு பிரான்ஸுவா விய்யோனின் ‘தூக்கில் தொங்கும் பிணங்கள்’ பற்றிய கவிதை தெரியுமா? என்று கேட்கிறாள். அவன் தலையசைக்கிறான். தெரியாமல் இருக்கலாம். அன்று அவள் உதட்டில் ராஸ்பெரி சாயம் பூசியிருந்தாள். பாட்டின் ஓரிரு வரி களைச் சொல்கிறாள்: “எங்களுக்குப் பின்னும் வாழப்போகும் என்னுயிர் சகோதரர்களே, உங்கள் நெஞ்சம் எங்கள்பால் கல்லாக வேண்டாம்.” “தெரியுமா, தெரியாதா?” என்று கேட்கிறாள்.

“தெரியும்.” ஆனால், அவனுக்கு உண்மையில் தெரியவில்லை. மழைநீரில் ஆயிரமாயிரம் பிம்பங்கள் அதிர்ந்தன. அவன் கண்கள் கூசின.

இருவரும் கீழே குனிந்துபார்த்தனர். தண்ணீர் நின்ற குழிகளை விளையாட்டாகத் தாண்டிச் சென்றனர். அவனுடைய சைக்கிளும் அதற்கேற்றாற்போல் அசைந்தாடியது. அவர்களின் உரையாடலில் துணிச்சலுமிருந்தது, நாணமும் இருந்தது. இருவரும் ஒரு கண்ணாடி மாளிகை பிம்பத்தில் ஒன்றுசேர்ந்திருந்தனர். அவர்களிடம் ஒரு மென்மையான ஈர்ப்பு நிலவியது. இருவரும் ராஜநடை போட்டார்கள் - மெல்ல, மெல்ல, மெல்ல, மெதுவாய், மெதுவாய் (pianissimo, pianissimo, pianissimo, allargando) என்ற இசை நயத்துக்கேற்ப உல்லாசத்தில் மிதந்தார்கள். அவர்கள் மனதில் என்னவோ துடிப்பு அதிகரித்திருந்தது. ஆதலால், மலை ரயில்நிலையம் வருவதற்குள், அவர்களுக்கு மூச்சு வாங்கியது. இரத்த ஓட்டம் அதிகரித்தது. கைகள் ஈரமாகின. ஏனெனில், எல்லாம் இப்போது கலகலத்துவிட போகின்றன. ரயில் புறப்படப்போகிறது. மணி அடித்துவிட்டது. அவள், அவன் உதடுகளில் ஓர் அவசர முத்தம் கொடுத்தாள் –

படபடக்கும் கண்ணிமைகளோடு. பின்னர், அவள் தாவிக்குதித்து வண்டியில் ஏறிக்கொண்டாள். உள்ளே போனதும் கண்ணாடியில் முகம் புதைத்தாள். நெற்றியும் கண்ணாடி சட்டத்துக்குள் தள்ளப்பட்டிருந்தது. கண்கள் மூடியிருந்தன. அவள் கைகளின் உள்புறமும் கண்ணாடி வழியே தெரிந்தது. பின்னர் அவள் திரும்பினாள். அவன் அப்படியே உறைந்துவிட்டான். அவன் இதயம் நம்பமுடியாத அளவுக்கு விரிந்தது. என்ன நடந்தது. மலை ரயில் செங்குத்தான பாதையில் ஊர்ந்து சென்றது. சிமோன் அதைத் தொடர்ந்து, அதைவிட வேகமாகச் செல்லத் தீர்மானித்தான். மிதிவண்டியில் ஏறி உட்கார்ந்து பயணத்தைத் தொடங்கினான். சற்றிச்சுற்றிச் செல்ல வேண்டியிருந்தது. மிதிவண்டியை வேக வேகமாகச் செலுத்தினான். சைக்கிள் பந்தைய வீரனைப் போல், முன்னால் குனிந்துகொண்டு வண்டியை ஓட்டினான். அவன் முதுகில் இருந்த புத்தகப்பை காற்றில் புஸ் என்று பெரிதானது. இந்நேரம் பார்த்து, வானம் கருத்தது. இருள் கவ்வ ஆரம்பித்தது. கன மழைகொட்ட ஆரம்பித்தது. சாலையில் ஆறுபோல் தண்ணீர் ஓடியது. பாதை வழுக்கியது. சிமோன் லேம்பர் எழுந்து நின்றுவண்டியை ஓட்டத் தொடங்கினான். கண்ணிமைகளில் முத்துப் போல் படிந்திருந்த மழைத் துளிகள் கண்களை மறைத்தன. அவன் எதையும் பொருட்படுத்தவில்லை. மனதை ஆட்கொண்டிருந்த மகிழ்ச்சியால், தலையை மேல் நோக்கிப் பார்த்தவண்ணம் சென்றான். வாயில் விழுந்த மழைநீரைக் குடித்தான். தொடையும் முட்டியும் விறைப்புற்றன. முன்னங்கைகளில் வலி ஏற்பட்டது. களைப்பின் அறிகுறிகள் தென்பட்டன. ஆனால், அவனிடம் உற்சாகம் குறையவில்லை. ரயிலின் வேகத்துக்கு ஈடுகொடுத்தான். சமதளப் பாதை வந்ததும், அவனுக்கு வண்டியை மிதிக்க தேவையில்லாமலிருந்தது. ஒருவாறாக இரயில் நிலையத்துக்கு வந்துசேர்ந்தான். அப்போதுதான், இரயில் கிரீச் என்ற சத்தத்துடன்நிலையத்துக்குள் நுழைந்தது. மழைநீர் சொட்டச் சொட்ட, அவன் மிதிவண்டியை விட்டு இறங்கி, கைகளை முழங்காலின் மீது வைத்துக்கொண்டு குனிந்தான். வாயிலிலிருந்து கோழை கோழையாக வந்தது. நெப்போலியப் பேரரசு காலத்திய மார்ஷல் போல், அவன் முடியெல்லாம் முகத்தின் மீது ஒட்டியிருந்தது. மிதிவண்டியை அங்கிருந்த ஒரு பெஞ்சின் மீது முட்டுக் கொடுத்து விட்டு, மூச்சை நன்றாக இழுத்தான். சட்டையின் மேல்பட்டன்களை

அவிழ்த்தான். அவன் பச்சை குத்தியிருந்தது வெளிப்பட்டது. அதன் கீழ் இதயப் படபடப்பின் வேகம் குறைந்துகொண்டிருந்தது. அவன் ஆழ்கடலில் நீந்திப் பழக்கப்பட்டவன். விளையாட்டு வீரன். அமைதியாக இருக்கும்போது அவன் இதயத் துடிப்பு நிமிடத்துக்கு நாற்பதுக்கும் கீழ் போகும். அந்நேரம் பார்த்து மூய்லியேத்வெளியே வருவதைப் பார்த்துவிட்டான். மீண்டும் இதயம் வேகமாகத் துடிக்க ஆரம்பித்தது. பாக்கெட்டில் கைவிட்டுக் கொண்டும், தலையைத் தொங்கப்போட்டுக்கொண்டும் நேரே அவளை நோக்கி ஓடினான். அவள் முகத்தில் ஒரு புன்னகை. தலையில் போட்டிருந்த மெழுகுத்துணியை ஒரு குடைபோல் பிடித்தாள். வானவில் நிறங்கள் அதில் பளிச்சிட்டன. இருவரும் எதிரெதிரே வந்ததும், அவள் குதிகாலில் நின்று அவனுக்கும் பாதுகாப்பளித்தாள். அவர்கள் இருவரும் ஒரே சமயத்தில் பிளாஸ்டிக் வாசனையை நுகர்ந்தார்கள். பல்நிறம் கொண்ட குடையின்கீழ், அவர்கள் முகம் சிவப்பாகவும், கண் இமைகள் நீலமாகவும், உதடுகள் ஊதாவாகவும் தெரிந்தன. உதடுகள் துடித்தன. குடையின் கீழ் இருந்த அவர்கள் உலகின் உச்சத்தில், ஓர் ஓசை நிறைந்த கூடாரத்தில் இருப்பதுபோல் உணர்ந் தனர். அவர்கள் எச்சில் விழுங்கும் சத்தமும், மூச்சுவிடும் சத்தமும், உலகின் அனைத்து உயிரினங்களும், தாவரங்களும் எழுப்பும் சத்தத்தில் எதிரொலித்தனபோலும். சுவிங்கத்தின் சுவையும், சிக ரெட்டின் நெடியும் கலந்த முத்தத்தில் அவர்கள் வெகுநேரம் தங்களை மறந்து நின்றார்கள்.

O

மூய்லியேத்மூச்சு வாங்க தலையைத் தூக்கினாள். நினைவலை களிலிருந்து மீண்டாள். ஒளி மங்கிவிட்டது. விளக்கை ஏற்றினாள். திடுக்கிட்டாள். எதிரேயிருந்த அந்தக் கைவினைப் பொருள் பெரி தாகிவிட்டது. கடிகாரத்தைப் பார்க்கிறாள். மணி ஐந்தை நெருங்கிக் கொண்டிருந்தது. சிமோன் லேம்பர் வரும் வேளை அது.

15

அவர்கள் மருத்துவமனையை விட்டு வெளியில் வந்தபோது, வானம் அவர்களை வம்புக்கிழுப்பதுபோல் பளிச்சென்று வெளுத்து அவர்கள் கண்களைக் கூச வைத்தது. தலையைக் கவிழ்த்து அவர்கள் செருப்பின் மீது பார்வையை படரவிட்டார்கள். கார் நிற்கும் இடம்வரை ஒருவர் அருகில் இன்னொருவர் நடந்து போனார்கள். கைகள் பாக்கெட்டிலும், மூக்கு, வாய், தாடை யெல்லாம் கழுத்தில் போட்டிருந்த கம்பளித் துண்டிலும், காலரிலும் முடங்கியிருந்தன. கார் சில்லென்று இருந்தது. சீன் காரை ஓட்டி னான். கார் நகர்ந்து தடுப்பைக் கடந்து சென்றது. இன்றைக்கு எத்தனை தடவைதான் இதைக் கடந்து தொலைக்க வேண்டுமோ? பெரு வீதிகளை விலக்கிவிட்டு, சிறுசிறு பாதைகள் வழியே சென்றார்கள். அதே சமயம், மருத்துவமனையைவிட்டு வெகுதூரம் போகாமல் பார்த்துக்கொண்டார்கள். அவர்களுக்கிருந்த மன அழுத்தத்தின் காரணமாய், சில சந்துபொந்துகளில் போய் கொஞ்ச நேரத்தைக் கழிக்கப் போனார்கள்.

O

நகரம் வளர்ந்துகொண்டே போவதுபோலிருந்தது. அதன் எல்லையில் சுவர்கள் இல்லை. கேட்டுகள் மட்டுமே இருந்தன. அங்கெல்லாம் கிடங்குகளும், கருத்துப் போய்க் கிடந்த பழைய நகரக் குடியிருப்புகளுமே தென்பட்டன. சற்று உயரமான பாதை அவர்களை வழிநடத்திச்சென்றது. குன்றுகளின் அடிவாரத்தில் கார் சென்றது. அங்குமிங்கும் நிறைய குகைகள். அவற்றுக் கருகில் நாடோடி இளைஞர்கள் போதை மருந்தோடு அலைந்து கொண்டிருந்தனர் அல்லது கேலிச்சித்திரங்கள் வரைந்துகொண் டிருந்தனர். பின்னர் வீடுகள், கோன்ஃப்ர்வீல்-லொர்ஷே சுத்தி கரிப்பு ஆலை ஆகியவற்றைக் கடந்தபின் ஓர் ஆறு வந்தது. அதன் கழிமுகத்தைச் சென்றடைந்தனர்.

மேலும் ஓரிரு மைல்கள் கடந்து சென்றபின் தார்ச் சாலை முடிவுக்கு வந்தது. காரை நிறுத்தினர். எதிரே ஒரு வெட்டவெளி நிலம். தொழில் நகரத்துக்கும் புல்வெளிகளுக்குமிடையே அந்த இடத்தில் ஏன் காரை நிறுத்தினார்கள் என்று தெரியவில்லை. வானமெங்கும் ஆலைகளிலிருந்து வந்த கரும்புகை பரவி நிலக்கரி துகள்களை உமிழ்ந்துகொண்டிருந்தன. உலகத்தின் கடைசி நாள் வந்துவிட்டதுபோன்று எண்ணத் தோன்றியது. காரை நிறுத்திய உடனேயே, சன்னல்களைக்கூடத் திறக்காமல், சீன் ஒரு மல்பரோ சிகரெட்டை எடுத்துப் பற்றவைத்தான். "நீ புகைபிடிப்பதை நிறுத்தி விட்டாய் என்று நினைத்தேன்," என்று சொல்லிக்கொண்டே மரியான் அவனிடமிருந்த சிகரெட்டை வாங்கி அவளும் புகையை ஓர் இழுப்பு இழுத்துக்கொண்டாள். ஆனால், அவள் ஒரு மாதிரி யாக சிகரெட் பிடித்தாள். சிகரெட்டை விரல்களுக்குள் இடுக்கி, புகையை இழுத்து, அதனை விழுங்காமல் வெளியில் விட்டாள். அப்படிச் செய்துவிட்டு, மீண்டும் சிக்ரெட்டை சீன் கையில் திணித்தாள். அவளுக்குப் புகை பிடிக்க விருப்பமில்லை. "நீ ஒருவன்தான் பல்துலக்கும்போதும் சிகரெட் பிடிப்பாய், அல்லவா?" என்றாள். 1992 ஆண்டில் பாலைவனப் பயணமொன்றின்போது, சாந்தா-ஃபே (Santa Fe) அருகில் நடந்த சம்பவம் ஒன்று அவளுக்கு நினைவுக்கு வந்தது. கல்லும் முள்ளும் நிறைந்த பாதையில் விஷத் தேள்களுக்குப் பயந்து கொண்டே Rio Bravo, My Rifle, My Pony and Me போன்ற பாட்டுகளைப் பாடிக்கொண்டு போனார்கள். அப்போது உதடுகளின் ஒரு மூலையில் பல்துலக்கும் பிரஷ்ஷோடும், இன்னொரு மூலையில் மால்பரோ சிகரெட்டோடும் அவன் காட்சி யளித்தது அவள் நினைவுக்கு வந்தது. "உண்மைதான்," என்று தலையசைத்தான். அன்று மரியான் பூ வேலைப்பாடு செய்யப் பட்ட 'போன்ச்சோ' உடையில், கால்வரை முடியோடு, உள்ளாடை எதுவுமின்றி ரிச்சர்ட் ப்ரோட்டிகான் (Richard Brautigan) கவிதை களைப் பாடிக்காட்டிக் கொண்டிருந்தாள். டாவோஸ் வந்த பஸ்ஸில் யாரோ விட்டுவிட்டுப் போயிருந்தார்கள் அக்கவிதைகளை.

O

"நான் அந்த அலைச்சறுக்குப் பலகையைத் தயாரித்திருக்கக் கூடாது," என்றான் சீன். வாயிலிருந்த சிகரெட்டை எடுத்து ஆஷ்

டிரேயில் அணைத்து விட்டு, ஸ்டியரிங்கில் தன் தலையை மோதிக் கொண்டான். ரப்பரில் பட்ட அவன் நெற்றி எகிறியது. அவன் நிறுத்தாமல் மீண்டும்மீண்டும் முட்டிக்கொண்டான். இன்னும் வேகமாகவே முட்டிக்கொண்டான். “சீன்,” என்று பயந்துபோன மரியான் கத்தினாள். “நிறுத்து, நிறுத்து,” என்றாள். அவன் தோளில் கையைப் போட்டு அவனை நிறுத்த முயன்றாள். ஆனால், அவன் அவளைத் தள்ளிவிட்டான். தள்ளிவிட்ட வேகத்தில் அவள் காரின் கதவில் ஒரு பக்கமாக அடிபட்டாள். அவள் சுதாரித்துக்கொண் டாலும், அவனோ ஸ்டியரிங்கில் பல்லைவைத்து அதிலிருந்த ரப்பரைக் கடித்துக் குதறிக்கொண்டிருந்தான். திடீரென்று ஒரு காட்டுக் கத்தல் கத்தினான். சோகத்தில் அவன் கத்தியது அவள் காதைத் துளைத்தது. அவளால் பொறுத்துக்கொள்ள முடியவில்லை. அதை அவள் இன்னொரு முறை கேட்கவிரும்பவில்லை. அவனை எப்படியாவது அடக்கிவிட வேண்டுமென்று, விரல்களை அவன் பிடரியில் வைத்துக் கோதினாள். பற்களைக் கடித்துக்கொண்டு, “நிறுத்து,” என்று உரத்த குரலில் கூவினாள். அவள் இழுத்த வேகத்தில், அவன் தாடை ஸ்டியரிங்கிலிருந்து விடுபட்டு, முதுகு, இருக்கையில் சாய்ந்தது. தலை மோதி, பின்னர் தலை சாய் மானத்தில் நிலை கொண்டது. கண்கள் மூடி இருந்தன. ஸ்டியரிங்கில் மோதியதால் நெற்றி சிவந்துவிட்டது. காட்டுக் கத்தல் இப்போது ஓலமாகிவிட்டது. நடுங்கிக்கொண்டிருந்த மரியான் பின்னர் அவன் மீதிருந்த கையை அகற்றினாள். “இதுபோலெல்லாம் செய்யக் கூடாது. செய்யவே கூடாது. உன் கைகளைப் பார்,” என்றாள். குனிந்து அவன் விரல்களைப் பார்த்தாள். அவை முழங்கால்களை குறடுபோல் பற்றிக் கொண்டிருந்தன. “சீன், நாம் நிதானத்தை இழக்கக் கூடாது. அதுவும் இந்த நேரத்தில்.” ஒரு வேளை, அவள் தனக்குள் பேசிக்கொண்டிருந்தாளோ என்று அவளுக்கே சந்தேக மாக இருந்தது. அவளுக்குள்ளும் நிதானமற்ற தன்மை பெருகிக் கொண்டிருந்தது. கொடுங்கனவு ஒன்று அரங்கேறிக்கொண்டிருக்கும் போது, அதனைத் தவிர்க்க இயலவில்லை.

காருக்குள் அவர்கள் இருவரும் ஒருவர்மீது ஒருவர் சாய்ந்து கொண்டார்கள். அதனால் அவர்கள் அமைதியடைந்துவிட்டார்கள் என்று சொல்ல முடியாது. சீனின் புலம்பல் மரியானின் மனதுக்குள் உறுத்த ஆரம்பித்துவிட்டது. இந்த விபத்து ஏற்படாமலிருந்தால்

– காரோட்டியவன் களைப்படையாமலிருந்திருந்தால் – அலைச் சறுக்கு விளையாட்டு மோகம் இல்லாதிருந்தால் – தன் மகனுக்கு அலைகள் மீது ஈர்ப்பு இல்லாதிருந்தால் எப்படி இருந்திருக்கும் என்று கற்பனை செய்து பார்த்தாள். அவள் கற்பனையின் முடிவில் சீனின் பிம்பம்தான் தோன்றியது. சீன்தான் இது போன்ற மோகத்தை – ஆர்வத்தைத் தூண்டிவிட்டான். தூண்டிவிட்டு, வளர்த்தான். அவனால்தான் சிமோன் லேம்பரிடம் படகுகள், மவோரிகள், பச்சைக் குத்தல், மரப் படகுகள், பெருங்கடல்கள், அவற்றைத்தாண்டி புதிய நாடுகள், இயற்கையோடு ஒன்றிணைதல் ஆகியவையெல்லாம் சிமோன் லேம்பரின் கவனத்தை ஆக்கிர மித்தன. மரியான் பற்களைக் கடித்துக்கொண்டாள். அவளருகில் புலம்பிக்கொண்டிருந்த அந்த மனிதனை அடித்துத் துவைக்கலாம் போல் இருந்தது. அவனும் சிமோன் லேம்பரும் சிறுச்சிறு படகுகள் விற்று வருவதற்கு ஒன்றாகச் சேர்ந்து போவார்கள். மரியானும், லூவும் பெண்களாக இருப்பதால் வீட்டுக்குள்ளேயே இருப்பார்கள். பின்னர் சிமோன் லேம்பர் தனியாகவே செல்ல ஆரம்பித்தான். அவன் ஆபத்துகள் நிறைந்த கடல்களை நோக்கிப் போனான். அங்கெல்லாம் நீர் அதிகக் குளிராகவும், அதிக அலைகள் மோதுவதாகவும் இருக்கும். தந்தையான சீன் எதுவும் சொல்ல வில்லை. அவன் அதிகம் பேசமாட்டான். தனிமையை நாடுபவன். அவனைப் புரிந்துகொள்ள முடியாது. ஒரு நாள் அவனிடம் அவள்: "நீ வேண்டுமானால், பிரிந்து போய்விடு," என்று சொன்னாள். ஆனால், வெறுப்பாகச் சொல்லவில்லை. அவன்மீது அவளுக்கிருந்த காதல் குறையவில்லை. "அலைச்சறுக்கு, இதென்ன விளையாட்டு, பைத்தியக்காரத்தனமான - ஆபத்தான விளையாட்டு," என்று சேர்த்துச் சொன்னாள். மரியானிடமும் தவறு இருந்தது. தன் வீட்டிலேயே அவளால் எப்படி அந்த வெறியை வளரவிட முடிந்தது? தன் மகன் இதுபோன்ற விளையாட்டு போதையில் வீழ்ந்து வாழ்க்கையை வீணடிப்பதை அவள் ஏன் அனுமதித்தாள்? கடலில் பேரலை எழுகிறது என கேள்விப்பட்டால், கால நிலை எப்படி இருப்பினும், படிப்பு முதற்கொண்டு எல்லாவற்றையும் விட்டுவிட்டு, சில சமயங்களில் காலை ஐந்து மணிக்கே கிளம்பிப் போய்விடுவான். கடல் நூறு கி.மீ. தூரம் இருக்கிறது என்றாலும் அவனுக்குக் கவலை இல்லை. இதையெல்லாம் அவள் எதற்காக

அனுமதித்தாள்? கணவன் மீதிருந்த காதலினால் இருக்கலாம். அவளுக்கும்கூட அதிலெல்லாம் ஓர் ஈர்ப்பு இருந்திருக்கலாம். தன் மகன் மற்றவர்களிடமிருந்து தனித்தன்மை பெற்று விளங்க அது போன்ற சாதனைகளில் ஈடுபடுவது சரியாகத் தோன்றியிருக்கலாம். உள்ளுக்குள் அதுபற்றி அவர்களும் பெருமைபட்டிருக்கக் கூடுமாதலால், அவர்கள் இருவருமே தங்கள் பிள்ளையைப் பாதுகாக்கத் தவறிவிட்டனர்.

O

காரின் சன்னலில் படிந்திருந்த பனிப் படலம் உருகி ஓடியது. மரியான் “நீ அவனுக்குத் தந்த அழகான அன்பளிப்பு அலைச்சறுக்கு தான்,” என்றாள். சீன் பெருமூச்சு விட்டுவிட்டு, “இருக்கலாம்,” என்றான். பின்பு இருவருமே நிசப்தமாகிவிட்டனர். ஆனால், சீன் தன் மகனுக்குக் கொடுத்ததெல்லாம் அவன் கைத்திறன் மட்டுமே. படகு கட்டுதற்கு அவன் மரத்தினூடே பாசியும் பிசினியும் கலப்பது அவனுக்குக் கைவந்த கலையாக இருந்தது. டிசம்பர் மாதத் தொடக்கத்தில் பாலிஸ்ட்ரேன் போர்ட்கள் வாங்க ‘லாந்த்’ பிரதேசம்வரை சென்றிருந்தான். அவற்றை விற்றவனுக்கு வயது சுமார் ஐம்பது இருக்கும். பக்கிரிகள் மாதிரி உடை, தலையைச் சுற்றி ஒரு சிவப்பு ஸ்கார்ஃப், வெள்ளைநிறத் தாடி, குதிரைவால் முடி, தஹித்திய பெர்முடா ஆகியவற்றோடு காணப்பட்டான். அவன் அதிகம் பேசவில்லை. சிமோன் லேம்பர் மீது பார்வையைச் செலுத்தவே இல்லை. அவ்வியாபாரிமுன் ஒரு நடமாடும் வானிலை ஆராய்ச்சி மையம் இருந்தது. அதில் ஒவ்வொரு தடவையும் பேரலைகளும் பெருங்காற்றும் எழும்போது மினுக்மினுக்கென்று வெளிச்சம் வரும். சிமோன் லேம்பர் வாங்க வேண்டிய பொருளைத் தரம்பார்த்து வாங்கும்போது, வியாபாரியின் நடவடிக்கையைக் கூர்ந்து கவனித்தான். அவன் இழைப்புளி செலுத்தும் வேகத்தைக் கவனித்தான். பின்னர் அவன் வாங்கிய பொருட்களை ஏற்றிக்கொண்டு இரவோடு இரவாய் வீடு திரும்பினான். வரும் வழியெல்லாம், எப்படியெப்படியெல்லாம் பலகையைத் துண்டாடுவது, எப்படியெப்படியெல்லாம் அதற்கு ஓர் உருவம் கொடுப்பது என்பதை இரகசியமாக மனதில் வரித்துக் கொண்டுவந்தான்.

O

இருவரும் சற்று வெளியில் நடந்துவிட்டு வரலாமென்று கிளம்பினர். மரியான்தான், கதவைத் திறந்துவிட்டு, சீனிடம் "வெளியில் போகலாம் வா," என்று கூப்பிட்டாள். முட்செடிகள் காடாக வளர்ந்து எங்கும் படர்ந்திருந்த அந்த இடத்திலேயே காரை விட்டுவிட்டுச் சென்றனர். இரும்பு வலைப் பின்னியிருந்த ஒரு வேலியைக் கடந்து ஒருவர் பின் ஒருவராகச் சென்றனர். முதலில் சென்றவர் பின்னால் வருபவருக்கு வசதி செய்ய தலைக்கு மேலும் வயிற்றுக்குக் கீழும் ஒயர் கம்பியைத் தூக்கிப் பிடித்துக்கொண்டு சென்றார். தலைமுடி, மூக்கு, கண் எதுவும் சிக்கிக்கொள்ளாதவாறு ஒருவருக்கு ஒருவர் அனுசரணையாக நடந்து சென்றனர்.

சுற்றிலும் குளிர்கால காடுகள், நிலங்கள். கால்வைத்ததும் தரை தண்ணீரை உறிஞ்சி வெளியேற்றியது. புற்கள் காலில் மிதிப்பட்டு உடைந்தன. பசுஞ்சாணி பனியினால் உறைந்து பத்தைபத்தையாகக் காட்சியளித்தது. ஓங்கி வளர்ந்திருந்த பாப்பிளர் (poplar) மரங்களின் கிளைகள் வல்லூறுகள் போல் வானத்தைச் சீண்டின. கோழிக் குஞ்சுகள் போல் காக்கைகள் சிறுச்சிறு புதர்களைச் சுற்றிச்சுற்றி வட்டமிட்டுக்கொண்டிருந்தன. இதெல்லாம் அளவுக்கு மீறி இருக்கிறது, இங்கிருந்து உறைந்துபோவதில் பயனில்லை என்று நினைத்தாள் மரியான்.

O

கடைசியில் அவர்கள் ஓர் ஆற்றங்கரையை அடைந்தனர். ஆறு பிரம்மாண்டமானது. வியப்பு மேலிட்டது. நனைந்திருந்த கால்களுடன், ஏதோ ஒரு காந்த சக்தியால் ஈர்க்கப்பட்டது போல் அவர்கள் அதன் கரைமீதே நடந்துகொண்டிருந்தனர். புல்தரை ஆற்றோடு கலந்து கன்னங்கரேலென்றிருந்தது. பழுத்த இலைகளும், காய்ந்த மரக்கிளைகளும், கருகிய வேர்ப்பகுதியும் பனிக்காலத்தால் அழிக்கப்பட்ட பூச்சிக் கூட்டங்களால் மூடப்பட்டிருந்தன. சேறும் சகதியுமாயிருந்த அந்த இடம் வரைதான் நடந்தனர். அதற்கு அப்பால், கழிமுகத்தில் நீர் மெல்ல நகர்ந்தது. சவத்தின் மீது போடப்பட்ட ஒரு போர்வைபோல் காணப்பட்டது. அதைத் தாண்டிப் போகலாம், ஆனால், பயணம் ஆபத்தானது. கைப்பிடித் தாங்கல் இல்லை. அருகில் ஒரு படகும் கிடையாது. கூப்பிட்ட குரலுக்கு ஓடிவர அங்கு எந்தச் சிறுவர்களுமில்லை. அது ஓர் எலிப்பொறி. அதில் போய் மாட்டிக்கொள்ளக் கூடாது. கைகளை பாக்கெட்டில்

வைத்துக்கொண்டும், கால்களைச் சேற்றில் புதைத்துக்கொண்டும், தாடையைச் சட்டை காலருக்குள் கவிழ்த்துக்கொண்டும் அந்த வன்மம் மிகுந்த நீர்நிலைக்கு முன்னால் நாம் ஏன் நின்றுகொண் டிருக்கிறோம்? என்ற கேள்வி மரியானின் மனதைத் துளைத்தது. வாய் திறந்து அலற வேண்டுமென்று நினைத்தாள். ஆனால், வாயிலிருந்து எந்த ஓசையும் வரவில்லை. இதெல்லாம் ஒரு கெட்ட கனவுதான் என்று நினைத்தாள். ஆனால், வெகுதூரத்தில், அவர்களின் இடது பக்கத்தில் ஒரு படகின் உருவம் தெரிந்தது. நீர்நிலையில் வேறெந்த படகும் இல்லை என்பதை அந்த ஒற்றைப் படகு சொல்லாமல் சொல்லியது.

O

“அவர்கள் அவன் உடலைக் கூறுபோடுவது எனக்குப் பிடிக்க வில்லை. அவன் தோலை உரித்து அவன் உடலிலுள்ள உறுப்பு களைக் களைவதில் எனக்கு உடன்பாடில்லை,” என்று சீன் தன் கணீர் குரலில் சொன்னான். சாம்பலால் அரிவாள் அதிகக் கூராவது போல், குளிரினால் அவன் குரல் வலுப்பெற்றிருந்தது. மரியான் தன் இடது கையை சீனின் ‘பர்க்கா’ சட்டையின் வலது பாக்கெட்டில் விட்டு, விரல்களை அப்படியும் இப்படியும் வளைத்தாள். சீன் இதை யெல்லாம் உணரவில்லை. அவனுடைய கவனம் நீர்நிலையில் வந்துகொண்டிருந்த ஒரு சிறு சரக்குக் கப்பலில் பதிந்திருந்தது. அது தானியம் ஏற்றி வந்தது. நீரைக் கிழித்துக்கொண்டு எங்கோ கண்காணாத இடத்துக்குச் சென்றது. அது அவர்களுக்கு மிக அருகில் வந்ததும் பிரம்மாண்டமாகத் தெரிந்தது. மரியானும் சீனும் அதையே வெறித்துப் பார்த்துக்கொண்டிருந்தனர். அதன் நீளம் நூற்றெண்பது மீட்டராகவும், கொள்ளளவு குறைந்தது முப்பதாயிரம் டன்னாகவும் இருக்கலாம். மெல்லமெல்ல, செக்கச்செவேலென்ற அதன் முகப்பு வெளிப்படுகிறது. அது தண்ணீரைக் கிழித்துக்கொண்டு வருவதைப் பார்க்கும்போது அவர்கள் என்ன நினைத்தார்களோ தெரியாது. ஒரு வேளை, சிமோன் பிறப்பதற்கு முன் எங்கிருந்தான் என்றோ, அல்லது இனிமேல் எங்கிருப்பான் என்றோ நினைக்கலாம். அல்லது, எதைப் பற்றியும் நினைக்காமல் இருக்கலாம். ஆனால், நீரைக் கிழித்துக் கொண்டுபோகும் அந்தக் கப்பலின் முகப்பு அவர்களுக்குள்ள வேதனையைக் குறித்தது என்பதில் சந்தேகமில்லை.

கப்பல் சென்ற தடத்தில் நீர் கொப்பளித்து அடங்கியது. அத்துடன் அதன் ஓசையும் அசைவும் அடங்கின. மீண்டும் நதி தன் இயல்பு நிலைக்குத் திரும்பியது. கழிமுகம் தீப்பிழம்பாக மாறியது. மரியானும் சீனும் ஒருவர் பக்கம் ஒருவர் திரும்பினர். கைகள் இணைந்தன. ஒருவர் முகம் இன்னொருவர் முகத்தோடு உரசியது. அவர்கள் முகத்தின் எலும்புகள் மோதிக்கொள்வது போலிருந் தாலும் இயல்பாக இருந்தது. மரியானின் பேச்சு அந்த நிசப்தத்தில் தடம் பதித்தது.

O

“இல்லை. அவனுக்குத் தவறாக எதுவும் செய்ய மாட்டார்கள்,” என்றாள் மரியான். அவள் பேச்சு பட்டுப் போன்றிருந்தது. சீன் அவன் கைகளை அவள் கைகளிலிருந்து பிரித்து அவளை அணைத் துக்கொண்டு கதறியழுதான். அவள் சொல்வதை ஆமோதித்தான். “சரி, வா, அங்குப் போவோம்,” என்றான்.

16

அவன் உறுப்பு தானம் செய்வான்.

இதை சீன் சொன்னதும், தொமா ரெமீழ் திடீரென தன் இருக்கையிலிருந்து துள்ளிக் குதித்து எழுந்தான். அவன் இரத்த ஓட்டத்தின் வேகம் அதிகரித்தது போலிருந்தது. எழுந்ததும் நேராக அவர்கள் முன் சென்று, “நன்றி” என்று சொன்னான். சீனும் மரியானும் தரையைப் பார்த்துக்கொண்டிருந்தனர். அவர்கள் இரு வரும் ஆடாமல் அசையாமல், அலுவலக வாசலில் இடித்த புளியாக நின்றுகொண்டிருந்தனர். செருப்பிலிருந்த சேறும் சகதியும் தரையில் படிந்திருந்தன. அவர்கள் எப்படி ஒத்துக்கொண்டனர்? என்பது அவர் களுக்கே வியப்பாக இருந்தது. அவர்கள் காதில் ‘உறுப்பு தானம்,’ ‘தானம்’, ‘தானம்’ எனும் சொற்கள் ஒலித்துக்கொண்டே இருந்தன. ‘தானம் கொடுத்தல்’, ‘உறுப்புகளை இழத்தல்’, என்றெல்லாம் அவர்கள் மனதில் தோன்றி மறைந்தன. தொலைபேசி மணி ஒலிக்கிறது. மருத்துவர் ரெவோல். அவருக்கு மூன்றே சொற்களில் தொமா ரெமீழ் விஷயத்தைப் புரியவைத்துவிட்டான். சொற்கள் குழூக்குறிகளாக ஒலித்தன. பெற்றோர்களுக்குப் புரியவில்லை. மேலும் வேகவேகமாகச் செய்தி பரிமாறப்பட்டதால் அவர்களால் ஒன்றையும் மனதில் நிறுத்திக்கொள்ள இயலவில்லை. பின்னர் ஒருங்கிணைப்பு அலுவலகத்திலிருந்து ஹாலுக்குச் சென்றார்கள். அங்கு ரெவோல் அவர்களுக்காகக் காத்திருந்தார். இப்போது மொத்தம் நான்கு பேர் இருந்தனர். காலம் தாழ்த்தாமல், மீண்டும் உரையாடல் தொடங்கியது. மரியானுக்கு மூச்சு வாங்கியது. ‘இப் போது என்ன நடக்கப்போகிறது?’ என்று அவள் தன்னையே கேட்டுக்கொண்டாள்.

O

மணி மாலை 5.30. சன்னல் திறக்கப்பட்டது. அறையிலுள்ள காற்று தூய்மை படுத்தப்பட வேண்டும்போல் இருந்தது. இதற்கு

முன் அங்கு நடந்த உரையாடல்கள், சிந்திய வியர்வை, வடித்த கண்ணீர் எல்லாவற்றையும் அப்புறப்படுத்த நினைத்தார்கள் போலும். வெளியில், சுவருக்கு நேர் செங்குத்தாக ஒரு புல்தரையும், ஒரு தார் சாலையும், அவ்விரண்டுக்கிடையில் ஆள் உயரத்தில் ஒரு புதர்வேலியும் இருந்தன. தொமா ரெமீழும், பியேர் ரெவொலும் ஒளிர் சிவப்பு நாற்காலியில் அமர்ந்திருந்தனர். மரியானும் சீனும் அங்கு போடப்பட்டிருந்த பச்சை நிற சோஃபாவில் போய் அமர்ந் தனர். அவர்களுடைய பதற்றம் வெளிப்படையாகத் தெரிந்தது. நெற்றியில் சுருக்கம், கண்ணிமைகளின் படபடப்பு, கத்தியழு வதற்குத் தயார் நிலையில் இருக்கும் வாய், உடலின் விறைப்பு இவையெல்லாம் உள்ளுக்குள் மிகுதியாகி இருக்கும் அச்சத்தை வெளிப்படுத்தின. அவர்கள் உடல் சில்லிடவில்லை. இதுவரையில் இல்லை.

“நாங்கள் உறுப்புகளை முழுமையாக மதிப்பிடப் போகிறோம். அந்த மதிப்பீட்டை அப்படியே பையோமெடிசின் ஏஜென்சி மருத்துவரிடம் சமர்ப்பிப்போம். அதன் அடிப்படையில் அவர் ஒன்று அல்லது ஒன்றுக்கு மேற்பட்ட உறுப்புகளை அகற்றலாம் என்று ஆலோசனை கூறுவார். பின்னர் அறுவைச் சிகிச்சையை ஆரம்பிப்போம். உங்கள் பையனின் உடல் நாளை காலையில் உங்களுக்குக் காண்பிக்கப்படும்.” இவ்வாறு ரெவோல் பேசினார். பேசும்போது அவர் உடல் அசைவுகளும் அவர் சொல்வதைக் குறிப்பால் உணர்த்தின. அவர் சொன்னதில் நிறைய விஷயங்கள் அடங்கி இருந்தன. இருப்பினும், ஒன்று மட்டும் அவர்கள் புரிதலுக்கு அப்பாலிருந்தது – அச்சத்தை அதிகரித்தது, அதுதான் அந்த அறுவைச் சிகிச்சை.

சீன் “விவரமாகச் சொல்லுங்கள். அவன் உடலை என்ன செய்யப் போகிறீர்கள்?” என்று கேட்டான். ‘விவரமாக’ என்பதை அவன் தயக்கத்துடன் சொல்லவில்லை. அந்த நிமிடம், அவனிடம் இருந்த அந்தத் துணிவு பட்டாளத்தில் எதிரிகள் தாக்குதலைத்திறந்த மார்போடு எதிர்கொள்ளும் ஓர் இராணுவ வீரன் துணிவு போல் இருந்தது. மரியான் தன் பற்களை இறுக்கமாக வைத்துக்கொண் டிருந்தாள். இன்று மாலை அந்த அறுவைச் சிகிச்சைப் பிரிவில் என்ன நடக்கப்போகிறது என்பதும், அதுபற்றி அவர்கள் எப்படிக்

கற்பனை செய்கிறார்கள் என்பதும், சிமோன் லேம்பரின் உடல் எவ்வாறு துண்டாடப்படப் போகிறது என்பதும் அவர்கள் அச்சத்தை உச்சத்துக்குக் கொண்டுபோயின. இருப்பினும், அவர்கள் அதுபற்றித் தெரிந்துகொள்ள வேண்டும் என்றார்கள். தொமா ரெமீழ் பதில் சொல்வதற்குமுன் சுவசத்தைப் பலமாக இழுத்துக் கொண்டான். "உடலைக் கிழிப்பார்கள் – உறுப்புகளை எடுப் பார்கள் – பின்பு உடலை மீண்டும் தைத்துவிடுவார்கள்," என்றான் எளிமையான வார்த்தைகளில். உடல் புனிதத் தன்மை வாய்ந்தது என்று சொல்லும்போது ஏற்படும் உணர்ச்சி வராதவாறு சொல்லி முடித்தான்.

"நீங்கள்தான் அறுவைச் சிகிச்சை செய்வீர்களா?" என்று சீன் தலையைத் தூக்கிக் கேட்டான். எந்நேரமும் அவன் ஒரு மல்யுத்த வீரன் போல் பாய்வதற்குத் தயாராக இருந்ததுபோல் தோன்றியது. ரெவோலுக்கும், தொமா ரெமீழுக்கும் அந்தக் கேள்வி ஒரு பூதா கரமான அச்சத்தின் வெளிப்பாடாகத் தெரிந்தது. ஒருவன் இறந்து விட்டான் என்று மருத்துவர்கள் சொன்ன பிறகும் அவன் உயிருடன் இருந்தால் என்னாவது? பிரபல அமெரிக்க எழுத்தாளர் மேரி ஹிக்கின்ஸ் கிளர்க் (Mary Higgins Clark) எழுதிய 'நிலவே நீயாவாய்' (Moonlight Becomes You) என்ற நாவலை மருத்துவர் ரெவோல் படித்திருக்கிறார். அதில் இங்கிலாந்தில் நிலவி வந்த பழைய பழக்கம் ஒன்று சொல்லப்பட்டிருக்கிறது. அதன்படி, இறந்த ஒருவரைப் புதைப்பதற்குமுன் அவர் விரலில் ஒரு கயிற்றைக் கட்டி விடுவார்கள். அதன் அடுத்த முனையில் ஒரு சிறு மணி கட்டப் பட்டு, அது புதைகுழிக்கு மேலிருக்குமாறு செய்துவிடுவார்கள். ஒருவேளை இறந்தவர்திடீரென விழித்துக்கொண்டால், தான் இறக்கவில்லை என்பதை வெளியில் உள்ளவர்களுக்குத் தெரியப் படுத்த அந்தக் கயிற்றை இழுத்து மணியடிக்கலாம். இறந்தவன் என்று கருதி ஒருவன் உடலுறுப்புகளை அகற்றும்போது, அவன் இன்னும் இறக்காமல் இருந்தால் என்னாவது? இது போன்ற பயம் தான் சீனின் கேள்வியில் தென்பட்டது. தொமா ரெமீழ் முகத்தைச் சீன் பக்கம் திருப்பி, கட்டைவிரலாலும், ஆள் காட்டிவிரலாலும் ஒரு கம்பீரமான சைகையைச் செய்தான்: அதன் பொருள்: ஒருவர் இறப்பை ஆய்வு செய்து பதிவு செய்யும் மருத்துவர்கள், உறுப்புகள் அகற்றுவதில் பங்குகொள்ள மாட்டார்கள் – ஒருபோதும் பங்கு

கொள்ள மாட்டார்கள். அவன் அழுத்தம்திருத்தமாகப் பேசினான். "இரண்டும் வழிமுறைகள் உள்ளன. இரண்டு மருத்துவர்கள் ஒரே செயல்முறையைப் பின்பற்றிச் செயல்படுவார்கள். இறப்புச் சான்றுக்கு இரண்டு தனித்தனி கையெழுத்துகள் தேவை. உள் நோக்கத்தோடு மருத்துவர் ஒருவர் தன் நோயாளி இறந்துவிட்டான் என்று சொல்லி அவன் உடல் உறுப்புகளை அகற்றுவதில் தீவிரம் காட்டினார் என்ற வதந்தியை முளையிலேயே கிள்ளிவிட வேண்டும். இல்லையேல் அவர் மருத்துவ மாஃபியா கும்பலுடன் சேர்ந்து பிரிஸ்டினா, டாக்கா, மும்பை என்று சர்வதேச அளவில் உறுப்பு கடத்தலில் ஈடுபடுகிறார் என்றோ, அல்லது காமிராக்கள் பாது காப்போடு உறுப்பு வேண்டி காத்திருக்கும் நோயாளிகளுக்காக மேலைநாட்டு மருத்துவமனைகளுடன் தொடர்பு வைத்திருக்கிறார் என்ற வதந்தி பரவிவிடும்.

O

கொஞ்ச நேர நிசப்த்ததுக்குப் பிறகு மரியான் மெல்லியக் குரலில், ஏதோ குகைக்குள்ளிருந்து பேசுவதுபோல் பேசினாள். "அறுவைச் சிகிச்சையின்போது, சிமோனருகில் யார் இருப்பார்கள்?" "நான் இருப்பேன்," என்று தொமா ரெமீழ் பதிலளித்தான். "அறுவைச் சிகிச்சை முடியும்வரை நான் அங்கேயே இருப்பேன்." மரியானின் கண்கள் தொமா ரெமீழின் கண்களைக் கூர்ந்து கவனித்தது? "அப் போது என் மகன் கண்களைப் பற்றிச் சொல்லிவிடுவீர்களா?" என்று கேட்டாள். "நிச்சயம். நான் அவர்களிடம் சொல்லிவிடுவேன்." பின்னர் அவன் எழுந்துவிட்டான். பெற்றோர் இருவரும் அசை யாமல் காத்திருந்தார்கள். ஏதோ ஒரு சக்தி அவர்கள் தோள்களைப் பிடித்து அழுத்துவதுபோல் இருந்தது. சற்று நேரத்திற்குப் பிறகு மரியான் மீண்டும் பேசினாள்: "சிமோனின் இதயம் யாருக்குப் போகும் என்று தெரியாதல்லவா? அதைச் சொல்ல மாட்டார்கள். அப்படித்தானே?" தொமா ரெமீழ் கேள்வியும் பதிலும் சேர்ந்து வருவதை மனதில் பதிவுசெய்துகொண்டான். அவர்களிடம் தடு மாற்றம் தெரிந்தது. இருந்தும், அவன் விவரங்களைச் சொன்னான். "பயனாளி ஆணா, பெண்ணா என்று சொல்வார்கள்.வயதைச் சொல்வார்கள். ஆனால், அவர் யார் என்று மட்டும் சொல்ல மாட்டார்கள். உறுப்பு மாற்றம் பற்றிய செய்தியை உங்களுக்குத் தெரிவிப்பார்கள். இதயத்தை வேறொருவருக்குப் பொருத்தும்

போது ஒரு சில மருத்துவத் தேர்வு அடிப்படைகளையும், அது பொருந்தும் தன்மையையும் கணக்கில் எடுத்துக்கொள்வார்கள். ஆணா, பெண்ணா என்பது கணக்கில் வராது. ஆனால், உங்கள் மகனின் வயதைக் கருத்தில்கொண்டு, அவனுடைய உறுப்புகள் குழந்தைகளுக்கே முன்னுரிமை அளிக்கப்படும். சீனும் மரியானும் குரலைத் தாழ்த்தி விவாதிக்கிறார்கள். பின்னர், சீன் பேசினான்: "நாங்கள் இப்போது எங்கள் பிள்ளையைப் பார்க்க வேண்டும்."

ரெவோலுக்கு வேறு வேலை வந்துவிட்டதால் எழுந்து போனார். தொமா ரெமீழ்தான் அவர்களை நோயாளி அறை வாயில் வரை அழைத்துச்சென்று, "நீங்கள் இப்போது உங்கள் மகனுடன் இருங்கள். சற்றுப் பொறுத்து நான் வந்து பார்க்கிறேன்," என்று சொன்னான்.

O

மாலைப் பொழுதாகிவிட்டதால், அந்த அறையில் வெளிச்சம் கொஞ்சம் குறைவாகவே இருந்தது. அவர்கள் தங்கள் பிள்ளையின் கட்டிலை நெருங்கிச் சென்றார்கள். போர்வையின் மடிப்புகள் கலையவில்லை. அவன் மரணம் அறிவிக்கப்பட்ட பின் சில மாற்றங்கள் ஏற்பட்டிருக்கும் என்று நினைத்தனர். முன்பு பார்த்த தற்கும் இப்போது பார்ப்பதற்கும் இடையில் அவன் தோற்றம் சற்று மாறியிருக்கும் என்று கற்பனை செய்துகொண்டிருந்தனர். தோலின் நிறம், அதன் அமைப்பு, மினுமினுப்பு, தட்பவெட்பம் ஆகியவை மாறுதலுக்குட்பட்டிருக்கலாம். ஆனால், அப்படியொன்றும் நிகழ வில்லை. அவன் அப்படியே இருந்தான். போர்வை அவன் மூச்சுக் கேற்றாற்போல் ஏறி இறங்கிக்கொண்டிருந்தது. அதிர்ச்சியில், அவர்கள் சிந்தனை தடம்புரண்டது. சற்றுத் தடுமாறினர். மகனுடன் பேசிப்பார்த்தனர் – அவனுக்கு அவர்கள் சொல்வது காதில் விழும் என்ற எண்ணத்தில். தங்களுக்குள் மெதுவாகப் பேசிக்கொண்டனர் – அவர்கள் பேசுவது அவன் காதில் விழுந்துவிடுமோ என்ற பயத்தில். அவர்கள் பேசும் பேச்சில் வார்த்தைகள் ஒன்றோடொன்று மோதிக்கொண்டன. தொண்டையில் சிக்கிக்கொண்டன. சாதாரண மொழியை விட்டு அவர்கள் விலக்கிவைக்கப்பட்டவர்கள் போலா யினர். அவர்கள் செய்கைகளும் கால இடப் பரிமாணங்களுக்கு அப்பாற்பட்டுவிட்டன போலிருந்தது. பின்னர் அவர்களிருவரும்

எழுந்து எந்த அளவுக்கு அவனுக்கு அருகில் இருக்க முடியுமோ அந்த அளவுக்கு நெருங்கினர். மரியான் படுக்கையின் ஓரத்தில் படுத்துக்கொண்டாள். அவள் தலை முடி கட்டிலின் பக்கத்தில் தொங்கியது. சீன் அந்த படுக்கையில் உட்காருவதற்குக் கொஞ்சம் இடம் தேடிக்கொண்டு, தலையை மகனின் மார்பில் – குறிப்பாக அவன் பச்சை குத்தியிருந்த இடத்தில் – சாய்த்துக்கொண்டான். அவர்கள் கண்களை மூடிக்கொண்டு தூங்குவதுபோலிருந்தனர். இரவு சூழ்ந்து அவர்களை இருட்டில் மறைத்தது.

O

இரண்டு மாடிகளுக்குக் கீழ், தொமா ரெமீழ் தனிமையில் சிந்திக்கத் தொடங்கினான். என்ன நடவடிக்கை எடுப்பது, எப் போது பயோமெடிக்கல் ஏஜென்சியை அழைப்பது போன்ற விஷயங்களைப் பற்றிச் சிந்தித்தான். இப்போது உறுப்புகளை ஓர் ஆழ்ந்த ஆய்வுக்கு உட்படுத்தினர். உறுப்பு மாற்றுத் துறையில் முன்னோடியாக விளங்கிய ஒரு பெண்மணி தொலைபேசியில் அவனிடம் பேசினாள். அவன் அவள் குரலை அடையாளம் கண்டு கொண்டான். அவள் முகத்தின் பெரும்பகுதியை மறைக்கும் அளவில் கண்ணாடி அணிந்துகொண்டு ஒரு வகுப்பறையில் நிறைய மேசைகளுக்கு நடுவில் இருக்க வேண்டும் என்பதை ஊகித்தான். பின்னர் கணினி முன் அமர்ந்து, பல்வேறு கடவுச்சொற்களைப் பயன்படுத்தி ஒரு மென்பொருளைத் திறந்தான். புதிய கோப்பு ஒன்றை உருவாக்கி, அதில் சிமோன் லேம்பர் பற்றிய அனைத்துத் தகவல்களையும் சேமித்தான். அந்த ‘கிரிஸ்டல்’ கோப்பு பையோ மெடிசின் ஏஜென்சியுடன் இணைந்து உறுப்புகள் பயணிப் பதையும், பெறுபவர் குறித்த இரகசியத் தகவல்களின் பாது காப்பையும் உறுதி செய்யும். தலையைத் தூக்கிப்பார்க்கிறான். பறவையொன்று சன்னல் விளிம்பில் துள்ளிக் குதிக்கிறது. அதன் கண்கள் வட்டமாகவும் கூர்ந்து நோக்குபவையாகவும் இருந்தன. பழக்கமான பறவைதான்.

17

தொமா ரெமீழுக்கு அந்த கானப் பறவையைவாங்கிய தினம் நினைவுக்கு வந்தது. தலை நகர் ஆல்ஜியர்ஸ் வெப்பத்தால் தகித்துக்கொண்டிருந்தது. நீராவி மேகம் வானை மூடிக்கொண் டிருந்தது. கரு நீலச் சட்டங்கள் தைத்த அவன் குடியிருப்புக்குள், ஓசின் ஒரு சோஃபாவில் ஒய்யாரமாகப் படுத்துக்கொண்டு, கட்டம் போட்ட ஜெலாபாவுக்குக் கீழ் கால்கள் தெரியும்படி விசிறியால் வீசிக்கொண்டிருந்தான்.

மாடிப்படிக்கட்டுக் கூண்டு நீல நிறத்தில் இருந்தது. ஏலக்காயும் சிமெண்டும் சேர்ந்த மணம் வீசியது. உஸ்மானும், தொமா ரெமீழும் மங்கலான ஒளியில் மூன்று மாடி ஏறி வந்தனர். கூரையில் பதித்திருந்த கண்ணாடி வழியே ஒரு வித மஞ்சள் ஒளி தரைதளம்வரை பரவிக்கொண்டிருந்தது. நீண்ட நாட்கள் கழித்து, நெருங்கிய உறவினர்களான அவர்கள் சந்தித்துக்கொண்டதால் ஒருவரையொருவர் தழுவிக்கொண்டனர். அவர்கள் அரபு மொழியில் பேசிக்கொண்டது, பிஸ்தாவைப் பல்லால் உடைப்பது போன்ற சத்தத்தை எழுப்பியது. வார்த்தைகள் அடித்தொண்டையிலிருந்து வந்தன. உயிரெழுத்துகள் மேல்வாயில் மோதி ஒலித்தன. தொமா ரெமீழுக்கு அவன் வேறொருவனாக – ஓர் அந்நியனாகத் தோன்றினான். அது தொமா ரெமீழுக்கு ஒரு கலக்கத்தை ஏற் படுத்தியது. இருப்பினும், வந்தவன் பிரஞ்சு மொழியில், தான் வந்த காரணத்தைச் சொல்லும்போது, எல்லாம் சரியாகிவிட்டது. வந்தவனுடைய நண்பன் கானப்பறவையின் பாட்டைக் கேட்க விரும்பினான். ஓசின், தொமா ரெமீழ் பக்கம் திரும்பி, “அவரும் ஒன்று வாங்கிக்கொள்ள விரும்புகிறாரல்லவா?” என்று கேட்டான். “இருக்கலாம்,” என்று சொல்லிவிட்டு, தொமா ரெமீழ் புன்னகைத் தான்.

முந்தைய நாள் முதல் தடவையாக மத்திய தரைக்கடலைக் கடந்து அங்கு வந்திருந்த அவ்விளைஞன்ஆல்ஜியர்ஸ் குடாக்

கடலின் அழகில் மயங்கிவிட்டான். அதன் தீர்க்கமான வடி வமைப்பு, அதன் பின்புலத்தில் வெள்ளையும் நீலமுமாக மேலேறிச் செல்லும் நகரம், அங்கு வாழும் இளைஞர்களின் துடிப்பு, தூய்மைக்கு இலக்கணமாக விளங்கும் தெருவோரங்கள், அங்கு வீசும் மணம், ஓங்கி வளர்ந்திருக்கும் டிராகன் மரங்கள் ஆகிய அனைத்தும் ஓர் அற்புதமான கனவுலகிற்குக் கொண்டுபோவதுபோலிருந்தது. மதி மயக்கக்கூடியது ஒன்றுமில்லை. ஆயினும், இதுவரை அவன் கண்டிராத ஒரு சுகம், இப்புதிய அனுபவத்தில் உணர்ச்சிகளும் உணர்வுகளும் ஒன்று கலந்திருந்தன. உண்மையான தடைகளற்ற வாழ்க்கை அனுபவம் அதுதான் என்று எண்ணினான். பாக்கெட்டில் பணக்கட்டு முட்டிக்கொண்டிருந்தது.

ஓசின் பால்கனியில் நடந்து சென்று சன்னல் சட்டங்களைத் திறந்து தெருவைப் பார்த்துக் கைத்தட்டினான். உஸ்மானுடன் அரபு மொழியில் உரையாடினான். உஸ்மான் கெஞ்சினான். ஆனால் ஓசின் மறுத்துவிட்டான். "சரி, பரவாயில்லை," என்றான் உஸ்மான். இருப்பினும், ஓசின் வந்தவர்களை மேலே அழைத்து விருந்து படைத்தான். பின்புகுருவிக் கூண்டுகளை எடுத்து பீங்கான் கற்கள் பதிக்கப்பட்ட தரையில் ஒழுங்கான வரிசையில் வைத்தான். பறவைகள் இன்னும் குஞ்சுகளாகவே இருந்தன. நான்கு அல்லது ஐந்து அங்குலம் உயரம் இருக்கலாம், ஆனால், அவற்றின் தொண்டையும் அடிவயிறும்அளவுக்கதிகமாக பெருத்திருந்தன. சிறகுகள் மங்கிய நிறத்திலும், கால்கள் தீக்குச்சிகள் போலவும் இருந்தன. அவை சிறு மரப்பொந்துகளில் அமர்ந்திருந்தன. தொமா ரெமீழும், உஸ்மானும் கூண்டுகளிலிருந்து ஒரு மீட்டர் தூரத்தில் குத்துக் காலிட்டு அமர்ந்திருந்தனர். அறையின் மூலையில், ஒரு திண்டின் மீது அமர்ந்திருந்தான் ஓசின். அவன் கீச்சுக் குரலில் ஒரு சத்தம் எழுப்பினான். உடனே பறவைகள் ஒன்றன் பின் ஒன்றாகப் பாடி விட்டு, பின்னர் கூட்டாகவும் பாடின. அற்புதம். இரண்டு நண்பர் களும் ஒருவரையொருவர் பார்த்துக்கொள்வதற்கோ, தொட்டுக் கொள்வதற்கோ பயந்தனர்.

O

கானப் பறவைகள் இனம் மறைந்துகொண்டிருப்பதாகப் பேசிக் கொண்டனர். பைனம்காடு, கட்டஸ் காடு, தெலி ப்ராஹிம் காடு,

சூக் அஹ்ரா காடு – இவற்றிலெல்லாம் இப்போது அவற்றைப் பார்க்க முடிவதில்லை. அங்கெல்லாம் ஏராளமாகக் காணப்பட்ட அப்பறவைகள் அதிகப்படியான வேட்டையாடுதலினால் குறையத் தொடங்கின. முன்பெல்லாம் கஸ்பா நகர வீடுகளில் காணப்பட்ட கூண்டுகள் இப்போது வெறிச்சோடிக் கிடந்தன. வியாபாரிகள் இப்போது கானரீஸ், கிளிகள் ஆகியவற்றை வாங்கி விற்றனர். கானப் பறவைகளை எங்கும் பார்க்க முடியவில்லை. அக்குருவியை வைத்திருந்த சிலர் வெளியில் காட்டாமல் கடைகளின் பின் புறத்தில் மறைத்து வைத்திருந்து அதிக விலைக்கு விற்றனர் – முதலாளித்துவ விதி வேலை செய்தது. நகரத்தின் தெற்கில் எல் ஹர்ராவில் கிடைப்பதாகச் சொன்னார்கள். ஆனால், அங்கும், 'பாபெல் உவேத்' சந்தையிலும் விற்கப்படுபவையெல்லாம் அல்ஜீரிய மலைக் குன்றுகளில் உதித்து, பைன் மரக்கிளைகளிலும், கார்க் ஓக் மரக்கிளைகளிலும் வளர்ந்தவை. அவற்றை வழக்கம் போல் மரப் பிசின் வைத்துப் பிடிப்பதில்லை. பெண் பறவை களை வம்சவிருத்திக்காக விட்டுவிடுவார்கள். அவற்றால் பாட முடியாது. மொரோக்கோவில் மஹீனா மாகாணத்திலும் அவை ஆயிரக்கணக்காக வேட்டையாடப்படுகின்றன. அப்படி வேட்டை யாடப்பட்ட குருவிகள் தலை நகருக்கு ஏற்றுமதி செய்யப்படு கின்றன. இந்தத் தொழிலில் இருபது வயதுகூட நிரம்பாத ஏராளமான இளைஞர்கள் ஈடுபடுகின்றனர். காரணம், வேலை யில்லாமல் திரிந்துகொண்டிருக்கும் இளைஞர்களுக்கு இது ஒரு வரப்பிரசாதமாகிவிட்டது. ஆனால், அவர்களுக்கு இக்குருவி களைப் பற்றி ஒன்றும் தெரியாததால், ஏராளமானவை வழி யிலேயே முச்சுத்திணறி இறந்துபோவதுண்டு.

ஓசின் தன் விலையுயர்ந்த பறவைகளை 'மூன்று - மணிக் கூண்டு'க்குப் பின்புறத்தில் வைத்திருந்தான். அவனிடம் குறைந்தது பத்து கானப் பறவைகளாவது இருக்கும். அவற்றை வளர்ப்பதுதான் அவன் தொழில். பாபெல் உவேதிலும், அதைத் தாண்டியும், அந்தத் துறையில் நிபுணத்துவம் வாய்ந்தவன் அவன் ஒருவனே. ஒவ்வொன்றுக்கும் அது சார்ந்திருக்கும் வகை, அதன் குணாதிசயம், அதன் பூர்விகம் முதலிய அனைத்தையும் அவன் தெரிந்துவைத் திருந்தான். அது எந்தக் காட்டிலிருந்து வந்தது என்பதும்கூட அவனுக்குத் தெரியும். அவனுடைய சேவையை நாடி பல பேர்

வருவார்கள். பறவைபற்றிய உண்மைத் தன்மை அறியவும், போலிகளைக் கண்டுபிடிக்கவும், விலை நிர்ணயம் செய்யவும் அவன் உதவி அவர்களுக்குத் தேவைப் பட்டது. மொரோக்கோ நாட்டிலிருந்து வரும் கானப்பறவைகள் ஆல்ஜியர்ஸில் பத்து மடங்கு அதிக விலைக்கு விற்பதுண்டு. பெண் பறவைகளை ஆண் பறவைகளென்று சொல்லி விற்பதுமுண்டு. இதையெல்லாம் தவிர்ப்பதற்கு ஓசினின் தொழில்நுட்பம் பயன்பட்டது. ஓசின் மற்றவர்களோடு சேர்ந்து போக மாட்டான். அவனே பெழையா, கோல்லோ ஆகிய இடங்களுக்கு நேரில் சென்று பல நாட்கள் அங்குத் தங்கி, பிசின் வைத்துப் பறவைகளைப் பிடித்து வருவான். வந்த பின் அவற்றின் தரத்தை நிர்ணயிப்பதில் அதிக நேரம் செலவிடுவான். கானப் பறவை ஒன்றின் மதிப்பு அதன் பாட்டின் அழகில் உள்ளது. தான் பிடித்து வந்த பறவைகளுக்கு அவன் பல்வேறு இராகங்களைக் கற்பிப்பான். ஷுக் அஹ்ராஸ் வகை அதிக அளவில் மனப்பாடம் செய்ய உகந்தவை. அவற்றுக்குக் கற்பிக்க அவனிடம் ஒரு பழைய ஒலியிழைப் பதிவுக் கருவி இருந்தது. ஒரு குழாய் மூலம் அதன் ஒலி குருவிகளுக்குக் கேட்கும். (இந்தத் துறைக்குப் புதியவர்கள் கூண்டுகளை ஒரு பெரிய போர்வையால் மறைத்துவிட்டு, அவற்றில் இரண்டு துளைகள் விட்டு அவற்றின் வழியே MP3 தட்டு ஒன்றை இரவு முழுவதும் ஒலிக்கச் செய்வார்கள். ஆனால், அதில் ஓசினுக்கு உடன்பாடு இல்லை. கானப் பறவையின் மகத்துவம் அதன் இசைக்கும் அப்பாலிருந்து வந்தது. அதன் இசை ஒரு குறிப்பிட்ட இடப்பரப்பை உணர்த்தும். புவியியலைச் சார்ந்திருக்கும். பள்ளத்தாக்கு, நகரம், மலை, காடு, குன்று, நீரோட்டம் போன்றவற்றோடு தொடர்புகொண்டிருக்கும். இடப்பரப்பொன்றின் மண் வாசனையை மையப்படுத்தும். அதன் அலகிலிருந்து புவி-சார் புதிர் ஒன்று வெளிப்படும். சூனியக்காரர் ஒருவர் தவளையின் வயிற்றிலிருந்து வைரத்தை வெளிக்கொணர்வது போலவும், காக்கை தான் எடுத்துச் சென்ற பால் கட்டியின் ஒரு பகுதியை வாயிலிருந்து நழுவவிடுவது போலவும், கானப்பறவை ஒரு வலுவான-வாசமும் வண்ணமும் மிகுந்த – ஒரு திடமான ஒன்றை வெளிப்படுத்தும். ஓசினிடம் தற்போதிருக்கும் பதினோரு பறவைகளும் ஒரு பெரிய நிலப்பரப்பின் வடிவமைப்பைக் கண் முன் நிறுத்தும்.

ஓசினின் வாடிக்கையாளர்கள், கோட் அணிந்தும், டை அணிந்தும், வெயில் காப்புக் கண்ணாடி அணிந்தும் வருவார்கள். போதைப் பொருள் வாங்க வருபவர்கள்போல் பிற்பகல் மத்தியில் வருவார்கள். பறவைகள் பாடிக்கொண்டிருக்கும்போது, வந்தவர் களுக்குத் தாங்கள் காட்டுக்குள், கருவேல மரங்களுக்கிடையே அப்பறவைகளைத் தேடி அலைந்து திரிந்தது நினைவுக்கு வரும். ஓசினிடம் வந்து ஆற அமர எலுமிச்சை சாறு அருந்தும்போது, பறவைகளின் பாடலை வைத்து அவற்றின் விலை நிர்ணயமாகும். ஓசின் வசதியாக வாழ்ந்தான். ஒரு நாள், பெட்ரோல் நிறுவன உரிமையாளரின் பிள்ளை வந்து தன் விலையுயர்ந்த 205 GTI காரைக் கொடுத்துவிட்டு 'பைனெம்' பறவையொன்றை வாங்கிச் சென்றான். பறவைக்கு அந்த விலை சரியானதே. இருப்பினும், ஓசின் அப்பறவையைக் கொஞ்சம் வருத்தத்தோடுதான் கொடுத் தான். அன்றிலிருந்த அவனைப் பற்றி ஊரெல்லாம் பேசத் தொடங்கிவிட்டனர். அது ஒரு பறவையன்று; அலாவுதீனும் அற்புத விளக்கும் கதையில் வரும் பூதம்; அழிக்கப்படக்கூடிய ஆபத்தில் இருக்கும் ஒரு காடு; அதனருகிலிருக்கும் கடல்; கடலில் உயிர்வாழும் ஜந்துகள். படைப்பு இரகசியத்தின் ஒரு பகுதி. அதன் குழந்தைப் பருவம்.

இசைக் கச்சேரிக்குப் பின், பேச்சுவார்த்தை தொடங்கியது. "உனக்கு எது வேண்டும்?" ஓசின் தொமா ரெமீழைக் கேட்டான் – அவன் முகத்தின் அருகில் சென்று. உஸ்மான் தன் நண்பனைப் மகிழ்ச்சியுடன் பார்த்தான். "எது வேண்டுமென்று சொல். எனக்கு எல்லாவற்றையுமே பிடிக்கும்!" தொமா ரெமீழ் ஒரு கூண்டைக் காட்டினான். அதனுள் இருந்த பறவை ஆடாமல் நின்றது. ஓசின் உஸ்மானைப் பார்த்துத் தலையசைத்தான். அரபு மொழியில் சில வார்த்தைகள் பரிமாறிக்கொண்டனர். உஸ்மான் சிரிக்கத் தொடங் கினான். தொமா ரெமீழ் தன்னை ஏமாற்றுகிறார்கள் என்று எண்ணி, ஓர் அடி பின்வைத்து, கூண்டுகளுக்குப் பின்னால் சென்றான். அறையில் நிசப்தம் நீண்டது. அவன் தன் பாக்கெட்டில் கைவிட்டான். விரல்கள் கைக்குட்டையை நெருடின. சரி போய் விடலாம் என்று சொல்ல நினைத்தான், ஆனால், சொல்லவில்லை. ஓசின் பறவையின் விலையைச் சொன்னான். உஸ்மான் "இது 'கொல்லோ'விலிருந்து வந்த பறவை. யூக்கலிப்டஸ் போன்ற

மரங்களில் வளர்ந்தது. இன்னும் குஞ்சாகத்தான் இருக்கிறது. நீ வளர்க்கலாம். அதற்குப் பாடம் சொல்லலாம். என் கிராமத்தைச் சேர்ந்தது," என்றான். தொமா ரெமீழிடம் வியப்பு மேலிட்டது. கூண்டுக்குள் கையை விட்டு பறவையின் முதுகைத் தடவினான். நீண்ட நேரம் யோசித்துவிட்டு, பணக்கட்டை எடுத்துக் கொடுத் தான். மாடிப்படியில் இறங்கிவரும்போது, உஸ்மானிடம், "உனக் கான தரகுப் பணம் உனக்கு வந்திருக்கும் என்று நினைக்கிறேன்," என்றான்.

18

சீனும் மரியானும் தங்கள் பிள்ளையைப் பார்த்துவிட்டு அறையிலிருந்து வெளியில் வந்தனர். தொமா ரெமீழ் அவர்களுக்காக வாசலில் காத்திருந்தான். அவர்கள் பேசுவதற்கு வாயைத் திறந்தார்கள். ஆனால், பேச்சு வரவில்லை. தொமா ரெமீழ் அவர்களைப் பேச ஊக்குவித்தான்: "நீங்கள் என்னிடம் என்ன வேண்டுமானாலும் கேட்கலாம். அதற்குத்தான் நான் இங்கிருக்கிறேன்." சீன் சிரமப்பட்டு பேசத் தொடங்கி அவர்கள் இருவருடைய விருப்பத்தையும் வெளிப்படுத்தினான்: "சிமோனின் இதயம்... அதை நிறுத்தும்போது, அவனிடம்... நாங்கள் அவனுடன் இருக்கிறோம்... அவனைப் பற்றியே நினைத்துக்கொண்டிருக்கிறோம்... எங்கள் பாசம் அவனுக்கு எப்போதும் உண்டு என்று சொல்லவேண்டும்." மரியான் குறுக்கிடுகிறாள்: "நாங்கள் மட்டுமல்ல. லூ, மூலியேத், அவன் பாட்டி ஆகிய எல்லோரும் அவனுடன் இருக்கிறோம்," என்று சொல்ல வேண்டும். மீண்டும் சீன் பேசுகிறான்: "கடலின் ஓசையை அவன் கேட்க வேண்டும்," என்று தொமா ரெமீழிடம் காதொலிக் கருவியுடன் ஒரு ஐப்-பேடைக் கொடுக்கிறான். "ஏழாவது தடம். 'இயங்கு' என்பதை அழுத்தினால் போதும்." அவர்கள் மூளையில் அப்படியொரு எண்ணம். அவர்களுக்காக தொமா ரெமீழ் அத்தனை வேண்டுகோள்களையும் ஏற்றுக்கொண்டான்.

பின்னர் அவர்கள் வெளியேறினார்கள். ஆனால், மரியான் தன் மகன் படுக்கையைக் கடைசியாக மீண்டும் ஒரு முறை திரும்பிப் பார்க்கிறாள். அவளை உறையவைத்தது அவனுடைய தனிமை. சிமோன் இனிமேல் ஒரு சீவனற்ற பொருள். அவனிடமிருந்த தனி மனிதத்துவத்தை அவன் விட்டு விட்டு ஒரு குழுவின் வலைப் பின்னலில் இணைந்து, அக்குழுவின் விருப்பத்துக்கும், நோக்கத்துக்கும் ஏற்றாற்போல் செயல்படுவான், ஆனால், உருமாறி அலையத் தொடங்குவான். "சிமோன் இறந்துவிட்டான்," என்று

தனக்குள் முதன் முறையாக மரியான் சொல்லிக்கொண்டாள். திடீரென பீதி ஏற்பட்டுவிட்டது. சீனைத் தேடினாள். அவன் அங்கு இல்லை. நடைக்கூடத்துக்கு ஓடினாள். அங்கு அவன் சுவரின் மீது தலையைக் கவிழ்த்துக்கொண்டு அப்படியே நின்றுகொண் டிருந்தான். அவனுக்கும் மகனின் தனிமை வாட்டத் தொடங்கி விட்டது. அவனுக்கும் சிமோன் இறந்துவிட்டான் என்பது உறுதி யாகிவிட்டது. குனிந்து, கைகளை இணைத்து அவனது தாடையைத் தூக்கினாள் மரியான். “வா, இந்த இடத்தை விட்டுப் போய் விடுவோம்,” என்றாள். சிமோன் உயிரோடு இல்லை. எல்லாம் முடிந்துவிட்டது, என்று அவள் சொல்ல நினைத்தாள், ஆனால் சொல்லவில்லை.

O

கைபேசி மணி அடித்தது. தொமா ரெமீழ் திரையைப் பார்க் கிறான். பின்னர் அவசரஅவசரமாகத் தன் அலுவலகம் நோக்கிப் போகிறான். இனிமேல் அவன் காத்திருக்க விரும்பவில்லை. அவனோடு நடந்துசென்றசீனும் மரியானும் அவன் வேகத்தைப் பார்த்து, இனி அவனுக்கு வழிவிட்டு விலகிக்கொள்ள வேண்டு மென்று புரிந்துகொண்டார்கள். சற்று முன் வெப்பத்தால் வெந்து கொண்டிருந்த நடைக்கூடம் திடீரென சில்லிட்டதுபோலாகியது. அவர்கள் ஆடையை இறுக்கிக்கொண்டார்கள். சிமோனின் உடலை வேறொரு இரகசியமான இடத்துக்குக் கொண்டுசெல்லப் போகி றார்கள். அங்கு சுலபமாகப் போக இயலாது. அறுவைச் சிகிச்சை அறையில் வைத்து அவன் உடலை அறுத்து, அதிலிருக்கும் உறுப்புகளை அகற்றிவிட்டு, மீண்டும் சற்று நேரத்தில் அதற்குத் தையல் போட்டுவிடுவார்கள். ஒரே இரவில் எல்லாம் முடிந்து விடும். அவர்களால் நிகழ்ச்சிகளைக் கட்டுப்படுத்த முடியாது.

நிலைமை மீண்டும் ஓர் அவசர நிலைக்கு மாறுகிறது. அவர்கள் அசைவிலும், செய்கைகளிலும் இருந்த அழுத்தம் குறைகிறது. அவர்கள் கவனம் வேறு திசையில் பயணம் செய்து தொமா ரெமீழ் அலுவலகம் நோக்கிச் செல்கிறது. அங்கு அவன் பயோமெடிக்கல் ஏஜென்சி மருத்துவரோடு தொடர்புகொள்ள ஆரம்பித்துவிட்டான். அதன் பின் அவர்கள் கவனம் தங்கள் பையனைத் தூக்குப் படுக்கையில் எடுத்துச் செல்பவர்கள் மீது பதிந்தது. கணினித்

திரைகளில் தெரிந்த பிம்பங்கள் மீதும், மற்ற மருத்துவமனைகள் – அங்கு அளிக்கப்படும் சேவைகள், படுக்கை வசதிகள் - மீதும் பாய்ந்தது. இனிமேல், அவர்களுக்கு என்ன செய்வதென்று தெரியவில்லை. தவித்தார்கள். அவர்கள் மாலை 6.05 மணிக்கு இரண்டாவது ஈ.ஈ.ஜி. முடியும்வரை அங்கேயே உட்கார்ந்து பழைய தினசரிகளையும், கசங்கிப் போன பத்திரிகைகளையும் பார்த்துக் கொண்டு காத்திருக்கலாம். (இரண்டாவது ஈ.ஈ.ஜி. தான் சிமோன் இறந்ததை சட்டபூர்வமாக அறிவிக்கும்.) அல்லது, அதுவரை கீழே போய் காஃபி விநியோகிக்கும் மெஷினைத் தேடிப்பிடித்து கொஞ்சம் காஃபி சாப்பிட்டுக்கொண்டிருக்கலாம். ஆயினும், அவர்களுக்கு ஓர் அறிவுரை தந்தார்கள். பல்வேறு உறுப்புகளை அகற்றுவது ஒரு சிக்கலான விஷயம். பல மணி நேரம் பிடிக்கும். அவர்களுக்கு அது தெரிய வேண்டும். எடுத்தோம் கவிழ்த்தோம் என்று எல்லாவற்றையும் செய்துவிட முடியாது. ஆகவே, அவர்களிடம் "நீங்கள் வீட்டுக்குப் போய் ஓய்வெடுங்கள், உங்களுக்குத் தெம்பு வேண்டும், நாங்கள் அவரைக் கவனமாகப் பார்த்துக்கொள்கிறோம்," என்று சொன்னார்கள். அவர்கள் மீண்டும் மருத்துவமனையின் தானியங்கிக் கதவு வழியே வெளியேறும் போது, தனிமையின் தாக்கத்தை உணர்ந்தனர் – உச்சகட்ட களைப்பினால் ஆட்கொள்ளப்பட்டனர்.

19

லாப்லேன் – ஸ்தாத் புறநகர் ரயில் நிலையத்திலிருந்து அதிகாலையிலேயே கிளம்பி, நடக்கவிருக்கும் விளையாட்டுப் போட்டிகளுக்காக நிரம்பி வழியும் சதுக்கத்திற்கு எதிர்ப் பக்கமாக அந்தப் பெண்மணி நடந்து போய்க்கொண்டிருந்தாள். மக்கள் கூட்டம் அலைமோதியது. அவர்களிடம் உற்சாகம் பொங்கிக் கொண்டிருந்தது. ஹேஷ்யங்களும், பாட்டும், கூக்குரல்களும் அதிகரித்துக்கொண்டிருந்தன. இரவில் ஒரு பறக்கும் தட்டுபோல் வந்திறங்கிய அந்தப் பிரம்மாண்டமான விளையாட்டரங்கத்தைக் கண்டுகொள்ளாமல் நடந்து போனாள். ரயில் பாலத்துக்குக் கீழிருந்த சுரங்கப் பாதையை விரைவாகக் கடந்து சென்று மீண்டும் வெளியில் வந்து பிரான்ஸ் ஸ்டேடிய நிழற்சாலையில் இருநூறு மீட்டர் தூரம் நடந்து சென்றாள். வழியில் பெரிய வர்த்தக நிறுவனங்கள், வங்கிகள் எல்லாவற்றையும் தாண்டிச் சென்று வீதியில் ஒன்றாம் எண்ணுடைய கட்டடத்தை அடைந்தாள். கைப் பைக்குள் கையைவிட்டு எதையோ தேடினாள். நன்றாகத் தேடிப் பார்ப்பதற்காகத் தன் கையுறைகளைக் கழற்றிவிட்டாள். பின்னர், பையிலுள்ளதைத் தரையில் கொட்டி முழங்காலிட்டுக்கொண்டு தேடினாள். யாரோ ஒருவன் கட்டடத்துக்குள் ஒரு தயிர் பாக் கெட்டைப் பிரித்து அதிலிருந்ததைச் சிந்தாமல் சிதறாமல் சாப்பிட்டுக் கொண்டே அவளைப் பார்த்தான். அவள் அதையெல்லாம் கண்டு கொள்ளவில்லை. பின்னர், ஏதோ அதிர்ஷ்டவசமாய் தன்னுடைய மேக்னடிக் கார்ட், பாக்கெட் ஒன்றின் அடியில் இருப்பதைக் கண்டு பிடித்து எடுத்துக்கொண்டு மற்ற சாமான்களையும் தூக்கிக்கொண்டு கட்டடத்தின் முகப்பு அறைக்குள் நுழைந்தாள். “நான் மருத்துவர், இது எனக்குப் பணி நேரம்,” என்று திமிரோடு நின்றுகொண்டிருந்த அந்த ஆளைப் பார்க்காமலேயே ஹாலுக்குள் நுழைந்தாள். அப் போது அவள் அங்கு ஒரு டேப்லட் அருகே ஒரு ‘மால்பரோ லைட்’ சிகரெட் பாக்கெட் கிடப்பதைக் கவனித்தாள். அவன்

அந்த டேப்லட்டில், இரவில் கால்பந்து விளையாட்டு, அல்லது திரைப்படம் அல்லது உதவாக்கரை காட்சிகளைப் பார்த்திருந் திருப்பான் என்று நினைத்து எரிச்சலோடு முதல் மாடிக்குச் சென்றாள். பின்னர், இடது பக்கத்தில் இருபது மீட்டர் தூரத்தி லிருந்த 'தேசிய மாற்று உறுப்புகள் பகிர்ந்தளிப்பு மையத்தின் கதவைத் தள்ளித் திறந்துகொண்டு உள்ளே சென்றாள்.

O

மார்த் கர்ரார் (Marthe Carrare) என்ற அந்தப் பெண்மணிக்கு வயது அறுபது இருக்கும். உயரம் சற்றுக் குறைவாகவும், வட்ட முகம் ஆலிவ் நிறத்திலும், தலைமுடி பழுப்பு நிறத்திலும் பருத்த மார்பகங்களும், இடுப்பில் ஒரு மடிப்புடனும் இருந்தாள். இறுக்க மான உடையணிந்திருந்தாள். கம்பளி பேண்டுடன் வந்திருந்த அவளுக்குப் பின்பகுதி பிதுங்கிக்கொண்டிருந்தது. அவளுடைய பாதங்கள் சிறியதாக இருந்தன. அவள் சீஸ்பர்க், நிக்கோட்டின் சுவிங்கம் அதிகம் சாப்பிடுபவள். காதுகள் சிவந்திருந்தன. காரணம், தொழில் ரீதியாகவும், தனிப்பட்ட முறையிலும் அவள் அதிக நேரம் கைபேசி பயன்படுத்துவதுதான். இப்போது அவளை யாரும் தொந்தரவு செய்யக் கூடாது. யாரும் அவள் முன் செல்லக் கூடாது. அவள் தொமா ரெமீழிடம் நிலைமை குறித்து விசாரிக்கின்றாள். "இப்போது, நிலைமை என்ன?" தொமா பதில் சொல்கிறான்: "நன்றாகத்தான் இருக்கிறது." அவள் அமைதி யாகிறாள். "அப்படியென்றால் அவன் இறப்புச் சான்றிதழை அனுப்பினால் கோப்புகளை அலசிப் பார்ப்பேன்." தொமா ரெமீழ் உறுதி செய்வது காதில் விழுந்தது. "நான் அதை ஃபேக்ஸில் அனுப்பிவிட்டேன். அத்துடன் தானம் செய்பவரின் 'கிரிஸ்டல்' கோப்பையும் பூர்த்திசெய்துவிட்டேன்."

மார்த் போனை வைத்து விட்டு ஃபேக்ஸ் மெஷின் பக்கம் எழுந்து போனாள். அவளுடைய நெற்றியில் தடித்த ஃப்ரேம் கொண்ட கண்ணாடிக்கும் அதனுடன் சேர்ந்திருந்த கயிற்றுக்கும் மேல் செங்குத்தாக ஒரு மடிப்பு விழுந்தது. உதட்டுச் சாயம் கலைந்து சிறுசிறு சுருக்கங்களில் ஒட்டிக்கொண்டிருந்தது. வாசனைத் திரவி யத்தின் மணமும் மற்றும் புகையிலையின் நாற்றமும் நெடியேறின.

அவள் எதிர்பார்த்த மரணச் சான்றிதழ் வந்திருந்தது. சிமோன் லேம்பர் மணி 18.36க்கு இறந்திருக்கிறான் என்பதை அது உறுதி செய்தது. அதை எடுத்துக்கொண்டு பக்கத்து அறைக்குச் சென்று தேசிய உறுப்புதான மறுப்பு பதிவேட்டைப் புரட்டிப் பார்க்கிறாள். அது மிகவும் பாதுகாப்பாக வைக்கப்பட்ட ஆவணம். அதனை சுமார் பத்துபேர்தான் பார்க்க அனுமதி இருந்தது. அதுவும் ஒருவரின் இறப்பு, சட்டப்படி உறுதி செய்யப்பட்ட பின்பு ஒரு முறைதான் பார்க்க முடியும்.

O

தன்னுடைய அலுவலகத்துக்குத் திரும்பி வந்து, அவள் தொமா ரெமீழைக் கூப்பிட்டு, எல்லாம் சரியாக இருக்கிறதென்று உறுதி செய்தாள். பின்பு அவள் பார்வை கணினித் திரையில் பதிகிறது. கிரிஸ்டல் கோப்பைத் திறந்து அதிலிருந்த வெவ் வேறு ஆவணங்களைப் பார்க்கிறாள். பொதுவான விவரங்கள், ஸ்கேன்கள், ஒவ்வொரு உறுப்பைப் பற்றிய மதிப்பீடுகள், எக்கோ ஆகியவற்றை ஆய்வு செய்கிறாள். ஒரு விஷயம் அவள் கவனத்தை ஈர்க்கிறது. சிமோன் லேம்பருக்கு ‘பி’ நெகட்டிவ் இரத்த வகை. அது அரிதானது. கோப்பு முழுமையாக இருக்கிறது. மார்த் அதற்கு ஓர் அடையாள எண் கொடுத்து தானம் கொடுப்பவரின் இரகசியத்தை உறுதி செய்கிறாள். இனிமேல் ஏஜென்சிக்கும், பல்வேறு மருத்துவ மனைகளுக்கும் நடக்கப் போகும் உரையாடல்களில் சிமோன் லேம்பர் பெயர் இடம்பெறாது. பகிர்வுக்கான நடைமுறை தொடங்குகின்றது. ஒரு கல்லீரல், இரண்டு நுரையீரல், இரண்டு சிறுநீரகங்கள். அத்துடன் ஓர் இதயம்.

O

இரவு நெருங்கிவிட்டது. நிழற்சாலையின் முடிவில் ஸ்டேடியம் விளக்கொளியில் மின்னியது. வட்டவடிவில் இருந்த அந்தக் கட்டடத்தைச் சுற்றியிருந்த மங்கிய ஒளியில் ஞாயிறு மாலையில் விமானங்கள் பறந்துபோகும். இப்போது, அவளது கவனம் உறுப்பு மாற்றத்துக்காகக் காத்திருப்போர் பட்டியலுக்குச் செல்லும். அவர்கள் நாட்டின் எல்லைக்குள்ளும் இருந்தார்கள். எல்லைகளுக் கப்பாலும் இருந்தார்கள். தேவைப்படும் உறுப்புகள் வாரியாகப்

பட்டியலிடப் பட்டிருந்தனர். ஒவ்வொரு நாள் காலையிலும் அவர்கள் எழுந்ததும் அவர்கள் பெயர்ப்பட்டியலில் உள்ளேற்றி இருக்கிறதா என்று பார்த்துக்கொண்டிருப்பார்கள். அவர்களுக்குப் பழுதான உறுப்பின் அடிப்படையில் அவர்கள் வாழ்க்கை சுருங்கி இருந்தது. எதிர்காலம் எப்படி இருக்கிறதென்று அவர்களுக்குத் தெரியாமலிருந்தது. தலைமீது கத்தி தொங்கிக்கொண்டிருக்கிறது என்பார்களே அதுபோல்தான் அவர்கள் நிலைமை.

எல்லாக் கோப்புகளும் கணினியில் மையப்படுத்தப்பட்டிருந்தன. அவற்றைத்தான் இப்போது மார்த் ஆய்வு செய்கிறாள். ஆய்வு செய்கையில் ஒரு நிக்கோட்டின் மாத்திரையை வாயில் போட்டுச் சப்பிக்கொண்டே மணியைப் பார்க்கிறாள். இன்னும் இரண்டு மணி நேரத்தில், அவள் தன் மகளோடும், மருமகனோடும் விருந்து சாப்பிட இருந்தது நினைவுக்கு வருகிறது. அதற்குப் போக வேண்டாம் என்று திண்ணமாக முடிவெடுத்தாள். “எனக்கு அங்கு போக விருப்பமில்லை. அங்கு ஒரே குளிராக இருக்கிறது. காரணம் தெரியவில்லை. ஒருவேளை சுவர்களில் பூசப்பட்டிருக்கும் விலை யுயர்ந்த பால் வெள்ளை பெயிண்டாக இருக்கலாம். அல்லது, ஆஷ்டிரே, பால்கனி, மாமிசம், ஒழுங்கின்மை போன்றவை இல்லாதிருப்பது காரணமாக இருக்கலாம். அல்லது, அங்கு போடப் பட்டிருந்த மெரிடியன் டிசைன் முக்காலிகள், மூரிஷ் கோப்பையில் வழங்கப்படும் கறிகாய் சூப்புகளும், ஏற்றிவைக்கப்படும் பல்வேறு வகை மணம் மிகுந்த மெழுகுவர்த்திகளாக இருக்கலாம். அல்லது அங்கு முன்னேரத்திலேயே மிருதுவான இந்திய வெல்வெட் படுக்கையில் படுத்துக்கொள்ளும் பணியாட்களாக இருக்கலாம். இல்லையென்றால், தன் மகளை மாற்றிவிட்ட அந்தத் தம்பதியாகக் கூட இருக்கலாம். பல மொழிகள் அறிந்த தன்னுடைய ஏக புதல்வி ஒரு காலத்தில், துடிப்பு மிகுந்தவளவாய், ஊர் ஊராகச் சுற்றிக்கொண்டிருந்தாள். அவளைக் குடும்ப வாழ்க்கைக்கு ஏற்ற வளாய் அவர்கள்தான் மாற்றி இருந்தார்கள். தன் மகளைத் தானே புரிந்துகொள்ள முடியாத நிலையில் அவள் இருந்தாள்.

O

பிரத்தியேகமாகத் தயாரிக்கப்பட்ட மென்பொருளில் மார்த், சிமோன் லேம்பரின் இதயம், நுரையீரல்கள், கல்லீரல்,

சிறுநீரகங்கள் குறித்த அனைத்து மருத்துவத் தரவுகளையும் பதிவு செய்து, 'தேடு' இஞ்சினை இயக்கினாள். அது உறுப்புகளை பெறுவதற்குத் தகுதியானவர்கள் பட்டியலிலிருந்து யார், யார் தகுதியானவர்கள் என்று தேடியது. கல்லீரல், சிறுநீரகங்களைப் பொறுத்த வரையில் காத்திருப்பவர்கள் எண்ணிக்கை குறைவாகவே இருந்தது. பெறுவதற்குத் தகுதியானவர்கள் தேர்ந்தெடுப்புக்குப் பிறகு, பூகோள நிதர்சனத்தைக் கணக்கில் எடுத்துக்கொள்ள வேண்டியிருந்தது. உறுப்புகள் சேகரிக்கும் இடம், உறுப்பு மாற்றம் செய்யும் இடம், குறுகிய காலத்தில் எவ்வளவு தூரம் உறுப்புகளைக் கொண்டுசெல்ல முடியும், எவ்வளவு நேரம் உறுப்புகள் பத்திரமாக இருக்கும் என்பது போன்ற தகவல்களைச் சேகரிக்க வேண்டி இருந்தது. விமான நிலையங்கள், பெருவழிச் சாலைகள், ரயில் நிலையங்கள், விமானிகள், சிறப்பு வாகனங்கள், தேர்ச்சிபெற்ற ஓட்டுநர்கள் போன்ற தகவல்களும் திரட்டப்பட வேண்டும். ஆகவே ஒரு சில பெறுநர்களைத் தேர்ந்தெடுப்பதில் இதுபோன்ற ஒரு புதுப் பிரச்சினையும் சேர்ந்துகொள்கிறது.

O

தருபவருக்கும் பெறுபவருக்கும் இடையில் முதலில் பார்க்க வேண்டிய பொருத்தம் இரத்தம் சம்பந்தப்பட்டது. சிமோன் லேம்பரின் இரத்தவகை B நெகட்டிவ். ஆதலால், எதிர்பார்த்துக் கொண்டிருக்கும் ஏறக்குறைய முன்னூறு பேரின் பட்டியல் திடீரென சுருங்கிவிடுகிறது. மார்த் கணினி கீ போர்டை இயக்கும் வேகத்தை அதிகரிக்கிறாள். அவள் இச்சமயம் எல்லாவற்றையும் மறந்துவிட்டு, உறுப்பு பெறுபவரைத் தேடுவதில் தீவிரமாக இருக்கிறாள் என்று தெரிகிறது. அதன்பின் திசுக்களுக்கும் HLA (Human Leukocyte Antigen)வுக்கும் பொருத்தம் இருப்பது அவசியம். HLA என்பது ஒரு மனிதனுடைய உயிரியல் அடையாளச் சீட்டாகும். அது எதிர்ப்பு சக்தியில் முக்கியப் பங்கு வகிக்கும். வழங்குபவருக்கும் பெறுபவருக்கும் அந்தப் பொருத்தம் நூறு சதவிகிதம் அமையாவிட்டால், நெருக்கமாக இருக்கும் ஒன்றைத் தேர்ந்தெடுத்தாக வேண்டும். அப்போதுதான் உறுப்பு மாற்றம் நல்ல விதமாக அமையும், நிராகரிக்கும் ஆபத்தும் குறையும்.

O

மென்பொருளில் சிமோன் லேம்பரின் வயதையும் ஏற்றுகிறாள் மார்த். காரணம் குழந்தைகள் நலத்துறைதான் முன்னுரிமை பெற வேண்டும். பின்னர், ஏதாவது அதிதீவிரமாகத் தேவைப்படும் ஒரு நோயாளி இருக்கிறாரா, அதாவது உயிர் ஊசலாடிக்கொண்டிருக்கும் ஒருவருக்கு உறுப்பு தேவைப்படுகிறதா என்பதையும் பார்க்கிறாள். அப்படிப்பட்டவரின் பெயர்தான் பட்டியலில் முதல் இடம் பெற்றிருக்கும். பின்னர், செயல்முறையில் ஒவ்வொரு படியும் மற்றொன்றைச் சரியான முறையில் பின்பற்றிவருகிறதா என்றும் கவனித்தாள். இதயத்தைப் பொறுத்தவரையில், இரத்த வகை, எதிர்ப்புசக்தி பொருத்தம் மட்டுமன்றி உறுப்பின் அளவும், எடையும் பொருந்த வேண்டும். அப்படிப் பார்க்கும்போது, பட்டியலின் நீளம் மீண்டும் குறைகின்றது. வயது வந்த பலசாலியான ஒருவரின் இதயத்தைச் சிறு குழந்தையின் உடலில் பொருத்த முடியாது. அதேபோல் சிறு குழந்தையின் இதயத்தை வயது வந்த பலசாலி யான ஒருவர் உடலில் பொருத்த முடியாது. உறுப்பு மாற்ற புவியியல் தவிர்க்க முடியாத ஒரு வரையறைக்குக் கட்டுப்பட வேண்டும். ஒருவர் உடலிலிருந்து அகற்றப்பட்ட இதயம் மற்றொரு உடலுக்குள் நான்கு மணி நேரத்துக்குள் போய்ச்சேர வேண்டும். அதுவரைதான் அது பாதுகாப்பாக இருக்கும்.

O

தேடுதலில் ஒரு முன்னேற்றம். மார்த் தன் முகத்தைக் கணினித் திரையருகே கொண்டு செல்கிறாள். கண்ணாடிக்குப் பின்னே அவளுடைய பெரிய கண்கள் அகல விரிகின்றன. உள்பக்கமாகப் பழுப்பு நிறம் அடைந்திருந்த அவளுடைய மூன்றாவது விரல் திடீரென சுட்டியை நிறுத்தியது. இதயத்துக்கு ஓர் அவசரத் தேவை கண்டுபிடிக்கப்பட்டுவிட்டது. தேவைப்படுவது ஐம்பத் தோரு வயதுடைய பெண்ணுக்கு. அவளுடை எடை 65 கிலோ. உயரம் 1.75 மீட்டர். B வகை இரத்தம். அவள் பித்தியே சல்பெத்ரியேர் மருத்துவமனையில், பேராசிரியர் அர்ஃபாங்கிடம் சிகிச்சைச் பெற்றுக்கொண்டிருக்கிறாள். மார்த் எல்லா தரவு களையும் ஒரு தடவைக்கு இரண்டு தடவை படித்துப்பார்க்கிறாள். ஏனென்றால், அவள் அழைப்பின் மறுபக்கத்தில் இருப்பவர் களுக்கு அவளுடைய அழைப்பு பெரிய அமர்க்களத்தை ஏற்படுத்தப் போகிறது – அவர்களுக்கு ஓர் உற்சாகத்தை ஏற்படுத்தப்போகிறது.

"ஹலோ. நான் பயோமெடிக்கல் ஏஜென்ஸியிலிருந்து பேசு கிறேன்." அடுத்த முனையில் செயலர் அலுவலகத்தில், அவசரமும், கவனமும் கூடுவது தெரிகின்றது. அடுத்தடுத்துப் பல அழைப்புகள் பாய்ந்து சென்று, பேராசிரியர் அர்ஃபாங் கவனத்துக்குச் செல் கின்றன. "சொல்லுங்கள்," என்றார் அவர். மார்த் சொல்கிறாள். "நான்தான், மார்த்... டாக்டர் மார்த் பேசுகிறேன். என்னிடம் ஓர் இதயம் இருக்கிறது," என்று நாற்பது வருடம் சிகரெட் மற்றும் நிக்கோட்டின் பயன்படுத்தி வந்ததால் கரகரத்துப் போன குரலால் சொன்னாள், "உங்கள் வார்டில் சிகிச்சைப் பெற்றுவரும் ஒரு பெண் நோயாளிக்கு ஏற்றவாறு என்னிடம் ஓர் இதயம் இருக்கிறது." எதிர்வினை உடனே ஏற்படுகிறது. கவனம் சிதையவில்லை. "ஓகே, உடனே கோப்பை அனுப்பிவையுங்கள்," என்றார் அர்ஃபாங். "அனுப்பிவிட்டேன்," என்கிறாள் மார்த். "இன்னும் இருபது நிமிடத்தில் பதில் தேவை."

அதன் பின், மார்த் பட்டியலில் ஒரு வரி இறங்கி, நாந்த் (Nantes) மருத்துவமனையை அழைக்கிறாள். அங்குள்ள இதய அறுவைச் சிகிச்சைப் பிரிவைத் தொடர்புகொண்டு இதற்கு முன் சொன்னதுபோல் சொல்கிறாள். அந்த மருத்துவமனையில் ஏழு வயது குழந்தை நாற்பது நாட்களாக இதயம் வேண்டிக் காத்திருக் கிறது. அவர்களிடம், தான் பித்தியே (Pitié salpétrière, Paris) மருத்துவமனையைத் தொடர்புகொண்டிருப்பதாகவும் அவர்கள் பதிலை எதிர்பார்த்திருப்பதாகவும் சொன்னாள். இவர்களிடமும் "இருபது நிமிடத்தில் பதில் தேவை," என்று குறிப்பிட்டாள். மூன்றாவதாக, மர்சேய் நகர திமோன் மருத்துவமனையைத் தொடர்புகொண்டாள்.

காத்திருப்பு ஆரம்பிக்கிறது. இடையிடையே சேந்தெனி மருத்துவருக்கும் லெஆவ்ர் ஒருங்கிணைப்பாளருக்கும் இடையே தொலைபேசி அழைப்புகள் நிகழ்ந்த வண்ணம் இருக்கின்றன. காரணம் அவர்கள் அறுவைச் சிகிச்சையைத் திட்டமிட வேண்டும். முன்னதாகவே அறுவைச் சிகிச்சைப் பிரிவை ஏற்பாடு செய்ய வேண்டும். உறுப்பு தானம் செய்பவரின் ஹீமோடைனமிக் நிலை மையைப் பற்றி உடனுக்குடன் செய்தி சொல்ல வேண்டும். நல்ல வேளையாக அது இப்போதுவரை சரியாகவும், நிலை யானதாகவும் இருக்கிறது. மார்த்துக்கு தொமா ரெமீழைப் பற்றித்

தெரியும். ஏஜென்சி ஏற்பாடு செய்திருந்த பயிற்சி முகாமில் அவள் அவனைப் பலமுறைப் பார்த்திருக்கிறாள். மயக்க மருந்து மருத்துவர் என்ற வகையிலும், அந்தப் பிரிவைத் தொடங்கியவள் என்ற வகையிலும் அவள் அங்கு பயிற்சிப் பாடம் நடத்தி இருக்கிறாள். நல்லவேளை அவன்தான் தொடர்பிலிருந்தான். அவன்மீது நம்பிக்கை வைக்கலாம். அவன் மென்மையானவன். விஷயம் தெரிந்தவன். அவன்தான் இதற்குச் சரியானவன் என்று சொல்லலாம். அவன் நிதானமானவன். அவனுடைய செயல் முனைப்பு கட்டுக்குள் இருக்கும். உறுப்பு மாற்றம் செய்யும்போது ஒவ்வொரு கட்டத்திலும் ஏற்படும் பதற்றம் சில சமயம் தன்னிலை மறக்கச் செய்யும். ஆனால், அவன் அதனாலெல்லாம் துவண்டுவிட மாட்டான். அவன் போன்றவனெல்லாம் உலகுக்குக் கிடைப்பது ஒரு வரப்பிரசாதம்.

O

அதேபோல், கல்லீரல், சிறுநீரகங்கள், நுரையீரல்கள் ஆகியவை குறித்தும் பதில்கள் பெறப்படுகின்றன. கல்லீரல் ஸ்த்ராஸ்பூரில் ஆறு வயது பெண் குழந்தைக்கும், நுரையீரல் லியோன் நகரில் பதினேழு வயதுடைய ஒரு பெண்ணுக்கும், சிறுநீரகம் ருவான் நகரில் ஒன்பது வயதுடைய பையனுக்கும் தேவைப்பட்டன. இதற்கிடையில், அருகிலுள்ள ஸ்டேடியத்தில், பார்வையாளர்கள் விதவிதமாக தாங்கள் அணிந்திருந்த கோட்டுகளைக் கழற்றிக் கொண்டும், தோள்துண்டை வைத்து முகத்தை மூடிக்கொண்டும் இருந்தார்கள். அவர்கள் வழிப்பறிக் கொள்ளைக்காரர்கள் போலவும், கண்ணீர் புகையிலிருந்து தற்காத்துக்கொள்ளும் கலவரக்கார மாணவர்கள்போலவும் காட்சியளித்தனர். திடீரென அவர்கள் தங்கள் முதுகுப் பையிலும், பேண்டிலும் பதுக்கி வைத்திருந்த புகைக் குண்டுகளை வெளியிலெடுத்தனர். இதையெல்லாம் அவர்கள் சோதனைச் சாவடிகளைத் தாண்டி எப்படி எடுத்து வந்தார்கள்? தெரியவில்லை. ஆனால், விளையாட்டு வீரர்கள் போர்த் தெலா ஷப்பேல் என்னும் இடத்தைத் தாண்டி வந்து கொண்டிருக்கிறார்கள் என்ற செய்தி வந்ததும், அவர்கள் தங்கள் புகைக் குண்டுகளை வெடித்து சிவப்பு, பச்சை, வெள்ளை நிறத்தில் புகையைப் பரவச்செய்தார்கள். “ஒருங்கிணைப்பாளர்கள், விளையாடுபவர்கள்,

பயிற்சியாளர்கள், எல்லோரும் போய் விடுங்கள்," என்று எழுதி யிருந்த ஒரு நீண்ட பதாகையை விரித்து வைத்தார்கள். அவர்களின் ஒன்று திரண்ட எதிர்ப்பு பலமாகவும் அச்சமூட்டுவதாகவும் இருந்தது. காவலர்களின் முகம் சுருங்கியது. அவர்கள் அணிந்திருந்த டை அவர்கள் வயிற்றில் படபடக்க அங்குமிங்கும் ஓடினார்கள். வாயில் வாக்கி டாக்கி வைத்துக் கத்தினார்கள். வடக்கு எல்லையில் ஒரே குழப்பம். நிறைய பேர் உள்ளே வரக் கூடாது. இழிச்சொற்கள் அதிகரித்தன. ஆனால், பஸ்களின் கண்ணாடிகள் சாயம் பூசப் பட்டிருந்தன. இருக்கைகள் சொகுசாக இருந்தன. இன்ஞ்சின் சத்தம் அதிகமில்லாத பஸ்கள் விளையாட்டு மைதானத்தைச் சுற்றி இருந்த வி.ஐ.பி.களுக்கு ஒதுக்கப்பட்ட இடத்தில் நுழைந்து விளையாட்டு வீரர்களுக்கான நுழைவாயிலுக்கெதிரில் நிற்கின்றன. மார்த் எழுந்து சன்னல்களைத் திறந்தாள். ஏஜென்சி கட்டடத்தைத் தாண்டி ஏராளமான பேர் ஸ்டேடியத்தை நோக்கி ஓட்டமும் நடையுமாகச் சென்றனர். சுற்று வட்டாரத்திலிருந்த இளைஞர்களுக்கு அந்த இடம் பழக்கப்பட்ட இடம். அவள் தன் மகளுக்கு ஒரு குறுஞ்செய்தி அனுப்புகிறாள்: "இங்கு ஒரு அவசர வேலை. நாளைக்குக் கூப்பிடுகிறேன்." பின்னர் தன்னிடமிருந்த சுவிங்கம் டப்பியை பால்கனி பிடியில் தட்டி, தன் கையைக் குவித்துப் பார்க்கிறாள். டப்பி காலியாகி இருந்தது. அலுவலகத்தில் பல இடங்களில் சிகரெட்டை மறைத்து வைத்திருந்தாள். அவற்றைத் தேடித்தான் எடுக்க வேண்டும். ஆகவே, இப்போது வெறும் வாயை மென்று கொண்டிருக்க முடிவு செய்தாள்.

அவள் கற்பனைசெய்து பார்த்தாள். மைதானத்தில், ஆயிர மாயிரம் மக்கள் திரண்டிருக்கின்றனர். பச்சைப் பசேலென்றிருந்த புல் ஒவ்வொன்றும் டர்பெண்டைன் அல்லது லேவண்டர் எண் ணெய்யால் சாயம் பூசப்பட்டதுபோலிருந்தது. சாயம் சற்றுக் காய்ந்ததும் புல்தரை வெள்ளிமுலாம் பூசியதுபோல் மின்னியது. சிமோன் லேம்பரின் உயிரோட்டமுள்ள உறுப்புகளை பொருத்தம் பார்த்து நோயாளிகளுக்குப் பிரித்துக்கொண்டிருக்கும் அதே சமயம், மைதானத்தில் ஆயிரமாயிரம் நுரையீரல்கள் விம்மி எழுகின்றன. ஆயிரமாயிரம் கல்லீரல்கள் பீர் பானத்தில் மூழ்குகின்றன. ஆயிர மாயிரம் சிறுநீரகங்கள் அவர்கள் உடலிலிருக்கும் நச்சுப் பொருட் களை வெளியேற்றிக்கொண்டிருக்கின்றன ஆயிரமாயிரம் இதயங்கள்

அண்டவெளியில் துடித்துக்கொண்டிருக்கின்றன. உடனே அவளுக்கு ஒன்று தெளிவாகத் தெரிந்தது. உலகம் சிறுசிறு துண்டுகளாகப் பிளவு பட்டிருக்கிறது. அவற்றில் ஒன்றுக்கொன்று தொடர்பு இல்லை. மனித இனம் பிரிந்து வெவ்வேறு திசைகளில் பயணிக்கிறது. அவளுக்கு ஏற்பட்ட பதற்றமான ஓர் அனுபவம் நினைவுக்கு வருகிறது. 1984ஆம் ஆண்டு மார்ச் மாதம், 69ஆம் எண் பஸ்ஸில் பத்தொன்பதாம் வட்டத்திலிருந்த ஒரு மருத்துவமனையில் கருக் கலைப்புக்காகச் சென்றுகொண்டிருந்தாள். முந்தைய குழந்தை ஒரு பெண். அவள் பிறந்து ஆறு மாதங்கள்கூட முடியவில்லை. அக்குழந்தையைத் தானே தனியாக வளர்த்து வந்தாள். பஸ் பயணத்தின்போது பெரு மழை பெய்துகொண்டிருந்தது. சன்னல் கண்ணாடிகளில் மழைநீர் வழிந்துகொண்டிருந்தது. சுற்றும்முற்றும் பார்த்தாள். பயணிகளின் முகங்கள் சராசரியாக பாரிஸ் பஸ்களில் காலை வேளைகளில் காணப்படும் முகங்கள்தான். சிலரது பார்வை வெகுதூரத்தை நோக்கி இருக்கும். அல்லது பஸ்ஸில் காணப்படும் பாதுகாப்பு எச்சரிக்கைகள்மீது பதிந்திருக்கும். சிலரது பார்வை மற்றவர்கள் காதில் பதிந்திருக்கும். அவர்கள் அனைவரும் ஒருவரை யொருவர் பார்த்துக்கொள்வதைத் தவிர்த்துக்கொண்டிருந்தனர். வயதான பெண்மணிகள் பொருட்கள் வாங்கும் பையுடனும், இளம் தாய்மார்கள் தங்கள் மடியில் குழந்தைகளுடனும் அமர்ந்திருந்தனர். ஓய்வு பெற்ற முதியோர்கள் தினசரிப் பத்திரிகைகளைப் படிக்க நகராட்சி நூலகத்தை நாடிச் சென்றுகொண்டிருந்தனர். நீண்ட நாட் களாக வேலையின்றித் தவித்தவர்கள் ஒரு செய்தித்தாளைக் கையில் வைத்துக்கொண்டு ஏதோ படிப்பவர்கள்போல் பாசாங்கு செய்தார்கள். அவர்களுக்குச் செய்தித்தாள்களில் பார்க்கும் எதுவும் விளங்காது. இருப்பினும், அவர்களுக்கு ஓர் இடமோ, உயிர்வாழ உணவோ அளிக்காத உலகத்தோடு ஒட்டிக்கொண்டிருக்க வேண்டு மென்றே அப்படிச் செய்தார்கள். அவர்களெல்லாம் இருபது செ.மீ.க்குக் குறைவான தூரத்தில்தான் இருந்தார்கள். ஆயினும், அவள் என்ன முடிவோடுபயணம் மேற்கொண்டிருக்கிறாள் என்றும், அந்த முடிவு இன்னும் இரண்டு மணி நேரத்தில், மாற்ற முடியாததாகிவிடும் என்றும் அவர்களுக்குத் தெரியாது. அவர்கள் வாழ்க்கையை அவர்கள் வாழ்ந்துகொண்டிருந்தார்கள். அதில், மழையில் ஊர்ந்து செல்லும் இந்த பஸ்ஸையும், பஸ்ஸின் பழைய

இருக்கைகளையும், பிசுபிசுவென்றிருக்கும் பிளாஸ்டிக் கைப்பிடி களையும் தவிர அவள் எதையும் பங்கிட்டுக்கொள்ளவில்லை. எதையுமே பங்கிட்டுக்கொள்ளவில்லை. அவரவர் வாழ்க்கை அவரவர்களுக்கு. அதுதான் உலகம். அவளை அறியாமல் அவள் கண்கள் கசிந்தன. வீழ்ந்து விடாமலிருக்கக் கம்பியை வலுவாகப் பிடித்துக் கொண்டாள். அதுபோன்ற தனிமையைத்தான் அவள் இப்போது அனுபவித்துக்கொண்டிருந்தாள் போலும்.

O

முதன் முதலாக மாலை 7.30மணிக்கு, காவல்துறையினர் கார் களிலிருந்து சைரன் ஒலி கேட்கிறது. சன்னலைப் போய் மூடினாள். குளிர் அடித்தது. விளையாட்டு தொடங்க இன்னும் ஒரு மணி நேரம் ஆகும். ரசிகர்களின் ஆர்வத்தைக் கட்டுப்படுத்துவது கடினமாக இருக்கும்போல் தெரிந்தது. எல்லா இதயங்களும் ஒன்றாகத் துடிக்கும். இன்று யார் விளையாடப்போகிறார் என்று தெரிய வில்லை. நேரம் போய்க்கொண்டே இருக்கிறது. முதல் கோப்பைப் படித்துப்பார்த்தாள். தானம் செய்பவருக்கும், பெறுபவருக்கும் அசாதாரணப்பொருத்தம் இருப்பதைக் கண்டு அவளுக்கு ஒரு விதமான திருப்தி ஏற்பட்டது. இதைவிட மேலான பொருத்தம் எங்கும் கிடைக்காது. பித்தியே மருத்துவமனையிலுள்ளவர்கள் என்னத்தான் செய்துகொண்டிருக்கிறார்கள்? இப்படி அவள் கேட்டுக் கொண்டிருந்தபோதே, தொலைபேசி மணி அடிக்கிறது. அர்ஃபாங் பேசினார். "நாங்கள் எடுத்துக்கொள்கிறோம்."

O

மார்த் உடனே தொலைபேசியில் லெ ஆவ்ர் நகரில் தொமா ரெமீழை அழைத்து இன்னும் சற்று நேரத்தில் பித்தியே மருத்துவ மனையிலிருந்து அவனைத் தொடர்புகொண்டு அவர்கள் வருகையை அறிவிப்பார்கள் என்றாள். "பெற்றுக்கொள்பவர் அர்ஃபாங்கிடம் சிகிச்சைப் பெறும் பெண். அர்ஃபாங்கைத்தான் உனக்குத் தெரியுமே,"என்று சொல்லிவிட்டுப் புன்னகைத்தாள். பின்னர் தொடர்ந்து பேசினாள்: "அவர்கள் குழு நல்லபயிற்சி பெற்ற குழு. அவர்கள் திறமை மிக்கவர்கள்." தொமா ரெமீழ் மணியைப் பார்த்து விட்டுச் சொன்னான், "சரி, உறுப்பு அகற்றும் வேலையைக்

கவனிப்போம். மீண்டும் அதுபற்றிப் பேசலாம்." தொலைபேசி உரையாடலை முடித்துக்கொள்கிறார்கள். "அர்ஃபாங்." அந்தப் பெயரை மார்த் உரத்த குரலில் மீண்டும் ஒரு முறை சொல்லிப் பார்க்கிறாள். அவரை அவளுக்குத் தெரியும். முன்னரே தெரியும். அந்த அழகான, விசித்திரமான குடும்பப் பெயர் பாரிஸ் நகர மருத்துவமனைகளில் ஒரு நூற்றாண்டுக்கு மேலாக ஒலித்துக்கொண்டிருக்கும் பெயர். எந்த ஒரு மருத்துவரின் தரத்தைப் பற்றிப் பேசினாலும், அவர் ஒரு "அர்ஃபாங்" என்று சொன்னால்போதும். அவர் திறமை மிக்கவர் என்று பொருள்பட்டுவிடும். "அர்ஃபாங்" வழிவந்தவர்கள் என்ற சொல்லாடலும் உண்டு. ஏனெனில், அந்தக் குடும்பத்தில் பத்துக்கு மேற்பட்ட மருத்துவர்களும், மருத்துவப் பேராசிரியர்களும் இருந்திருக்கின்றனர். ஷார்ல் ஆன்ரி, லூய், மூய்ல், ரொபேர், பெர்னார், மத்தியெ, மீல், வேன்சான் ஆகிய மருத்துவர்களெல்லாம் பொதுத்துறையில் பணியாற்றியிருக்கிறார்கள், பணியாற்றுகிறார்கள். அவர்கள் தங்களை அரசு ஊழியர்கள் என்று சொல்லிக்கொள்வதையே விரும்பினார்கள். மற்றபடி, அவர்கள் நியூயார்க் மாரத்தான் (New York Marathon) போட்டிகளில் கலந்துகொள்வார்கள், கூர்ஷெவேலில் (Courchevel) ஸ்கீயிங் விளையாடுவார்கள், மார்பிஹான் விரிகுடா (Gulf of Morbihan)வில் பாய் மரக்கப்பலில் போய்வருவார்கள். இப்படிச் செய்வதற்குக் காரணம், காசுக்காக அலையும் மருத்துவர்களிடமிருந்து அவர்கள் தங்களை வேறுபடுத்திக் காட்டிக்கொள்ள விரும்பியதுதான். மற்றவர்களில் சிலர், குறிப்பாக இளைஞர்கள், மருத்துவமனைப் பணியன்றி, தனியாக ஆலோசனை வழங்கி பணம் சம்பாதிக்க, செல்வச்செழிப்பான வட்டாரங்களில் மருத்துவ மையங்கள் திறந்திருந்தார்கள். அவர்களில் சிலர் "அர்ஃபாங்" குடும்பத்தினருடன் சேர்ந்து எல்லாவித நோய்களுக்கும் மருத்துவம் பார்த்தனர். உடல் பருமன் அதிகரித்திருக்கும் வணிகர்கள் சிலர், அவசர வாழ்க்கையால் கொழுப்பு அதிகரித்திருக்கும் அலுவலர் சிலர், தலை வழுக்கையால் அவதிப்படும் சிலர், சுரப்பி வீக்கத்தால் அவதிப்படும் சிலர், ஆண்மை குறைபாடு உள்ள சிலர் – இப்படிப்பட்டவர்களுக்கெல்லாம் அவசரச் சிகிச்சை அளித்துக்கொண்டிருந்தனர். அவர்கள் மத்தியில், நுரையீரல் மருத்துவத்தில் ஐந்து தலைமுறையாக ஆண்களுக்கே முன்னுரிமை இருந்து வந்தது.

பிரிழீத் என்ற பெண் ஒருத்தி இருந்தாள். அவள்தான் 1952ஆம் ஆண்டு, பாரிஸ் மருத்துவப்படிப்பு நுழைவுத் தேர்வில் முதலாகத் தேர்ச்சி பெற்றாள். ஆனால், இரண்டாண்டுகளில் படிப்பை நிறுத்தி விட்டாள். அவள் தன் தகப்பனின் பாதுகாப்பில் வளர்ந்த ஒருவனின் காதல் வலையில் விழுந்துவிட்டாள் என்று சொல்லப்பட்டது. ஆனால், உண்மையில், ஆண்களுக்கே முன்னுரிமை கொடுக்க வேண்டும் என்று அழுத்தம் தரப்பட்டதுதான் காரணம். அப்படி வந்தவர்களில் ஒருவர்தான் எம்மானுவல் அர்ஃபாங்.

அவளுக்கு நினைவுக்கு வந்தது. உள்ளகப் பயிற்சி காலத்தில் அர்ஃபாங் குடும்பத்து உறுப்பினர் இருவரைச் சுற்றி இருந்த ஒரு கும்பலோடு அவளும் சேர்ந்திருந்தாள். அவர்களில் ஒருவர் குழந்தை இதயத் துறையையும், மற்றொருவர் மகப்பேறு துறையையும் சார்ந்திருந்தனர். அவர்களுக்கென்று ஒரு முத்திரை இருந்தது. அவர்கள் நெற்றியில் கொத்தாக சில சாம்பல் நிற முடிகள் தென் படும். அவற்றை அவர்கள் தலையிலுள்ள கறுத்த முடியோடு தள்ளிவிட்டுக் கொண்டே இருப்பர். அதுவே அவர்களது அடை யாளம். பெண்களைக் கவர்ந்திழுக்கும் பேராயுதம். அவர்கள் அனை வரும் ஜீன்ஸ் 501ம், ஆக்ஸ்ஃபோர்ட் சட்டையும் அணிந்தனர். அவர்கள் அணிந்த மழைக்கோட்டு பழுப்பு நிறம். அதன் காலரைத் தூக்கிவிட்டுக்கொண்டு நடப்பார்கள். அரைக் கால்சட்டையோடு வெளியில் செல்ல மாட்டார்கள். தேவாலயம் செல்வதுபோல் காலணி அணிவார்கள். அவர்கள் சராசரி உயரமும், ஒல்லியான உருவமும், வெளுத்த தோலும், பூனைக் கண்களும், மெல்லிய உதடுகளும் உடையவர்கள். அவர்கள் கழுத்துக்கண்டம் ஏறிஏறி இறங்கும்போது மார்த் தன்னையறியாமல் எச்சிலை விழுங்கிக் கொள்வாள். அவர்களுக்குள் ஓர் உருவ ஒற்றுமை இருக்கும். அந்த ஒற்றுமையை எம்மானுவல் அர்ஃபாங்கிடமும் காணலாம். அவர் களைவிடப் பத்து வயது ஜூனியரான அவர்தான் இப்போது பித்தியே மருத்துவமனையில் இதய மாற்று சிகிச்சைசெய்கிறார்.

கருத்தரங்கம் ஆரம்பிக்கும்போது, சரியான நேரத்தில் கருத்தரங்க அறைக்கு மாடிப்படி வழியாக இறங்கி வருவார். நேராகப் பார்த்துக்கொண்டே, ஆர்வம் மிகுதியால் கடைசிப் படியில் கால் வைக்காமல் தாண்டி வருவார். மேடைக்குத் தாவிச் செல்வார். கையில் ஒரு காகிதம் வைத்திருப்பார், ஆனால், அதனைப் படிக்க

மாட்டார். யாருக்கும் வணக்கம் தெரிவிக்காமலேயே தன் உரையைத் தொடங்கிவிடுவார். அவருக்கு அதுபோன்ற தொடக்கம்தான் பிடிக்கும். திடீரெனத் தாக்க வேண்டும். தேவையற்ற சம்பிரதாயங் களுக்கு அடிபணியாமல், நேரடியாக விஷயத்துக்குப் போக வேண்டும். அவர் தன் குடும்பப் பெயர் அர்ஃபாங் என்பதைக்கூட குறிப்பிட மாட்டார். சபையிலிருக்கும் எல்லோருக்கும் அது தெரிந்திருக்கும் என்று எண்ணிக்கொள்வார். அது ஒரு வகையில் அவையோரை எழுப்பும் வகையிலிருக்கும். ஏனெனில், பிற்பகலில் அவையோர் உண்ட களைப்பில் இருப்பர். அரங்கத்தினருகில் இருக்கும் உணவு விடுதிகளும், சமையற்கூடங்களும் திருப்தியான மாமிச உணவோடு அதற்கேற்ற மிதமான கொர்பியேர் மதுவையும் தாராளமாக வழங்கி இருக்கும். ஆகவே, அர்ஃபாங்கின் தொடக்க வார்த்தைகளே அவர்களைத் தூக்கத்திலிருந்து விழித்தெழச் செய்யும், அவர் பாங்கான உடலைப் பார்த்ததுமே அவர் முதல் தரமான மிதிவண்டிப் போட்டிப் பயிற்சிக்குத் தயாரானவர் என்றும், மருத்துவ மனை சார்பில் போட்டிகளில் கலந்துகொள்ளும் ஒரு குழுவைச் சார்ந்தவரென்றும், அக்குழு தங்கள் தொழிலுக்குச் சம்பந்தப்பட்ட போட்டியென்றால் ஞாயிறு காலையில் 120 மைல் ஓட்டத்தில் கலந்துகொள்ளுமென்றும் நினைவில் கொள்வர். குழு உறுப்பினர்கள் இன்னும் சற்று நேரம் தூங்க வேண்டுமென்றும், தங்கள் மனைவி யரை அணைத்துக்கொள்ள வேண்டுமென்றும், அவர்களோடு உடலுறவு கொள்ள வேண்டுமென்றும், குழந்தைகளோடு விளை யாட வேண்டுமென்றும், கவலையின்றி வானொலி கேட்க வேண்டுமென்றும், காலை வேளையில் ரம்மியமான சூழ்நிலை நிலவும் குளியலறையில் நேரம்போவது தெரியாமல் குளிக்க வேண்டுமென்றும் ஆசை இருக்கலாம். ஆயினும், அர்ஃபாங் குடும் பத்தினருடன் ஒட்டி உறவாடும் வாய்ப்புக் கிடைக்குமானால், அவர்கள் எதை வேண்டுமானாலும் தியாகம் செய்யத் தயாராக இருந்தனர். அக்குடும்பத்தினரால் தேர்ந்தெடுக்கப்படுவதற்கு – அடையாளம் காணப்படுவதற்கு என்று சொல்வதே பொருத்தமாக இருக்கும் - ஒருவரோடொருவர் முட்டி மோதிக்கொள்வர். காரணம் அர்ஃபாங் அங்கு கூடியிருப்பவர்களை நோட்டமிட்டுவிட்டு, திடீரென ஒருவரைச் சுட்டிக்காட்டுவார். தலையைக் குனித்து அவர் உடல் வாகுவைக் கவனிப்பார். பின்னர் முகத்தில் ஒருவித

புன்னகையுடன், "உங்களுக்குச் சைக்கிள் பந்தயம் பிடிக்குமா?" என்று கேட்பார்.

ஞாயிறன்று சில மணி நேரம் அர்ஃபாங்குடன் சைக்கிள் ஓட்டத்தில் கலந்துகொள்ளும்போது, கலந்துகொள்பவரின் மனைவி வீட்டில் பிற்பகல் பாதிவரை குழந்தைகளைப் பார்த்துக்கொள்ள வேண்டும். மனைவி கோபப்படுவாள். கிண்டலாக, "பரவா யில்லை, நீ குடும்பத்துக்காகத்தான் தியாகம் செய்கிறாய்," என்று சொல்வாள். ஆனால், அர்ஃபாங்குடன் போய்வரும் பெருமைக்காக வேண்டி அதையெல்லாம் பொறுத்துக்கொள்ளலாம். சில சமயங் களில், நேரடியாகவே மனைவி கொந்தளிப்பாள். கணவன் வயிற்றை உள்ளே தள்ளிக்கொண்டு வீடு திரும்பும்போது, "நீ உன் சுகத்தை மட்டுமே பார்த்துக்கொள்கிறாய். கவனமாய் இரு. மாரடைப்பு வந்துவிடப்போகிறது," என்பாள். அதையும் பொறுத்துக் கொள்ளலாம். முகம் சிவந்துபோய், கால்கள் தள்ளாடிக்கொண்டு வீடு வந்து சேர்ந்ததும் சோபாவில் சாய்ந்துகொள்ள நேரிடும். அதையும் பொறுத்துக்கொள்ளலாம். சில சமயம், மனைவிமார்கள் ஆண்களின் சுயநலத்தைப் பற்றியும், அவர்களின் தேவையற்ற பேராசையைப் பற்றியும், தாங்கள் அடிமைகளாக வாழ வேண்டிய கட்டாயத்தைப் பற்றியும் இடுப்பில் கை வைத்துக்கொண்டு, கைகளைத் தூக்கி ஒப்பாரி வைப்பார்கள். அவர்களைக் கண்டு கொள்ளாமல், மாலையில் கணினி மூலம் தங்களுக்குத் தேவை யான தளவாட சாமான்களை வரவழைத்துக்கொள்வார்கள். எந்த ஒரு பெண்ணும் தன்னுடைய கணவனின் இந்த நடவடிக்கையை ஆமோதிப்பதில்லை. அவள் வேலைக்குப் போகிறவளாக இருந் தாலும், வீட்டில் இருப்பவளாக இருந்தாலும் தன் கணவன் ஷெவ்ரேஸ் பள்ளத்தாக்கில் அர்ஃபாங்கைப் பின்தொடர்ந்து ஹாயாகப் போக ஊக்கமளிப்பதில்லை. யாருமே அதனால் வசப் படுவதில்லை. அந்த மனைவிமார்கள் தங்களுக்குள் பேசிக் கொள்ளும்போது, தாங்கள் பண்டைய கிரேக்க நாடகத்தில் வரும் லிஸிஸ்த்ராத்தா போன்ற தைரியமான பெண்ணாக மாற வேண்டு மென்று சொல்லிக்கொள்வார்கள். சில சமயம், அவர்கள் தங்கள் கணவரோடு உடலுறவு நிறுத்தப் போராட்டம் செய்ய வேண்டு மென்பர். இன்னும் சிலர், கணவன்மார்கள் களைப்போடு திரும்பி வந்து வீட்டில் சாயும்போது அவர்களைக் கிண்டல் செய்ய

நினைத்தார்கள். கணவன் அப்படி அதிகாலையில் கிளம்பிப் போகும்போது, மனைவி அவன் போனால் போகட்டும் என்று விட்டு விடுவாள். ஆனால், அவள் அதிகாலையில் ஆறு மணிக்கே எழுந்து அன்போடு ஒரு காஃபி போட்டுக் கொடுக்க மாட்டாள். அவள் பாட்டுக்குப் பஞ்சு மெத்தையில் நிம்மதியாகத் தூங்குவதை விட்டுக்கொடுக்க மாட்டாள்.

O

கடைசியாக மார்த் கர்ரார், அர்ஃபாங் உரையாற்றுவதைக் கேட்ட போது, அவன் 'சைக்ளோஸ்பொரின்' (cyclosporine) என்ற மருந்தின் பயன்பாடு பற்றி அற்புதமான ஒரு சொற் பொழிவாற்றிக்கொண்டிருந்தான். அது 1980களில் நடைபெற்ற உறுப்புமாற்று சிகிச்சைகளில் ஏற்பட்ட பொருந்தாமையைச் சீர் படுத்தி ஒரு புரட்சியை ஏற்படுத்தியது. பன்னிரெண்டே நிமிடத்தில், அர்ஃபாங் அதனைச் சுருக்கமாக விளக்கிவிட்டான். மாற்று உறுப்புப் பெறுபவரின் இயல்பான எதிர்ப்புச் சக்தி யைக் குறைத்து, புதிய உறுப்பினைப் புறந்தள்ளாமல் பார்த்துக் கொள்ளக்கூடிய மருந்து அது. அதுபற்றிப் பேசியபின் தலையில் கை வைத்து வெள்ளை முடியைப் பின் தள்ளினான். அதனால் தான் யார் என்று எல்லோருக்கும் புரிய வைத்துவிட்டான். பின்னர், கேள்விகள் இருக்கின்றதா என்று கேட்டுவிட்டு, தலை யால் ஒன்று, இரண்டு, மூன்று எண்ணிவிட்டு, தன் உரையின் முடிவுரைக்கு வந்தான். முடிவுரையில், அவன் இதய மாற்றுச் சிகிச்சையின் அந்திமக் காலம் நெருங்குகிறது என்பதை அறி வித்தான். ஏனெனில், இனிமேல் வருவது செயற்கை இதயத்தின் காலம். செயற்கை இதயங்கள் பிரஞ்சு ஆய்வுக் கூடங்களில் உருவாக்கப்பட்டு, பண்படுத்தப்பட்ட தொழில்நுட்பச் சாதனை களாகும். அவற்றை போலந்து, ஸ்லோவேனியா, சவுதி அரேபியா ஆகிய நாடுகளில் முன்னோட்டமிட அனுமதிக்கப்பட்டிருக்கிறது. செயற்கை இதயம் தொள்ளாயிரம் கிராம் எடை கொண்டது. உலகப் புகழ்பெற்ற பிரஞ்சு அறுவைச் சிகிச்சை நிபுணர் ஒரு வரின் இருபதாண்டு உழைப்புக்குப் பின் உருவாக்கப்பட்டு, இதயம் கடுமையாகப் பாதிக்கப்பட்டிருக்கும் ஒரு நோயாளிக்குப் பொருத்திப் பார்க்கப்பட்டது. முடிவுரையில் இதைச் சொன்னது

பார்வையாளர்களிடையே சலசலப்பை ஏற்படுத்தியது. தூங்கிக் கொண்டிருந்தவர்களை விழித்தெழச் செய்தது. செயற்கை இரு தயம் இயற்கை இதயத்தின் குறியீட்டு ஆற்றலை இழக்கச் செய்கிறது. பெரும்பாலானோர் அர்ஃபாங் சொன்னதைத் தங்கள் ஸ்பைரல் நோட்டில் குறிப்பெடுத்துக்கொண்டிருந்தாலும்கூட, சிலர் உணர்ச்சிவசப்பட்டு, மோசம்போய்விட்டதாக நினைத்து தலையை அசைத்துக்கொண்டிருந்தனர். இன்னும் சிலர் தாங்கள் கட்டியிருந்த டையை நீக்கிவிட்டு, கையைச் சட்டைக்குள் விட்டுத் தங்கள் இதயத் துடிப்பை உறுதி செய்துகொண்டிருந்தனர்.

O

மைதானத்தில் நிகழ்ச்சிகள் தொடங்குவதற்கான அறிகுறி கிடைத்தது. ஒலி அவ்வப்போது பேரொலியாகக் கேட்டது. எறிந்த பந்து இலக்கில் போய் விழுந்திருக்கும். எதிர்த் தரப்பு திருப்பி யடித்திருக்கும். ஒரு வன்முறை வெடித்திருக்கும். அல்லது ஒரு கோல் போடப்பட்டிருக்கும். மார்த் நாற்காலியில் சாய்ந்து கொண்டு தன் ஆவணங்களை ஆய்வு செய்கிறாள். தானம் செய்பவரின் உறுப்புகள் பகிர்வு செய்யப்பட்டுவிட்டன. போகும் திசைகள் நிர்ணயிக்கப்பட்டுவிட்டன. குழுக்கள் அமைக்கப்பட்டு விட்டன. எல்லாம் சரியான திசையில் போய்க்கொண்டிருந்தன. மேலும், தொமா ரெமீழ் எல்லாவற்றையும் கைக்குள் வைத் திருக்கிறான். ஸ்கேன்னர், எக்கோ, பரிசோதனை ஆகியவற்றில் சிக்காத ஏதாவது ஒரு குறைபாடு, உறுப்புகளை அகற்றும்போது வெளிப்படாத வரையில், அவள் கவலைப்பட வேண்டிய தில்லை. அதுவரை ஒரு சிகரெட்டைப் பற்றவைத்துக்கொண்டு, கொஞ்சம் பீர் சாப்பிட்டுக்கொண்டிருக்கலாம். அத்துடன் பார் பெக்கியுடன் ஒரு சீஸ்பர்கரைச் சுவைக்கலாம். வாயை மென்று கொண்டு ஈறுகளிலிருந்த நிக்கோட்டினை நுகர ஆரம்பிக்கின்றாள். அப்போது, வாயில்காவலன் நினைப்பு வருகிறது. அவன் இப் போது கையருகில் ஒரு பாக்கெட் மால்பரோ லைட் சிகரெட் பாக்கெட்டை வைத்துக்கொண்டு, ஒரு சின்னத்திரையில் மைதா னத்தில் நடக்கும் விளையாட்டுப் போட்டிகளைப் பார்த்து ரசித்துக்கொண்டிருப்பான்.

20

கொர்தேலியா மின்தூக்கி வழியே இறங்கப் போனாள். அதனுள் போனதும், கதவுகள் மூடப்போகும் நேரம், மருத்துவர் ரெவோல் தென்பட்டார். கதவுகளின் இடைவெளியில் தன் சிகரெட் பாக்கெட்டை அசைத்து, தான் ஐந்து நிமிடம் ஓய் வெடுத்துவிட்டு வருகிறேன் என்று சைகை செய்தாள். பின்பு, மின்தூக்கியின் நான்கு புறங்களும் பிரதிபலிக்கும் தன் உருவத்தைப் பார்க்கிறாள். தெளிவாகத் தெரிவதற்கு அங்குக் கண்ணாடி இல்லை. இருப்பினும், அவள் தோல் பளிச்சென்றும், கண்கள் ஒளிமிகுந்தும் காணப்படவில்லை என்பது தெளிவாகத் தெரிந்தது. தூங்காத இரவும், உணர்வின் உச்சமும் விழிகள் பஞ்சடையச் செய்துவிட்டன போலும். மின்தூக்கியின் கதவுகள் மூடியபின், அவள் மட்டும் தனியாக இருக்கும்போது, சிகரெட் பாக்கெட்டை சட்டைப் பையில் வைத்துவிட்டு, இன்னொரு பையிலிருந்து தன் கைபேசியை எடுத்து, ஒரு நோட்டம் விட்டாள். ஒன்றும் இல்லை. குறியீடுகளைக் கவனித்துப் பார்த்தாள். பதற்றம் ஏற்பட்டது. ஒரு சின்ன தடையம்கூட இல்லை. ஆனால், திடீரென அவளுக்கு ஒரு நம்பிக்கை பிறக்கிறது. அவன் அழைத்திருப்பான். ஆனால், அந்த அழைப்பு கிடைக்கவில்லை. கீழ்த்தளத்தை அடைந்தவுடன் பக்க வாட்டில் இருந்த வெளியே செல்லும் வழிக்கு ஓட்டமும் நடையு மாகச் சென்று அடைப்பைத் திறந்து வெளியில் வந்துவிட்டாள். அங்குக் குளிர் அதிகமாக இருந்தது. இருப்பினும், அங்கு ஒளிர்ந்து கொண்டிருந்த விளக்கின் வெளிச்சத்தில் முன்பின் தெரியாத ஏராளமான செவிலிகளும் மற்றும் ஒரு ஆண் மருத்துவ உதவி யாளரும் புகைபிடித்துக்கொண்டிருந்தனர். காற்றின் குளிரினால் அவளால் அவர்களது மூச்சின் கரியமில வாயுவிலிருந்து சிகரெட் புகையைப் பிரித்துப்பார்க்க இயலவில்லை. சரிபார்த்துக்கொள் வதற்கு, தன்னுடைய கைபேசியை அணைத்துவிட்டு மீண்டும் செயல்படவைக்கிறாள். மூடப்படாதிருந்த அவள் கைகள் நீல

நிறமாக மாறிக்கொண்டிருந்தன. சீக்கிரமே, அவள் உடல் வெட வெடக்கத் தொடங்குகிறது. அங்கிருந்தவர்களைப் பார்த்து, "உங்க ளுக்கு சமிக்ஞை வருகிறதா?" என்று கேட்டாள். அவர்கள் எல் லோரும் ஒரே குரலில் "ஆம்," என்கிறார்கள். அதே சமயத்தில் அவள் கைபேசியும் செயல்பட ஆரம்பிக்கிறது. அதில் குறுஞ் செய்திகள் வந்திருக்கின்றனவா என்று பார்க்கிறாள். அவளுக்கு நம்பிக்கை இல்லை. வாய்ஸ் மெயிலிலும்கூட எதுவுமிருக்காது என்று நினைத்தாள். ஆகவே, அதுபற்றியெல்லாம் இனிமேல் எதுவும் நினைக்கக் கூடாது என முடிவு செய்தாள். அப்போதுதான் ஏதாவது நடக்கும் என்பது அவள் நம்பிக்கை.

O

வழித்தடம் நிரம்பி இருந்தது. சமிக்ஞைகள் பூஜ்யம். ஒரு சிக ரெட்டைப் பற்றவைக்கிறாள். அங்கிருந்தவர்களில் ஒருவன், "நீங்கள் தீவிரச் சிகிச்சைப் பிரிவில் இருக்கிறீர்கள், அல்லவா?" என்றான். கலைந்து கிடந்த அவன் முடி சிவப்பாக இருந்தது. அவனுடைய இடது காதில் ஒரு வளையம் தொங்கியது. அவன் நீண்ட கைகளில் விரல்கள் செக்கச்செவேலென்றிருந்தன. நகங்கள் வெட்டப்பட்டிருந்தன. "ஆம்," என்றாள் கொர்தேலியா, முகத்தைத் தொங்கப்போட்டுக்கொண்டு. அவள் உடலில் தெம்பு இல்லை. பயத்தில் உறைந்திருந்தாள். உடலில் ஏற்பட்ட நடுக்கத்தால், வயிறு வலித்தது. சிகரெட்டைக் கெட்டியாகப் பிடித்துக்கொண்டாள். பித்துப் பிடித்தவள்போல் அதனை ஊதித் தள்ளினாள். திடீரென அவள் கண்களில் எரிச்சல் ஏற்பட்டது. கண்ணீர் வந்தது. அவளிடம் முன்பு பேசியவன் அவளைப் புன்முறுவலோடு பார்த்தான். "என்ன? என்ன நேர்ந்தது?" என்று கேட்டான். "இல்லை, ஒன்றுமில்லை, குளிர் அதிகமாக இருக்கிறது, அவ்வளவுதான்," என்று பதில் சொன்னாள். அவன் அவளிடம் நெருங்கி வந்தான். "உங்கள் பிரிவில் வேலை கடினம். வினோதமான நோயாளிகள் வருகிறார்கள், அல்லவா?" என்றான். அவள் பெருமூச்சு விட்டுக்கொண்டே, சிக ரெட் புகையைப் பலமாக இழுக்கிறாள். "அதெல்லாம் ஒன்று மில்லை. குளிர்தான். அத்துடன் களைப்பு வேறு," என்றாள். ஆனால், அவள் கன்னத்தில் கண் மையோடு கலந்த கண்ணீர் வழிகின்றது. இயல்பு நிலைக்குத் திரும்புபவள்போல் தெரிந்தாள்.

அன்று மாலையில்கூட அவசரச் சிகிச்சைப் பிரிவில் பணி யாற்றும்போது அவளிடம் காணப்பட்ட துடிப்பு, ஆர்வம், கல கலப்பு, வேகம், விளையாட்டுத்தனம் அனைத்தும் திடீரென நீர்த்துப் போனதுபோல் ஆகிவிட்டது. தலை பாரமாக இருந்தது. இப்போதுதான் வயது இருபத்தி மூன்று ஆனதுபோல் இருந்தது. அதிலிருந்து திடீரென இருபத்தி எட்டுக்கும், முப்பத்தி ஒன்றுக்கும் அது தாவிவிட்டதுபோல் தோன்றியது. அவள் நிதானமாகச் சிந்தித்துப்பார்த்தாள். காலம் ஓடிக்கொண்டிருந்தது. வாழ்க்கையின் வெவ்வேறு கட்டத்தையும் அது வேகமாகக் கடந்துகொண்டிருந்தது. கரப்பான்பூச்சிகள் மொய்க்கும் ஈரத்தரை கொண்ட இல்லத்தில் இருந்த காலம், வங்கிக் கடன் வாங்கி விட்டு சம்பளத்தில் மிச்ச மிருக்கும் தொகையைச் செலுத்தும் கட்டாயத்திலிருந்த காலம், நெருங்கிய தோழிகளிடமிருந்து அவர்களுக்குக் குழந்தை பிறந்ததும் அவர்களால் ஓரங்கட்டப்பட்ட காலம், மற்றப் பெண்களோடு உல்லாசமாக வெளியில் போக முடியாமல் தடுக்கப்பட்ட காலம், சில சமயங்களில் அவர்களோடு கூடிக் கும்மாளமடித்த காலம், மோசமான படுக்கைகளில், அல்லது கார் கொட்டடிக் கதவில் சாய்ந்துகொண்டு எப்போதாவது ஏதோ ஒரு கஞ்சனுடன், கயவ னுடன் உடலுறவு வைத்துக்கொண்ட காலம், இப்படிப் பல காலகட்டங்கள் தாண்டி வந்திருக்கிறாள். கடைசியில், முகத்தில் விழுந்த முடியைப் பின்னுக்குத் தள்ளிவிட்டு, சிகரெட் பற்ற வைத்துவிட்டு, நெற்றிப் பொட்டையும், காதின் ஓரத்தையும் தடவி விட்ட ஒருவனால்தான் அவள் இதயம் துடித்தது. அவன் எங்கிருந்தாவது அவள் வாழ்க்கையில் திடீரென வந்து மறையும் கலையைக் கற்றிருந்தான். அவன் எங்கு போவான், எங்கு வருவான் என்பதை முன்கூட்டியே சொல்ல இயலாது. ஒரு கம்பத்துக்குப் பின்னால் ஒளிந்திருந்து திடீரென மாலையின் பொன்னிற ஒளியில் தோன்றி அவளைப் பிரமிக்கவைப்பான். இரவு நேரத்தில் அருகிலிருக்கும் உணவு விடுதியிலிருந்து அழைப்பான். அல்லது ஒரு நாள் காலை தெரு முனையிலிருந்து வருவான். பின்னர் அதேபோலவே மறைந்துவிடுவான். திரும்பி வந்து அவளைப் பார்க்கும்போது, அந்தப் பார்வையில் அவள் வாய், அவள் உடல் அனைத்துமே சரணடைந்துவிடும். இத்தனைக்கும், அவள் ஒவ் வொரு வாரமும் 'டாக்ஸ் வாபன் ஜிம்'முக்குச் சென்று, வியர்க்க

விறுவிறுக்க உடற்பயிற்சி செய்து, உடல் பருக்காமலிருக்க பல் வேறு கிரீம்களைப் பயன்படுத்திப் பாதுகாப்பாக வைத்திருந்தாள். அவள் இப்போது நொந்துபோய்விட்டாள். ஏமாற்றத்தில் பற்களை நரநரவென்று கடித்தாள். அவள் கால்கள் தரையில் தடுமாறிக் கொண்டிருந்தன. அந்த ஏமாற்றத்தால் சுற்றியுள்ள நிலப்பகுதி களும், அதற்கப்பாலும், சீரழிந்ததுபோலிருந்தன. எல்லா முகங் களும் வாடிவிட்டன. எல்லா செய்கைகளும் வீணாகிக்கொண் டிருந்தன. நோக்கங்கள் திசைமாறிக்கொண்டிருந்தன. அந்த ஏமாற்றம் அதிகரிக்கஅதிகரிக்க, நதிகளும் காடுகளும் மாசடைந்தன. பாலை வனங்கள் பாழாகின. நிலத்தடி நீர்சீரழிந்தது. பூக்களும், விலங்கு களும் காய்ந்தன. துருவங்கள் மற்றும் அங்கு விடியும் காலைப் பொழுது ஆகியவையும் களையிழந்தன. அழகான கவிதைகளும் அலங்கோலமாகின. ‘பிக் பாங்’ (Big Bang)கிலிருந்து இன்றைய ஏவுகணை காலம்வரை எல்லாமே சோகத்தில் மூழ்கி இருந்தது.

“சரி, நான் போகிறேன்,” என்று மனத்துக்குள் சொல்லிக்கொண்டு சிகரெட்டைத் தரையில் போட்டு, தன்னுடைய கேன்வாஸ் செருப் பால் மிதித்தாள். அவளிடம் முன்பு பேசியவன் “தேவலாமா?” என்று கேட்டான். “தேவலாம், நன்றி,” என்று தலையசைத்துவிட்டு, மருத்துவமனைக் கட்டடத்துக்குள் விரைந்தாள். அங்குப் போகும் நேரத்தில் தன்னை ஆசுவாசப்படுத்திக்கொண்டாள். கடுமையான வேலை அவளுக்குக் காத்திருந்தது. மாலை வேளைக்கே உரித்தான அவசரம், பதற்றத்துடன் காணப்படும் நோயாளிகள், உறக்கத்துக்கு முன் தரவேண்டிய சிகிச்சைகள் – டிரிப் பைகளை மாற்றுதல், மருந்து மாத்திரை விநியோகம் – ஆகியவற்றை எல்லாம் சமாளிக்க வேண்டும். அத்துடன், இன்னும் சில மணிநேரத்தில் நடக்கப் போகும் உறுப்பு அகற்றும் பணியையும் சேர்த்துக்கொள்ள வேண்டும். அதுபற்றி மருத்துவர் ரெவோல் அவளை வந்து பார்த்து, அவளால் கடைசி நேரத்தில் அவர் செய்த மாற்று ஏற் பாட்டை ஏற்றுக்கொள்ள முடியுமா என்று கேட்டார். அது ஓர் அசாதாரணமான வேண்டுதல். அவள் அதனை ஏற்றுக்கொண்டாள்.

நேரடியாகத் தன் பிரிவுக்குப் போகாமல், தக்காளி சூப் விநி யோகிக்கும் தானியங்கி மெஷினில் ஒரு கப் சூப் வாங்குவதற்காக உணவு விடுதிப் பக்கம் போகிறாள். சில்லென்றிருந்த அந்தப் பெரிய ஹாலில் அவளின் மெல்லிய உருவம் போவது தெரிகிறது.

சூப்பைச் சீக்கிரம் வரச் செய்வதற்காக அந்த மெஷினைத் தட்டு கிறாள். சூப் உப்பு சப்பின்றி இருந்தது. கொதித்துக்கொண்டிருந்த அந்த பானத்தால் கையிலிருந்த பிளாஸ்டிக் கப் சுருங்கியது. அவள் அதனைக் கண்டுகொள்ளாமல் ஒரே மூச்சில் அந்தச் சூப்பைக் குடித்தாள். எதிரில், ஏழாம் நம்பர் அறை நோயாளியின் பெற்றோர்கள் போய்கொண்டிருந்தார்கள். அந்த இளைஞனுக்குத்தான் அன்று மாலை கதேட்டர் (catheter) பொருத்தினாள். அவன்தான் இறந்து போனவன். அவனிடமிருந்துதான் உறுப்புகள் அகற்றவிருக்கி றார்கள். ஆம், அவனுடைய பெற்றோர்கள்தான் போய்கொண்டிருந் தார்கள். கண்ணாடிக் கதவுகள் நோக்கி அவர்கள் மெல்ல நகர் வதைப் பார்க்கிறாள். அவர்களைச் சரியாகப் பார்ப்பதற்கு, அவள் ஒரு தூணில் சாய்ந்துகொள்கிறாள். சுற்றி இருந்த கண்ணாடியில் அவர்கள் உருவம் பிரதிபலிக்கிறது. பனிவிழும் இரவில் ஏரி களிலும் குளங்களிலும் உலவிக்கொண்டிருக்கும் ஆவிகளை ஒத்திருந்தது அது. அங்கு நடந்து போய்கொண்டிருந்தது அவர்கள் நிழல் என்றுதான் சொல்ல வேண்டும். இன்று காலையில் பார்த்த அவர்கள் உருவம் உள்ளுக்குள் கரைந்துகொண்டிருந்தது. அவர்கள் இருவரும் ஒருவர் பக்கத்தில் ஒருவர் அந்தக் குளிரில் நடந்து போய்கொண்டிருந்ததைப் பார்ப்பவர்களுக்கு அவர்கள் கொர்தே லியா வாழ்ந்துகொண்டிருந்த உலகத்தை விட்டும், மற்றவர்கள் வாழ்ந்துகொண்டிருந்த உலகத்தையும் விட்டும் அகன்றுபோய் – விலகிப்போய் – வேறொரு உலகில் – குழந்தையை இழந்துத் தவிக்கும் பெற்றோர்கள் வாழும் உலகில் கொஞ்ச நாள் வாழப் போகிறார்கள் என்பது விளங்கும்.

கொர்தேலியா அவர்களைப் பார்த்துக்கொண்டிருக்கும்போதே, அவர்கள் உருவம் கார் நிறுத்துமிடத்தை நெருங்கும் நேரத்தில் சிறிதாகிறது, பின்னர் இரவில் மறைந்துவிடுகிறது. அவள் உடனே தூணிலிருந்து விலகி சத்தமிடுகிறாள். ஒரு குதிரைக் குட்டியைப் போல் சிலிர்த்தெழுகிறாள். அவள் முகத்தில் மீண்டும் தெம்பு துளிர்விடுகிறது. இதற்குமுன் அவளிடம் இல்லாத ஆற்றலுடன் தன் கைபேசியை எடுத்து அன்று காலையில் மறைந்துபோன அந்த இளைஞனின் எண்ணை நிதானமாகத் தட்டுகிறாள். அவள் சைகையில் முரண்பாடு தெரிந்தது. கைபேசியை தூக்கி எறிந்து விட்டு, சூழும் சோகத்தைத் தானே சமாளிக்க நினைப்பது

போலவும், அதே சமயம் மீண்டும் காதலைச் சாத்தியப்படுத்த நினைப்பதுபோலவும் இருந்தது. ஒன்று, இரண்டு, மூன்று முறை மறுமுனையில் மணி ஒலித்தது. பின்னர் ஒரு குரல் மூன்று மொழியில் செய்தியைப் பதிவு செய்யச் சொன்னது. "நான் உன்னை நேசிக்கிறேன்," என்று சொல்லிவிட்டு கைபேசியை அணைத்து விடுகிறாள். அப்போது அவளுக்கு ஓர் இனம்புரியாத ஆற்றல் பிறந்தது. அவளை எதிர்காலம் வரவேற்பது போன்றிருந்தது. மனத்திலிருந்த பாரம் இறங்கிவிட்டது. தனக்கு மக்னீசியம் குறைவால், களைப்படையும்போது அழ நேரிடுகிறது என்று தனக்குள் சொல்லிக்கொள்கிறாள்.

21

ஓராவை அவர்கள் அழைக்கவில்லை. அவளிடம் பேச நினைக்கவில்லை. அவளைப் பற்றி ஒரு தடவைதான் நினைத்தார்கள். அதாவது, அவளுடைய அண்ணனின் இதயத்தை நிறுத்துவதற்கு முன், அவன் காதில் அவள் பெயரைச் சொல்ல வேண்டுமென்று கூறியபோதுதான் அவளைப் பற்றிய நினைப்பு வந்தது. அவள் அம்மா அவசரமாக மருத்துவமனைக்குக் கிளம்பும்போது அந்த ஏழு வயதுப் பெண்ணுக்கிருந்த தவிப்பு, ஏக்கம், தனிமை ஆகியவற்றையெல்லாம் அவர்கள் மறந்துவிட்டார்கள். அவர்கள் மரணமெனும் சூறாவளியில் சிக்கிக்கொண்டு தவித்திருந்தாலும்கூட அவளைக் கூப்பிடாததற்கு எந்தவித சமாதானமும் கிடையாது. அவர்கள் கைபேசியில் அவர்கள் அக்கம் பக்கத்து வீட்டுக்காரர் அனுப்பிய குறுஞ்செய்தியைப் பார்த்ததும் அதிர்ந்துபோனார்கள். அத்துடன் சேர்த்திருந்த வாய்ஸ் மெயிலைக் கேட்கக்கூட அவர்களுக்குத் தைரியமில்லை. மரியான் காரின் வேகத்தை அதிகப்படுத்தினாள். “இதோ வந்துவிட்டோம் – வீட்டுக்கு வந்துவிட்டோம்.”

O

சேன் வென்சான் தேவாலய மணிகள் ஒலிக்கின்றன. வானம் உருகும் மெழுகுபோல் காட்சியளித்தது. மாலை மணி 6.20. குன்றின் மீதிருந்த அவர்கள் வீட்டுக்குச் செல்லும் வளைந்து நெளிந்து செல்லும் பாதையில் அவர்கள் கார் சென்று கீழ்தளத்திலிருந்த கார் நிறுத்துமிடத்துக்குள் நுழைந்தது. காரை நிறுத்தும்போது மரியான், “வீட்டுக்கு வந்துவிட்டோம். இன்றிரவு சேர்ந்தே இருப்போம்,” என்றாள். அவள் சொல்லவில்லையென்றாலும், அன்று இரவு அவர்கள் தனியாக இருக்க முடியுமா? சீன் கடந்த நவம்பர் மாதம் டால்மார் என்னும் இடத்தில் வாடகைக்குப் பிடித்திருந்த சின்ன அறையொன்றிலும் இரவைக் கழிக்க முடியுமா? மரியான் பூட்டுத்

துவாரத்தில் சாவியை நுழைக்க முடியாமல் தவிக்கிறாள். அவளுக்குப் பின்னால் சீன் பதற்றத்துடன் காணப்பட்டான். ஒருவாறாகக் கதவு திறந்ததும், இருவரும் தட்டுத்தடுமாறி அறைக்குள் நுழைகின்றனர். விளக்கைப் போடுவதற்குமுன்பாகவே சோஃபாவில் சாய்கிறார்கள். அந்த சோஃபாவை அவர்கள் ஒரு மழை நாளில் கிராமப்புற சாலையோரத்தில் வாங்கியிருந்தார்கள். வாங்கும் போது அதனை மிட்டாய் சுற்றும் தாள்போல் ஒரு பெரிய தாள் சுற்றி இருந்தது. இப்போது, அந்தி மயங்கும் இவ்வேளையில், அவர்களைச் சுற்றி யுள்ள சுவர்கள் தண்ணீரை உறிஞ்சி காஃபி நிறத்திலிருந்தன. அவற்றில் தொங்கிய ஓவியங்களில் சில வேறுபட்ட உருவங்களும், வடிவங்களும் தெரிந்தன. புகைப்படம் எடுக்கப் பயன்படும் காகிதத்தை அதற்கான திரவத்தின்மீது மிதக்க விட்டுவிட்டதுபோல் இருந்தது அந்த அறை. கொஞ்சம்கொஞ்சமாக இருள் வந்து சேர்ந்து நிஜ உலகத்தைப் பின்னுக்குத் தள்ளிவிட்டு அவர்களை ஒரு மாயையில் ஆழ்த்தியது. அவர்களின் உடல்வலி அவர்களை யதார்த்தத்தோடு இணைக்கப் போதுமானதாக இல்லை. இது ஒரு சிம்ம சொப்பனம். அதிலிருந்து எழுந்துவிடுவோம் என்று கூரை யையே பார்த்துக்கொண்டிருந்தமரியான் நினைக்கிறாள். இச்சமயம் பார்த்து அங்கு சிமோன் வந்தால் – அவன் கதவைத் திறக்கும் சத்தம் கேட்டு எப்போதும்போல் அவன் தாயைத் திடுக்கிட வைத்தால் – சர்ஃபை எடுத்துக்கொண்டு நனைந்த தலைமுடியுடனும், குளிரி னால் நீலமாகிய கைகளுடனும் முகத்துடனும், களைப்புடன் உள்ளே நுழைந்தால் மரியான் அது நிஜமாகத்தான் நிகழ்கிறது என்று நம்புவாள். அவள் எழுந்து அவனை நோக்கிச்சென்று அவனுக்குத் தெம்பேற்றுவதற்கு சற்று சூடான உணவு கொடுப்பாள். ஆம், அது வெறும் பிரமை என்று நினைக்க மாட்டாள்.

O

மரியானின் கை நீள்கிறது. அது சீனின் கையை, அல்லது தொடையை, அல்லது அவன் உடலில் ஏதாவது ஒரு பகுதியை தொட முனைகிறது. ஆனால், அது வெறுமையைத்தான் சந்திக்கிறது. காரணம், சீன் எழுந்து, தன் பர்க்காவைக் கழற்றிவிட்டு, கீழிறங்கித் தன் மகள் லூவைத் தேடி போய்க்கொண்டிருந்தான். கதவு பக்கம் போகும்போதே, மணி அடிக்கிறது. திறந்து பார்க்கிறான். அவன் மகள் உள்ளே நுழைகிறாள். மரியான் திடுக்கிட்டுக் கத்துகிறாள்.

லூ உணர்ச்சி வசப்பட்டு குடியிருப்புக்குள் ஓடுகிறாள். அவள் ஆடைகளுக்கு மேல் பல நிறத்தில் ஒரு டீ-ஷர்ட் போட்டிருந்தாள். முடியை ஒரு துணியால் சேர்த்துக் கட்டி இருந்தாள். யாரோ ஒருவர் அவள் முதுகில் ரிப்பனைக் கொண்டு இரண்டு பட்டாம் பூச்சு இறக்கைகள் கட்டி விட்டிருந்தார். அவளுடைய முடி கறுப்பாகவும், தோல் ஆலிவ் நிறத்திலும் இருந்தன. இரு வேறினத்தைக் குறிக்கும் கண்கள் சற்று சாய்ந்திருந்தன. திடீரென அவள் தன் தந்தையை நோக்கி ஓடுகிறாள். அவன் புல்லோவரில அங்கு நிற்பதைக் கண்டு வியப்பில் "நீ திரும்பி வந்துவிட்டாயா?" என்று கேட்கிறாள். அவளுக்குப் பின்னால், அவர்கள் அண்டை வீட்டுப் பெண் வாசலிலேயே நின்று ஒட்டகச் சிவிங்கிபோல் தலையை உள்ளே நுழைக்கிறாள். "சீன், நீங்கள் திரும்பி வந்து விட்டீர்களல்லவா?" என்பதுபோல் பார்க்கிறாள். "ஆம், இப்போது தான் திரும்பிவந்தோம்," என்று சொல்லிவிட்டு வாயை மூடிக் கொள்கிறான் சீன். அவனுக்குப் பேச ஆர்வமில்லை. அவனுக்கு முன்னால்லூ தன் பையில் கையைவிட்டுத் துழாவி ஒரு வெள்ளைக் காகிதத்தை எடுக்கிறாள். "சிமோனுக்காக ஒரு சித்திரம் வரைந்திருக் கிறேன்," என்று சொல்லிக்கொண்டே, தொடர்ந்து உள்ளே நுழை கிறாள். அங்கு தன் தாய் சோஃபாவின் மீது கவிழ்ந்தபடி படுத் திருப்பதைப் பார்த்துவிட்டு, "சிமோன் எங்கே? இன்னும் மருத்துவ மனையிலிருக்கிறானா?" என்று கேட்டாள். பின்னர், பதிலுக்குக் காத்திராமல், அப்படியே திரும்பிச்சென்று, இறக்கைகள் படபடக்க, காலடி ஒலிக்க முதலில் ஓர் அறையைத் திறந்து தன் சகோதரனின் பெயரைச் சொல்லிக் கூப்பிடுகிறாள். பின்னர் அந்தப் பெயரைச் சொல்லிக்கொண்டே இன்னும் பல அறைகளைத் திறந்து பார்க் கிறாள். பதில் கிடைக்காமல், அவள் திரும்பிச் சென்று, இடிந்து போய், பேசமுடியாமல் தவித்த தன் பெற்றோர்கள் முன் நிற்கும் போது அவர்களால் "லூ" என்று மட்டுமே மெதுவாகச் சொல்ல முடிந்தது. அடுத்த வீட்டுக்காரப் பெண் முகம் மாறிவிட்டது. உடனே தன் ஆள்காட்டி விரலால், தனக்குப் புரிகிறது என்றும், அவர்களைத் தொந்தரவு செய்ய விரும்பவில்லை என்றும் புரிய வைத்து விட்டு வெளியில் சென்று கதவைச் சாத்திவிட்டு நகர்கிறாள்.

சிறுமி தன் பெற்றோர்கள் முன் சென்று நிற்கிறாள். மேற்கே சூரியன் மறைந்து கொஞ்சம்கொஞ்சமாக நகரத்தைக் இருளுக்குள்

தடாகம் ♡ 183

மூழ்கடிக்கிறது. வீட்டுக்குள் இருந்தவர்களின் உருவம் மட்டுமே தெரிகிறது. மரியானும், சீனும் சிறுமியை நெருங்கி வருகிறார்கள். அவள் அப்படியே நிற்கிறாள். அவள் கருவிழியைச் சுற்றிலும் வெண்மை பளிச்சிட்டது. சீன் அவளைத் தூக்கினான். மரியான் அவர்களிருவரையும் அணைத்துக்கொண்டாள். தெற்கு அயர்லாந்து துறைமுகங்களில் கடலில் மரணமடைந்தோர்க்கு நினைவு மண்ட பங்கள் அமைத்திருப்பார்கள். அதில் காணும் சிற்பங்கள்போல், கண்களை மூடிக்கொண்டிருக்கும் அம்மூவரும் தென்பட்டார்கள். அப்படியே அவர்கள் மூவரும் சோஃபா பக்கம் போகும்போது தங்களை வெளித்தாக்குதலிலிருந்து காத்துக்கொள்ளும் மூவரின் ரோமானியச் சிற்பங்களைப் போன்றிருந்தனர். அங்கு அவர்கள் மூச்சும், உடல் வாடையும் ஒன்று கலந்தன. சிறுமி சாப்பிட்டிருந்த பன் ரொட்டியின் நறுமணமும் வீசியது. விபத்து அறிவிக்கப்பட்ட பின்பு இப்போதுதான் முதல் தடவையாக அவர்கள் நிஜமாகவே சுவாசித்தார்கள். நிஜமாகவே சோகச் சூழலில் ஓர் ஓட்டை போட்டு வெளியில் வந்தார்கள். அவர்களை ஓசையின்றி, மெதுவாக நெருங்கிப்பார்த்தால், அவர்களின் இதயங்கள் துடிப்பதைக் கேட்க முடியும். மீதி இருக்கும் வாழ்நாளில் அவை ஒன்றாகவே துடிக்கப்போவதுபோல் ஆரவாரத்துடன் துடித்தன. அவற்றின் வால்வுகளில் அதிகத் தொழில்நுட்பத்துடன் கூடிய சென்சர்கள் பொருத்தப்பட்டிருந்தது போலிருந்தது. அவை அக ஒலியியல் அலைகளை உருவாக்குவதுபோலும் இருந்தது. அந்த அலைகள் வான் பரப்பைக் கடந்து ஜப்பான் வரை சென்று அங்கு சீட்டோ தீவிலுள்ள மரக் கட்டடத்திற்குள் சென்று ஆவணப்படுத்தப் பட்டு விடும்போல் இருந்தது. அங்குதான் நீண்ட பயணம் செய்தவர் களின் கைரேகைகள் பதியவைக்கப்படுகின்றன. மரியான் – சீன் இதயங்கள் சரியாகத் துடிக்கும்போது, லூவின் இதயம் வேக மாகத் துடிக்கிறது. சட்டென்று அவள் எழுந்து நாம் ஏன் இருளில் இருக்கிறோம் என்று சொல்லிக்கொண்டே, பூனையைப் போல் நடந்து சென்று, எல்லா விளக்குகளையும் ஒன்றன் பின் ஒன்றாக ஒளிரச் செய்கிறாள். தன் பெற்றோர்கள் பக்கம் திரும்பி, “எனக்குப் பசிக்கிறது,” என்றாள்.

கைபேசியில் செய்திகளுக்கான அறிகுறிகள் வந்தவண்ணம் இருந்தன. அதற்கெல்லாம் பதில் சொல்ல வேண்டும். இன்னொரு

வேதனையை எதிர்கொள்ள வேண்டும். தன் கோட்டைக் கழற்றாம லேயே, மரியான் பால்கனிக்குச் சென்று ஒரு சிகரெட்டைப் பற்ற வைத்தபின், கிறீஸ், யோவான் பற்றிய செய்திகளைத் தெரிந்து கொள்ள முயன்றாள். அதற்குள் ழூய்லியேத்திடமிருந்து ஓர் அறிவிப்புக் குறி வந்தது. மரியானுக்கு என்ன சொல்வதென்று தெரியவில்லை. பேசுவதற்கும், பேசுவதைக் கேட்பதற்கும் பயமாக இருந்தது. வார்த்தைகள் தொண்டைக்குள்ளேயே சிக்கிக்கொள்ளும் என்ற பயம் வேறு. ஏனென்றால், ழூய்லியேத் எல்லோரையும் போல் அல்ல. சென்ற டிசம்பர் மாதம், ஒரு புதன்கிழமை, வேண்டாவெறுப்போடு அவளை மரியானுக்கு அறிமுகப் படுத்தினான். எல்லோரும் சமையலறையில் இருக்கும்போது, அவள் அங்கு நுழைந்தாள். அவன் மரியானைத் தன் தாய் என்று அறிமுகப்படுத்தவில்லை. இருவரையும் "ழூய்லியேத்-மரியான்" என்று சொல்லித்தான் அறிமுகப்படுத்தினான். அறிமுகப் படுத்திய வுடனேயே, "வா, போகலாம், வேலை இருக்கிறது," என்று சொன்னான். அதற்குள் மரியான் அவளிடம் பேச்சு கொடுத்து விட்டாள்: "நீ, சிமோன் வகுப்பில் மாணவியாக இருக்கிறாயா?" தன் மகனின் இதயத்தில் குடியிருக்கப் போகும் அவள் எப்படி இருக்கிறாள் என்பதைப் பார்த்து பிரமித்துப் போனாள். அதற்குக் காரணமிருந்தது. அவள் வேறு எந்தப் பெண்ணைப் போலவும் இல்லை. குறிப்பாகக் கடற்கரையில் சுற்றிக்கொண்டிருக்கும் ஒரு கும்பலைச் சார்ந்த பெண்போல் இல்லை. ஒல்லியாக – பருத்த மார்பகம் இல்லாமல் ஒரு விசித்திர அழகு கொண்ட முகத்துடன் இருந்தாள். அகண்ட கண்களும், நிறைய துவாரங்கள் கொண்ட காதுகளும், அவளுடைய பற்களுக்கிடையே கொஞ்சம் இடை வெளியும் இருந்தன. தலை முடி செம்பட்டை. Breathless படத்தில் ழூான் செபெர் (Jean Seberg) முடிபோல் வெட்டப்பட்டிருந்தது. அன்றைய தினம், அவள் வெளிர் ரோஸ் நிறத்தில் வெல்வெட்டில் ஒரு ஸ்லிம் ஜீன்ஸ் போட்டிருந்தாள். பச்சை நிறத்தில் பாஸ்கட் அணிந்திருந்தாள். அவள் டீ-ஷர்ட் நிறம் சிவப்பாக இருந்தது. மரியானுடைய கேள்விகளுக்கு அவள் பதில் சொல்லி முடிக்கும் வரை நெருப்பின் மேல் நிற்பது போல் சிமோன் நின்றுகொண் டிருந்தான். பின்னர், அவள் முழங்கையைப் பிடித்து இழுத்துக் கொண்டு போய்விட்டான். பின்வரும் நாட்களில், அவள் பெயர்

அவன் நண்பர்கள் மத்தியிலும், நண்பர்கள் காதலிகள் மத்தியிலும் வெகுவாகப் பரவ ஆரம்பித்துவிட்டது. அவனிடம் மாற்றம் ஏற்பட்டிருக்கிறது என்று மரியான் நினைத்தாள். அவன் இப்போது மெக்டானால்டுக்குப் போவதற்குப் பதில் துர்நாற்றம் வீசும் ஓர் 'ஐரிஷ் பப்பு'க்குப் போனான். ஜப்பானிய நாவல்கள் படித்தான். கடற்கரையில் மிதந்து வரும் மரச் சட்டங்களைச் சேகரித்தான். பின்னர் அவளுடன் சேர்ந்து, இயற்பியல், வேதியியல், உயிரியல் பாடங்களைப் படித்தான். இந்தத் துறைகளில் அவனுக்கு நாட்டம் அதிகம், ஆனால் அவளுக்கு நாட்டம் இல்லை. ஒரு நாள் மாலை, அவன் அவளுக்கு எவ்வாறு அலைகள் உருவாகின்றன என்பதுபற்றி விளக்கிக்கொண்டிருந்தான்: "இதைக் கவனி. (படம் வரைந்து காட்டிக்கொண்டிருந்தான்). பேரலை கரையை நோக்கி நகர்கிறது. தண்ணீரின் ஆழம் குறையக்குறைய பேரலையின் வலு அதிகமாகிறது. அதனை 'லெவி சோன்' (levee zone) என்பார்கள். அங்குதான் அலைகள் தங்கள் முதுகை வளைக்கின்றன. சமயத்தில் அது முரட்டுத்தனமாக இருக்கும். பின்னர்அப்பேரலை சிதறும் மண்டலத்துக்குச் செல்லும். சிதறும் மண்டலம் பாறையாக இருப்பின் நூறு கெஜ தூரம் வரை செல்லும். அதற்குப் பின் அலைச் சறுக்கு மண்டலம் வரும். பேரலை அதையும் தாண்டி கரையை நோக்கிச் செல்லும். சரிதானா?" (அவள் தன் தாடையை அசைத்து 'சரி' என்று சொல்லியிருக்க வேண்டும்.) அவனுக்கு அதிர்ஷ்டம் இருந்தால், கரையில் சிவப்பு மெழுகுத்துணி ஆடை அணிந்திருக்கும் ஒரு சுமாரான பெண் நின்றுகொண்டிருப்பாள். ஊரெல்லாம் உறங்கிக் கொண்டிருக்கும்போது, அவர்கள் நீண்ட நேரம் பேசிக்கொண்டிருப்பார்கள். ஒருவருக்கொருவர் 'நான் உன்னைக் காதலிக்கிறேன்,' என்று சொல்லிக்கொள்வார்கள் – தாங்கள் என்ன சொல்கிறோம் என்று புரிந்துகொள்ளாமலேயே! சொல்லிக் கொண்டதுதான் முக்கியம். ஏனெனில், மூய்லியேத் சிமோனின் இதயம்!

O

மரியான் பால்கனியில் நிற்கிறாள். குளிர் அவள் விரல்களை உலோகத்திலான கைப்பிடியில் ஒட்டவைத்திருக்கிறது. அங்கிருந்து பார்த்தால், நகரம், கடல், கழிமுகம் எல்லாம் தெரிகின்றது.

ஆங்காங்கு ஆரஞ்சு நிற விளக்குகள் வெவ்வேறு பிரிவுகளைக் காட்டி நின்றன. அவற்றின் குளிர்ந்த சுடர் வானத்தில் சாம்பல் நிற ஒளிவட்டங்களை ஏற்படுத்தின. அலைதாங்கியின் முடிவில் துறைமுகத்தின் நுழைவைக் குறிக்க விளக்குகள் எரிந்தன. அதே சமயம் நீர் முகப்புக்கு அப்பால் எங்கு பார்த்தாலும் இருள் சூழ்ந்திருந்தது. ஒரு படகுகூட நிறுத்தி வைக்கப்பட்டிருக்கவில்லை. ஒரு விளக்குக்கூட கண் சிமிட்டவில்லை. எங்கும் இருளின் சாம்ராஜியம்தான். சிமோனின் இதயம் முன்பின் தெரியாத ஒருவனின் உடலில் துடிக்க நேரும்போது, மூய்லியேத்தின் காதல் என்னாவது? முதல் நாளிலிருந்து அதனுள் இவ்வளவு நாள் குவிந் திருந்த உணர்ச்சிகள், கோபதாபங்கள், நேச பாசங்கள், நட்புகள், வெறுப்புகள் ஆகியவையெல்லாம் என்னாவது? அலையை எதிர் நோக்கும்போது, அந்த இதயத்தில் பாயும் மின்சாரம் என்னாவது? முழு நிறைவு கொண்ட அந்த இதயம் என்னாவது? மரியான் பார்வையைக் கீழிறக்கி சுற்றியிருந்த வெளியிடத்தைப் பார்த்தாள். பைன் மரங்கள் ஆடாமல் அசையாமல் நின்றன. புதர்கள் ஒதுக்குப் புறமாக இருந்தன. கார்கள் தெருவிளக்கின் கீழ் நிறுத்திவைக்கப் பட்டிருந்தன. எதிரெதிர் வீடுகளின் சன்னல் வழியாகப் பாய்ந்து வந்த ஒளி இருளைக் கிழித்துக்கொண்டிருந்தது. அவ்வீடுகளின் ஹால் சிவப்பு ஒளியிலும், சமையலறை மஞ்சள் ஒளியில் மிதந்தன. நீராவி படிந்த சன்னல் கண்ணாடிக்குப் பின்னால் பல்வேறு ஒளிக் கதிர்கள் தெரிந்தன. மைதானம் ஒன்றில் நீள்சதுர புல்தரை பச்சை நிறத்தில் பளபளத்தது. அந்த ஞாயிற்றுக்கிழமை மாலை உணவு சமைக்க வேண்டிய வேளை வந்துவிட்டது. மரியான் எதுவும் சமைக்கப்போவதில்லை. முதல் நாள் சமைத்ததில் மிச்சம் மீதி இருந்தது. அதுபோதும். எல்லோரும் தொலைக்காட்சி முன் அமர்ந்துகொண்டு ஒரு கால்பந்து விளையாட்டையோ, ஒரு திரைப் படத்தையோ ஒன்றாகச் சேர்ந்து பார்க்கலாம் என்று நினைத்தாள். சிமோனின் உருவம் விளக்கில் தெரிந்தது. திரும்பினாள். சீன் அவளைப் பார்த்தபடி நின்றுகொண்டிருந்தான். லூ சோஃபாவில் தூங்கிக்கொண்டிருந்தாள்.

22

மீண்டும் ஓர் அழைப்பு. இன்னொரு தொலைபேசி மேசை மீது அதிர்கிறது. இன்னொரு கை – பரந்தகன்ற கை, விரல் ஒன்றில் வேலைப்பாடுடன் கூடிய தங்க மோதிரம் அணிந்த கை – தொலைபேசியை எடுத்தது. அதிர்வுகளைத் தொடர்ந்து பதற்றத்தோடு ஒரு குரல். பதற்றத்துக்குக் காரணம் தெரிகிறது. கைபேசித் திரையில் 'அர்ஃபாங் சிகிச்சை நிலையம்' என்று வந்தது. "ஹலோ"வைத் தொடர்ந்து ஓர் அறிவிப்பு. அறிவிப்பைக் கேட்ட பெண்மணியின் முகத்தில் அதன் தாக்கம் தெரிகிறது. உணர்வு உடலெங்கும் பரவுகிறது. உடனேயே முகம் சுருங்குகிறது.

"ஓர் இதயம் கிடைத்திருக்கிறது. பொருத்தமான இதயம். அதனை அகற்ற ஒரு குழு உடனேயே புறப்பட்டுப் போய்க்கொண் டிருக்கிறது. இப்போதே வாருங்கள். இன்றிரவே உறுப்பு மாற்றும் சிகிச்சை நடைபெறப்போகிறது. அறுவைச் சிகிச்சைப் பிரிவில் நடுநிசி வாக்கில் வரவும்."

O

அவள் கைபேசியை வைத்துவிட்டுப் பெருமூச்சுவிடுகிறாள். அறையில் ஒரே சன்னல். அதனைத் திறப்பதற்கு இரு கைகளையும் மேசைமீது ஊன்றிக்கொண்டு எழுந்திருக்கிறாள். அதனருகில் செல்ல மூன்று அடி எடுத்து வைக்க வேண்டும். கடினம்தான். சன்னல் தாழ்ப்பாளைத் திறப்பது இன்னும் கடினம். பனிக்காலமாதலால் சில்லிட்ட ஓரங்கள் இறுகலாகிவிட்டன. தெருவிலிருந்து அவ்வப் போதுவரும் ஓசைகளைக் குளிர் கண்ணாடிமயமாக்குகிறது. ஷெவாலெரே நிலையத்தில் மெட்ரோ நுழையும் கிரீச் சத்தத்தை ஒன்றுமில்லாமல் பண்ணிவிடுகிறது. துர்நாற்றத்தைத் தடுக்கிறது. அவள் முகத்தைச் சில்லென்ற ஒரு போர்வைக்குள் மறைக்கிறது. அவளுக்கு ஒரு சிலிர்ப்பு ஏற்பட்டது. அவள் பார்வை 'வேன்சான் – ஒரியோல்' சாலையில் மறுபக்கம் பாய்கிறது. எதிரே இருந்த

பித்தியே மருத்துவமனையின் இதயச் சிகிச்சைப் பிரிவின் சன்னல்களைப் பார்க்கிறாள். அங்குதான் மூன்று நாள்களுக்கு முன் சென்று பரிசோதனை மேற்கொண்டாள். பரிசோதனைகளின்படி அவள் இதயம் பழுதடைந்திருந்தது. அதனால்தான் இதய சிகிச்சை நிபுணர் அவளுக்காக பயோமெடிக்கல் ஏஜென்சியில் உறுப்பு தானம் பெற விரும்புவோர் பட்டியலில் முன்னுரிமை தரும்படி பதிவுசெய்தார். இந்தத் தருணத்தில், தான் எந்த நிலை யிலிருக்கிறோம் என்று நினைத்துப்பார்க்கிறாள்: "நான் பிழைத்துக் கொண்டேன். நான் உயிர் வாழப்போகிறேன். யாரோ ஒருவர் அகால மரணமடைந்துவிட்டார். இப்போதுதான், இந்த இரவுதான் அது நடந்திருக்கிறது. அது அறிவிக்கப்பட்ட இந்த நிமிடம் திடீரென ஒரு நினைவாக இறந்தகாலத்தில் போய்விடக் கூடாது. இந்த நேரம் தொடர வேண்டும் – பளிச்சென்று பரவசத்துடன் தொடர வேண்டும். நான் மரணத்தால் ஆட்கொள்ளப்படக்கூடியவள்.

கண்களை மூடிக்கொண்டு குளிர்காலத்தை நுகர்கிறாள். அண் டத்தில் எங்கோ ஒரு மூலையில் வாயு மண்டலத்தில், நிசப்தத் துடன் நீலக் கோள் நகர்ந்துகொண்டிருக்கிறது. காட்டில் விண் மீன்கள் பூத்திருக்கின்றன. மரங்களின் அடிப்பகுதியை எறும்புகள் ஆக்கிரமித்திருக்கின்றன. தோட்டம் விரிவடைகிறது. பாசி, கூழாங்கல், மழைக்குப் பின் துளிர்த்த புல் பூண்டுகள், பருத்துப் போகும் கிளைகள், பனையின் கூர் விளிம்புகள் ஆகிய அனைத்தும் அதனை விரிவடையச் செய்கின்றன. இருளால் மூடப்பட்டிருக்கும் நகரம் மக்கள் கூட்டத்தைப் பாதுகாக்கிறது. இருளில், அடுக்கடுக் கான படுக்கைகளில் குழந்தைகள் கண்விழிக்கிறார்கள். அவள் இதயத்தை மதிப்பிடுகிறாள். அது ஒரு சிவப்புத் தசைப் பிண்டம். இரத்தம் சொரிந்துகொண்டிருக்கும். நரம்புகளால் பின்னப்பட் டிருக்கும் குழாய்கள் நிறைந்த அந்த உறுப்பு நசிவுற்று செயலற்றுப் போகவிருக்கிறது. அவள் சன்னலை மூடுகிறாள். அவள் தயாராக வேண்டும்.

O

கிளேர் மெழான் (Claire Méjean) இரண்டு அறைகள் கொண்ட அந்தக் குடியிருப்பில்தான் சுமார் ஒரு வருடக் காலமாக வசித்து வருகிறாள். அதனைப் பார்க்காமலேயே அதிகப் பணம் கொடுத்து

வாடகைக்கு எடுத்துவிட்டாள். முதல் மாடி என்றார்கள். பித்தியே மருத்துவமனை அருகில் என்றார்கள். அதுபோதும் என்று முடிவு செய்துவிட்டாள். ஆனால், அது சுத்தமாக இல்லை. இருட்டாக இருந்தது. இரண்டாவது மாடியின் பால்கனியின் முகப்பு ஒரு தொப்பியின் முகப்பைப்போல் அவளுடைய சன்னலில் இருள் படிய வைத்தது. வேறு வழியில்லை. உடல்நலம் இல்லையென்றால் வேறு வழி இருக்காதுதான் என்று தன்னைத் தேற்றிக்கொண்டாள். அவளுடைய இதயம்தான் அந்நிலைக்குத் தள்ளியது.

அவளுக்கு இதயத்தசை வீக்கம் உள்ளது. மூன்றாண்டுகளுக்கு முன், பித்தியே மருத்தவமனை இதயச் சிகிச்சைப் பிரிவில் சோதனை மேற்கொண்டபோதுதான் அது தெரியவந்தது. எட்டு நாளைக்கு முன் அவளுக்கு ஃப்ளூ காய்ச்சல் இருந்தது. தோளில் ஒரு போர்வையோடு, அடுப்பு ஊதிக்கொண்டிருந்தாள். சன்னல் வழியே பார்க்கும்போது, தோட்டத்தில் காற்று வீசியதால் ஊதாப் பூக்களும், மஞ்சள் பூக்களும் குவிந்துகொண்டிருந்தன. ஃபோந்தேன்ப்ளோவில் ஒரு மருத்துவரிடம் சென்று பார்த்தாள். அவரிடம் அவள் தனக்கு காய்ச்சல், தசைவலி, களைப்பு ஆகியவை இருந்ததாகச் சொன்னாள். ஆனால், அவ்வப்போது இதயத் துடிப்பு கொஞ்சம் அதிகரிக்கும் என்பதைச் சொல் லாமல் விட்டுவிட்டாள். குளிர், களைப்பு, போதுமான வெளிச்ச மின்மை ஆகியவற்றால் பலம் குன்றிப்போய்விடுகிறது என்று நினைத்துக்கொண்டாள். காய்ச்சலுக்கான மருந்து வாங்கிக்கொண்டு வந்தவள், அறைக்குள்ளேயே இருந்துகொண்டு வேலை பார்த் தால் எல்லாம் சரியாகிவிடும் என்று நினைத்தாள். சில நாட் களுக்குப் பின், தன் உடல்நிலையைப் பொருட்படுத்தாமல், தன் தாயைப் பார்த்துவர பாரிசுக்குப் போயிருந்தபோது, அவள் மயக்கம் போட்டு விழுந்துவிட்டாள். அவள் இரத்த ஓட்டத்தின் வேகம் குறைந்துவிட்டது. தோல் சில்லிட்டு வெளுத்துவிட்டது. உடலெல்லாம் வியர்த்துக் கொட்டியது. சைரன் பொருத்திய காரில் அவளை அவசரச் சிகிச்சைப் பிரிவுக்கு அழைத்துச் சென்றார்கள் – அமெரிக்கத் தொலைக்காட்சித் தொடர்களில் வருவதுபோல. இரத்தப் பரிசோதனையிலேயே அவளுக்கு வீக்கம் இருந்தது தெரிந்துவிட்டது. பின்னர், இதயத்தைச் சோதித்தார்கள். அதன் பின் பல்வேறு சோதனைகள் மேற்கொள்ளப்பட்டன. ஈ.சி.ஜி.யில்

மின் இயக்கத்தில் ஓர் ஒழுங்கின்மை தென்பட்டது. இதயம் சற்று விரிவடைந்திருந்ததை எக்ஸ்ரே காட்டியது. எக்கோ இதயத்தின் பலவீனத்தைக் காட்டியது. அவளை மருத்துவமனையில் இதயச் சிகிச்சைப் பிரிவுக்கு மாற்றினார்கள். அங்கு இன்னும் சில நுண்ணிய சோதனைகள் நடைபெற்றன. கதெடர் மூலம் அவளுடைய இதயத்தின் செயல்பாடு நிற்கவில்லை என்று தெரிந்தபின், இதயத் திசு ஆய்வு மேற்கொண்டார்கள். கழுத்து நாளம் வழியாக ஊசிமருந்து செலுத்தினார்கள். சில மணி நேரங்கள் கழித்து 'இதயத் தசை வீக்கம்' (myocardial inflammation) என்ற விரும்பத்தகாத முடிவு வந்தது.

இரு வேறு பிரச்சினைகளுக்குச் சிகிச்சை மேற்கொள்ளப்பட்டது. முதல் பிரச்சினை, இதய பலவீனம் - அது மூச்சு வாங்குகிறது- அதனால் இரத்தத்தைச் சரியான வகையில் வெளியேற்ற இயல வில்லை. அடுத்தப் பிரச்சினை, அதன் இசைவில் சிக்கல். அவளுக்கு முழு ஓய்வு வேண்டும் – உடல் பிரயத்தனமே கூடாது என்றனர். இதயம் சரியாக இயங்க சில மருந்துகள் கொடுத் தார்கள். அத்துடன், திடீர் மரணத்தைத் தவிர்க்க அதிர்வுப் பெட்டி (defibrillator) ஒன்றையும் உடலோடு இணைத்தார்கள். நுணங்கி நோய் (viral infection) வராமலிருக்க அதிக ஆற்றல் வாய்ந்த மருந்துகள் கொடுத்தார்கள். ஆனால், அவள் வியாதி மோசமான வகையில் இருந்தது. அது தசைத் திசுக்களுக்குப் பரவி, இதயம் பெருத்துக்கொண்டே போனது. ஒவ்வொரு நொடியும் அபாய கரமாகவிருந்தது. அந்த உறுப்பின் அழிவு ஈடுசெய்ய முடியாத தாகிக் கொண்டிருந்தது. மாற்று உறுப்பு தேவைப்பட்டது. அவள் இதயத்தின் இடத்தில் மற்றொருவர் இதயம் வைக்கப்பட வேண்டும். அவளுக்கு அது ஒன்றுதான் முடிவென்றாகிவிட்டது.

O

அன்று மாலையே அவளுடைய வீட்டுக்குப் போய்விட்டாள். அவளுடைய மகன்களில் இளையவன் வந்து அழைத்துச்சென்றான். அவன்தான் திரும்பிச் செல்லும்போது காரை ஓட்டிச் சென்றான். "நீ ஏற்றுக்கொள்ளப்போகிறாய், அல்லவா?" என்று அவள் காதில் மெதுவாகச் சொன்னான். அவள் இடிந்துபோயிருந்தாள். எதுவும்

யோசிக்காமல் 'ஆம்' என்று சொன்னாள். அவள் வீடு ஒரு காட்டருகே இருந்தது. கதைகளில் வரும் வீட்டைப் போன்ற அவ்வீட்டில் அவள் தனியாகத்தான் வாழ்ந்தாள், ஏனெனில், அவள் பிள்ளைகள் வளர்ந்துவிட்ட பின் தனியாகப் போய்விட்டார்கள். அன்றைய தினம், அவள் தன் அறைக்குச் சென்று, மல்லாந்து படுத்து மோட்டுவளையையே பார்த்துக்கொண்டிருந்தாள். பயம் அவளைக் கட்டிலில் கட்டிப் போட்டது. தப்பிப்பதற்கு வழியில்லை. மரண பயம், வலி பயம், அறுவைச் சிகிச்சை குறித்த பயம். அறுவைச் சிகிச்சைக்குப் பிறகு அவள் உடல்நிலை குறித்த பயம், ஒவ்வாமை பயம், ஒவ்வாமை ஏற்பட்டால் எல்லாவற்றையும் மீண்டும் தொடங்க வேண்டுமோ என்ற பயம், உடலில் மாற்றான் உறுப்பு இயங்குவது கண்டு பயம், தானாக இல்லாமல் வேறு ஒருத்தியாக மாறிவிடுவோமோ என்ற பயம் அவளுக்கு இருந்தது...

O

அவள் இருப்பிடத்தை மாற்ற வேண்டும். பாரிசிலிருந்து எழுபத்தைந்து கி.மீ., தூரத்தில், நெடுஞ்சாலைகளுக்கு அப்பால் வசிப்பது உசிதமன்று.

இப்போது வசிக்கும் இந்தக் குடியிருப்பு அவளுக்குப் பிடிக்க வில்லை. குளிர்காலத்திலும் கோடைகாலத்திலும் வெப்பம் அதிகம். பகலிலும் மின்சார விளக்கு எரிய வேண்டும். இரைச்சல் வேறு. அறுவைச் சிகிச்சைக்கு முன் அடைந்துகிடக்கும் இந்த அறையை மரணத்தின் வாசற்படி என்று நினைத்தாள். அவள் அங்கு இறந்து விடப் போவதாக நினைத்தாள். எதுவும் முடியாமல் படுக்கையில் சாய்ந்துவிடவில்லை என்றாலும், அவள் அங்குச் சிறைவைக்கப் பட்டதுபோல் உணர்ந்தாள். அதை விட்டு வெளியில் செல்வது பகீரத பிரயத்தனமாகிவிட்டது. படியேறினால் உடல்வலி ஏற்படு கிறது. ஒவ்வோர் அசைவின்போதும், அவள் இதயம் உடலை விட்டு நழுவுவதுபோலவும், உடைந்துவிடுவதுபோலவும் உணர்வு ஏற்பட்டது. அதனால் அவள் உடல் நடுங்கியது. அவள் தள்ளாடி நடந்தாள். முறிவின் விளிம்பில் இருந்தாள். ஒவ்வொரு நாளும் அவள் நிலப்பரப்பு சுருங்கிக்கொண்டே போனது. அவள் அசைவுகள் குறைந்து அவள் உலகம் சிறிதாகிக்கொண்டே போனது. தலைமீது

ஒரு நெகிழிப்பை அல்லது ஒரு கால் மேற்சோடு கவிழ்க்கப் பட்டதுபோல் அவள் மூச்சுத் திணறியது. கால்கள் சேற்றில் சிக்கியதுபோல் இருந்தது. முகம் வாடியது. ஒவ்வொரு நாள் மாலையிலும், அவளை வந்து பார்க்கும் அவளுடைய இளைய மகனிடம், இறந்தவர் இதயம் ஒன்றுக்காகக் காத்திருப்பது, அவளுக்கு ஒரு வினோதமான அனுபவமாகத் தோன்றியது என்றும், அது அவளைக் களைப்படையச் செய்தது என்றும் சொல்வாள்.

O

முதலில், அவள் இந்தப் புதிய இடத்தில் வந்து தங்குவதற்குத் தயங்கினாள். பின்னர் சிந்தித்துப் பார்த்தாள். ஏன் தயங்க வேண்டும்? வாழ்வோ, சாவோ, அவள் அங்கிருக்கப் போவது கொஞ்ச நாள் மட்டுமே. ஆகவே, அவள் பயத்தை வெளியில் காட்டிக்கொள்ளவில்லை. அங்கு தங்கியிருந்த முதல் சில வாரங் களில், அவளுக்குக் காலத்தோடு இருந்த தொடர்பு மாறியது. அவளுக்குக்காலம் விரைவாகச் சென்றது எனச் சொல்ல முடியாது. முடக்குவாதத்தாலோ அச்ச உணர்வினாலோ அல்லது வேறெதுவினாலோ அது மெதுவாகத்தான் நகர்ந்தது. தன் நுரை யீரலில் தங்கும் இரத்தம்போல் காலம் மந்தமாகவுமில்லை. காலம் தொடர்ச்சியாகப் போய்கொண்டுதான் இருந்தது. ஆனால் இரவு பகல் என்று மாறிக்கொண்டிருப்பது நின்றுவிட்டது. அதற்கு இடமும் ஒரு காரணமாகியது. வலுக்கட்டாய இடமாற்றத்தை மறக்கும் பொருட்டு, அவள் தூங்கிக்கொண்டே இருந்தாள். மூத்த பிள்ளைகள் இருவரும் ஞாயிற்றுக்கிழமை வந்து பார்ப்பதை வழக்கமாக்கிக்கொண்டார்கள். ஏன் என்று அவளுக்குப் புரிய வில்லை. அவள் மருத்துவமனைக்கு அருகில் கிடைத்த அந்த இடத்தின் மீது ஆர்வம் காட்டாததை அவர்கள் தவறு என்று சுட்டிக் காட்டிக்கொண்டிருந்தனர். இதைவிட மேலான ஒரு இடத்தைத் தேர்ந்தெடுக்க முடியாது என்று சிரிக்காமல் சொல்லிவிட்டுப் போனார்கள். இளைய மகன் மட்டும் அவ்வப்போது வந்து அவளை அணைத்து ஆறுதல் சொல்லிவிட்டுப் போவான். அவன் அவளைவிடச் சற்று உயரமானவன்.

O

குளிர்காலம் சோகமாகவும் வசந்தகாலம் கொடூரமாகவும் இருந்தன. காடுகளில் பசுமை படர்வதையும், மரங்கள் பல்வேறு நிறங்களில் பூத்துக் குலுங்குவதையும்அவளால் பார்க்க முடிய வில்லை. மரத்தடித் தாவரங்கள், செங்குத்தாக வந்து விழும் சூரியக் கதிர்கள், பறவைகளின் ஒலிகள், பூச்செடிகளுக்கிடையே மறைந்து வளரும் சிறுச்சிறு புல் பூண்டுகள் ஆகியவை அனைத்தும் அரிதாகின. அவள் மெலிந்து போய்கொண்டிருந்தாள். "உனக்கு ஓர் ஒழுங்கான சூழல், குறித்த நேரத்தில் சாப்பாடு, நேரம் தவறாத செயல்பாடுகள் தேவை," என்று அவள் சோர்ந்திருப்பதைப் பார்த்தவர்கள் படித்துப்படித்துச் சொல்லிவிட்டுப் போனார்கள். அவள் முடியும் கண்களும் சோபை இழந்துகொண்டிருந்தன. மூச்சுக்காற்று துர்நாற்றமடித்தது. மடிப்பு கலைந்த ஆடையில் இருக்கத் தொடங்கினாள். மூத்தப் பிள்ளைகள் இருவரும் வீட்டு வேலைக்காகவும், தட்டுமுட்டுச் சாமான்கள் வாங்கி வருவதற் காகவும், அவளுக்குச் சிகிச்சையளிக்கும்போது பக்கத்திலிருக்கவும் ஒரு பணியாளரைத் தேடினர். அது தெரிந்ததும் அவள் கொதித்துப் போனாள். "எனக்கிருக்கும் கொஞ்சநஞ்ச சுதந்திரத்தையும் பறிக்கப் பார்க்கிறார்களா," என்று சத்தம் போட்டாள். தன்னை வீட்டுக் காவலில் வைத்திருக்கிறார்கள் என்று முணுமுணுத்தாள். ஆரோக் கியமாக இருப்பவர்கள் நோயாளிகள் பற்றிக் கூறும் கருத்துகளை அவளால் பொறுத்துக்கொள்ள முடியவில்லை.

O

மருத்துவமனையிலிருந்து ஏற்கெனவே ஓர் அழைப்பு ஆகஸ்டு 15ஆம் தேதி வந்தது. சன்னல் திறந்திருந்தது. மாலை மணி எட்டு. இருப்பிடத்தில் ஒரே புழுக்கம். "இது பித்தியே மருத்துவமனை. எங்களிடம் ஓர் இதயம் இருக்கிறது. இன்றிரவு, இப்போதே," என்று சொன்னார்கள். அவள் தயார்நிலையில் இல்லை. கையிலிருந்த முள் கரண்டியில் தட்டில் வைத்துவிட்டு, தன்னுடைய ஐம்பதாவது பிறந்த நாள் விழாவுக்காக அங்குக் கூடியிருந்த தன் குடும்பத்தைப் பார்க்கிறாள். முழங்கையை இடுப்பில் வைத்துக்கொண்டு பறவைகள்போல் அமர்ந்திருந்தார்கள். அவளுடைய அம்மா, அவளுடைய மூன்று பிள்ளைகள், மூத்த மகனோடு குடும்பம் நடத்தும் பெண், அவர்களுடைய பிள்ளை, ஆகிய அனைவரும்

உறைந்துபோய் உட்கார்ந்திருந்தார்கள் – பவளம்போன்ற கண்களை யுடைய சிறுவனைத் தவிர. "சரி, நான் போகிறேன் – போயாக வேண்டும்." நாற்காலிகள் நகர்கின்றன. மேசைமீதுள்ள ஷம்பாஞ் கிண்ணிகள் கலகலக்கின்றன, தழும்புகின்றன, சாய்கின்றன. பற் பசை, வாசனைத் தெளிப்பான் ஆகியவற்றை மட்டும் ஒரு பையில் எடுத்துக்கொண்டு வேகமாகவும் மெதுவாகவும் மாடிப்படிகளில் தடுமாறிக்கொண்டே இறங்கும்போது தன்னைத் தானே நொந்து கொண்டாள். சமையலறையில் வைத்தது வைத்தபடியே இருக்கட்டும் என்று வந்துவிட்டாள். மருத்துவச் சீட்டை மறந்துவிட்டாள். தொலை பேசியை எடுத்துக்கொள்ளவில்லை. தெருவில் நடக்கும்போது நசநசவென்றிருந்தது. வானம் கறுத்திருந்தது. சன்னல் வழியே சிலர் எட்டிப்பார்த்துக்கொண்டிருந்தார்கள். வெற்றுடம்போடு ஒருவர் தன் நாய்க்கு நடைப்பயிற்சி கொடுத்துக்கொண்டிருந்தார். பொடியன் ஒருவன் தெரு ஓரத்தில் ஓடிக்கொண்டிருக்க, அவன் அம்மா ஓடிப்போய் பிடிக்கிறாள். மெட்ரோ நிலையத்திலிருந்து வெளியில் வந்த சில யாத்திரிகர்கள் தங்கள் வரைபடத்தைப் பார்த்துக்கொண்டிருந்தார்கள். ஒருவாறாக மருத்துவமனை வந்து சேர்ந்தாள். ஆங்காங்கு விளக்குகள் எரிந்துகொண்டிருந்தன. அவள் அனுமதி பெற்று அவளுக்கு ஒதுக்கப்பட்டிருந்த அறையில் போய் காத்திருக்கிறாள். சற்று நேரத்தில் நடைக்கூடத்தில் காலடி ஓசை கேட்கிறது. அர்ஃபாங் வந்து அவள் முன்னே நிற்கிறார். அவர் முகம் வாடிப்போயிருந்தது. கண்கள் சிவப்பாகி இருந்தன. "நாங்கள் அந்த மாற்று இதயத்தை வேண்டாமென்று சொல்லிவிட்டோம்," என்றார்.

காரணத்தை விளக்கினார். அந்த இதயம் சின்னதாகவும், சரியான இரத்த நாளங்களற்றதாகவும் இருந்தது. தேவையில்லாத முயற்சி. இன்னும் காத்திருக்க வேண்டும். தவறான தகவலால் அவள் இடிந்துபோய்விட்டதை அர்ஃபாங்கால் உணர முடிந்தது. இருந்தும் அவள் சுதாரித்துக்கொண்டாள் என்பது தெரிந்தது. உட்கார்ந்திருந்த இடத்தை விட்டு அவள் நகர ஆரம்பித்தாள். அந்த இடத்தை விட்டுப் போனால் போதுமென்றிருந்தது அவளுக்கு. "சரி வீட்டுக்குப் போகிறேன்," என்று சொல்லிக்கொண்டே மருத்துவமனைக் கட்டி லிலிருந்து கீழிறங்கிச் செல்கிறாள். வெளியில், பெரிய மகன்கள் அங்குள்ள புதர்களைத் தட்டிவிட்டு சூடான தூசுகளைப்

பறக்க விட்டுக்கொண்டிருந்தார்கள். இளைய மகன் அர வணைப்பில் அவள் கண்ணீர் விட்டுக்கொண்டிருந்தாள். மூத்த மகனின் துணைவி தூங்காமல் ஓடிக்கொண்டிருந்த தன் மகனை விரட்டிக்கொண்டு ஓடினாள். வந்தவர்களெல்லாம் திரும்பிக் கொண்டிருந்தார்கள். அவர்களுக்குப் பசி இல்லை. வீட்டில் விட்டுவிட்டு வந்த சாப்பாட்டை மீண்டும் புசிப்பதென்பது இயலாத காரியம். ஆனால், மதுவருந்தலாம். ஆகவே, வீட்டு மேசையிலிருந்த ரோஸ் ஷம்பாஞ் பாட்டிலைக் காலி செய்ய ஆரம்பித்தார்கள். அவளும் தன் கோப்பையை நிரப்பினாள். அப்போது அவள் முகத்தில் ஒரு புன்னகை அவளை மீண்டும் அழகாகக் காட்டியது. "சந்தோஷமாக இருக்க முயற்சிசெய்," என்று இளைய மகன் அவள் காதில் முணுமுணுத்தான்.

O

பின்னர், காலத்தின் தன்மை மாற ஆரம்பித்தது. காலம் காத் திருப்பாக உருவெடுத்தது. நீண்டது. குறுகியது. எப்போதும் தயார் நிலையில் இருந்தாக வேண்டிய கட்டாயம். பொருத்தமான ஓர் இதயம் எப்போது வேண்டுமானாலும் வரலாம். "நான் உயிரோடு இருக்க வேண்டுமானால், தயார் நிலையில் இருக்க வேண்டும்," என்று சொல்லிக்கொண்டாள். நிமிடங்கள் விரிவடைந்தன. வினாடிகள் போவது தெரிந்தது. இலையுதிர்காலம் வந்துவிட்டது. அவள் இருந்த முப்பது ஸ்கொயர் மீட்டருக்குள் புத்தகங்கள், விளக்குகள் எல்லாவற்றையும் நிரப்பி வைத்தாள். இளைய மகன் 'வை-பை' வசதி செய்துகொடுத்தான். வசதிக்கேற்ப உயரத்தை மாற்றிக்கொள்ளக் கூடிய நாற்காலி ஒன்றையும், ஒரு மர மேசை யையும், இன்னும் சில பொருட்களையும் வாங்கிக் கொண்டாள். மொழிபெயர்ப்பு வேலையைத் தொடர்வதுதான் அவள் திட்டம்.

லண்டனில் அவளுடைய பதிப்பாளர் அவள் மீண்டு வருவதை வரவேற்றதோடு, ஷார்லோட் பிராண்டே கவிதைகளையும் அனுப்பி வைத்தார். அந்தக் கவிதைகளை ஷார்லோட் பிராண்டே (Charlotte Brontë) தன் சகோதரிகளோடு, கூரர், எல்லிஸ், ஆக்டன் பெல் என்று ஆண்கள் பெயரில் எழுதி இருந்தாள். இலையுதிர்காலத்தை அவர்கள் பனி மூடிய – காற்றில் அலைமோதிய - ஒரு வீட்டில்

கழித்தார்கள். மூன்று சகோதரிகளும் ஒரு சகோதரனும் மெழுகு வர்த்தி ஒளியில் புத்தகங்களோடு உறவாடினர். அவர்களின் அசாத்திய அறிவுத்திறன் ஆனந்தத்தில் அலைமோதியது. கற்பனை யுலகங்களை உருவாக்கி, புதை மண்ணின் மீது அவர்கள் உலவி வந்தனர். தேநீரில் திளைத்தனர். அபீனும் அருந்தினர். அவர்களுடைய ஆர்வம் நோயிலிருந்து மீண்டுவரத் துடிக்கும் கிளேரையும் தொற்றிக்கொண்டது. ஒவ்வொரு நாள் வேலையும் அதன் பயனைத் தந்தது. சில பக்கங்கள் நிரம்பின. வாரங்கள் உருண்டோடின. வேலை ஒரு குறிப்பிட்ட அளவில் போய் கொண்டிருந்தது - அவள் இதய இயக்கத்துக்கு ஏற்றாற்போல. தன் தாய் மொழியாகிய பிரஞ்சுக்கும், கற்றுத் தேர்ந்த ஆங்கிலத் திற்கும் இடையே நடைபெறும் பரிமாற்றம் தடையின்றிப் போய் கொண்டிருப்பது, அவளுடைய சொந்த இதயத்துக்கும் மாற்று சிகிச்சையில் வரப்போகும் இதயத்துக்கும் இடையே ஏற்படப் போகும் உரையாடலின் தன்மையை உணர்த்தியது. தன்னுடைய மொழியின் நுணுக்கங்களை அறிய வேறொரு மொழி கற்றுக் கொள்ள வேண்டி இருப்பதுபோல், தன் இதயத்தை மேலும் புரிந்துகொள்ள வேறொரு இதயத்தின் துணை வேண்டும்போல் தெரிந்தது. "உனக்கு ஓர் இடப்பரப்பு ஏற்படுத்துகிறேன், என் இதயமே," என்று சொல்லிக்கொண்டாள்.

O

கிறிஸ்துமஸ் தினத்திற்கு முன் மாலையில், ஒரு நபர் மீண்டும் அவளிடத்தில் வந்து, அவளுக்கு ஒரு ஊதா பூங்கொத்து அளித்தான். அவர்கள் இருவருக்கும் சிறு வயது முதற்கொண்டே பழக்கம். ஒன்றாகவே வளர்ந்தவர்கள் – நண்பர்களாக, காதலர்களாக, சகோதரர்களாக. ஒரு பெண்ணும் ஓர் ஆணும் எவ்வாறு இணைந் திருக்க வேண்டுமோ அவ்வாறு இணைந்திருந்தனர்.

"கிளேர் முகத்தில் புன்னகை. எனக்கு இதய நோய். ஆபத் தானது, தெரியுமா?" என்று கேட்டாள். அவன் கோட்டைக் கழற்றும்போது அவள் எழுந்து உட்கார்ந்து தன்னை ஆசுவாசப் படுத்திக்கொண்டாள். அந்தப் பூக்கள் தன் சொந்த தோட்டத்தில் பறித்தவை என்பதை அதன் வாசனையைக்கொண்டு அவள்

புரிந்துகொண்டாள். “அவை விஷத்தன்மை கொண்டவை என்று உனக்குத் தெரியுமா?” என்று கேட்டாள். அவற்றைக் குழந்தைகள் தொடக் கூடாது, முகரக் கூடாது, பறிக்கக் கூடாது, வாயில் வைக்கக் கூடாது. அவளுக்கு ‘ஃபுஷ்சியா’ மலரை ரசித்தது நினைவுக்கு வருகிறது. சிறு வயதில் ஒரு நாள் அதனைப் பறித்து, தெருவில் நடந்து செல்லும்போது வாய்க்குக் கொண்டுசென்றாள். அச்சமயம் அது விஷத்தன்மை கொண்டது என்று ஒருவர் சொன்னது ஞாபகத்துக்கு வந்து நிறுத்திக்கொண்டாள். இப்போது அங்கு வந்திருந்தவன் டிஜிடாலின் மலரின் ஓர் இதழைப் பறித்து, அவள் கையில் வைத்தான். “இதோ இந்த இதழைப் பார்,” என்றான். அதன் நிறம் பளபளப்பாக இருப்பதால், அது ஒரு செயற்கை மலர் என்று சொல்லக் கூடும். ஆனால், அது அவள் கையில் அதிர்ந்தது. அதில் மிக நுணுக்கமான சுருக்கங்கள் ஏற்பட்டன. இந்த மலரில் இருக்கும் டிஜிடாலின் இதயத் துடிப்பைச் சீராக்கும். இதயத்தின் சுருங்கி விரியும் தன்மையை அதிகரிக்கும், அது உனக்கு நல்லது,” என்றான்.

அன்று இரவு அந்தப் பூக்களொடுதான் தூங்கினாள். வந்தவன் கவனமாக அவள் உடைகளைக் களைந்தான். பின்னர் அப்பூவின் இதழ்களை ஒவ்வொன்றாக எடுத்து அவள் தோலின் மீது மீன் செதிள் போல் வைத்தான். அவ்வப்போது, “ஆடாதே,” என்று சொன்னான். ஆனால், அவளோ மகாராணிபோல் அந்தச் சடங்கின் சுகத்தில் எப்போதோ தூங்கிப்போய்விட்டாள். விழித்தெழும் போது, இன்னும் இரவு விலகவில்லை. வீட்டின் மேல்பகுதி யிலோ, சிறுவர்களின் அட்டகாசம் அடங்கவில்லை. சத்தம் போட்டுக்கொண்டிருந்தார்கள். குதித்துக்கொண்டிருந்தார்கள். காகி தங்களைக் கிழித்து கிறிஸ்துமஸ் மரத்தில் ஒட்டிக்கொண்டிருந் தார்கள். அவளுடைய நண்பன் போய்விட்டான். அவள் உடல்மீது ஒட்டிக்கொண்டிருந்த பூவிதழ்களை அகற்றிவிட்டு, அவற்றின் மீது எண்ணெய் மற்றும் வினிகர் ஊற்றி சாலட் செய்தாள்.

O

ஒரு டீ-ஷர்ட், கொஞ்சம் உள்ளாடைகள், இரவில் போட்டுக் கொள்ள இரண்டு சட்டைகள், சிலிப்பர்கள், முக அலங்காரப் பொருட்கள், மடிக்கணினி, கைபேசி, சார்ஜர் ஆகியவற்றை

எடுத்துக்கொண்டாள். அத்துடன் மருத்துவக் கோப்பையும் எடுத்துக் கொண்டாள். அதில் நிர்வாக சம்பந்தமான ஆவணங்களும், கடைசி யாகச் செய்யப்பட்ட சோதனை அறிக்கைகளும் அடங்கும். பெரிய நெகிழிப் பைகளில் எக்ஸ்ரேக்களும், எம்.ஆர்.ஐ. அறிக்கைகளும் இருந்தன. தனியாகவே இவற்றை எடுத்துவைத்ததில் ஒரு திருப்தி. தனியாகவே மாடிப்படி இறங்கி, பொறுமையாக சாலையை மூலைவிட்டமாகக் கடந்து சென்றாள். காரோட்டிகள் வேகத்தைக் குறைக்கும்போது அவர்கள் கவனத்தை ஈர்க்க விரும்பினாள். அவள் தலைக்குமேல் ரயில் பாலம் கிடுகிடுப்பதை உணர விரும் பினாள். ஏதாவது ஒரு விலங்கைப் பார்க்க விரும்பினாள் – குறிப் பாக ஒரு புலி, அல்லது இதய வடிவில் முகம் கொண்ட ஓர் ஆந்தை, அதுவும் இல்லையென்றால் ஒரு தெரு நாய் அல்லது தேனீக்கள். அவளுக்கு இதற்கு முன் இல்லாத அளவுக்கு அச்சம். அந்த அச்சத்தால் அவள் உணர்வுகள் முடங்கிவிட்டன. மருத்துவ மனை வளாகத்துக்குள் நுழையும்போது, யாரையாவது கூப்பிட வேண்டு மென்று அவளுக்குத் தோன்றியது. தன் மகன்களின் எண்களுக்குக் குறுஞ்செய்திகள் அனுப்பி அது இன்று இரவுதான் நடக்கப்போகிறது என்று அறிவித்தாள். பின்னர், ஏற்கெனவே படுக்கப் போயிருக்கும் அவள் அம்மாவையும், உலகத்தில் வேறொரு மூலையில் இருக்கும் அவள் நண்பனையும் கூப்பிட் டாள். அவள் அனுப்பிய சமிக்ஞைகள் கால இடப் பரிமாணங் களைக் கடந்து சென்றுகொண்டிருக்கின்றன. மீண்டும் ஒரு தடவை திரும்பி தன் அறையின் சன்னலைப் பார்க்கிறாள். சன்னலுக்குப் பின்னால் இதுவரை காத்திருந்த நாழிகளெல்லாம் அவள் மருத்துவ மனை வாயிலைக் கடந்து அந்தக் குறுகிய தார் சாலையில் நடந்து செல்லும் இந்நேரத்தில் வந்து அவள் உச்சந்தலையில் உறைந்துவிட்டன. இடது திருப்பத்தில் சென்று இதயச் சிகிச்சைத் துறைக்குள் செல்கிறாள். ஒரு ஹால், இரண்டு மின்தூக்கிகள் - இவற்றில் எது அவளுக்கு ராசியாக இருக்கும் என்று யோசித்துக் கொண்டு நில்லாமல் ஒன்றில் நுழைந்து மூன்றாவது தளத்துக்குச் சென்று, விண்வெளி நிலையம்போல் பிரகாசித்த நடைக்கூடத் தைக் கடந்து கண்ணாடி அடைப்புகள்கொண்ட அறைக்குள் நுழை கிறாள். அங்கு அர்ஃபாங், வெள்ளை உடையில் காட்சியளித் தார். அவர் வெள்ளைத்தலை முடி நெற்றிக்குமேல் ஒதுக்கப் பட்டிருந்தது. “உங்களைத்தான் எதிர்பார்த்திருந்தேன்.”

23

வீசி எறிந்த 'மார்கரித்த பிட்சா' சுவர்மீது மோதி கீழே விரிக்கப்பட்டிருந்த கம்பளத்தில் விழுவதற்கு முன் தொலைக் காட்சிப் பெட்டிக்கு மேல், நேப்பிள்ஸ் நகரத்து வானத்தில் மறையும் சூரியனைப் போல் ஓர் அச்சு வார்த்தது. அவ்விளம் பெண்ணுக்குத் தான் குறிதவறாமல் வீசியதுபற்றி திருப்திதான். பின்னர், அவள் தன் அமெரிக்கப் பாணி சமையலறைக்குப் போய் அங்கு வைக்கப்பட்டிருந்த அட்டைப் பெட்டிகளில் சதுரமான ஒன்றைப் பொறுமையாகத் திறந்தாள். அதிலிருந்து ஒரு பிட்சாவை எடுத்து இரண்டு சன்னல்களுக்குமிடையே பலம் கொண்ட மட்டில் வீசி எறிந்தாள். சுவர்மீது அது போய் விழுந்து விண்மீன்கள் போன்ற ஒரு ஓவியத்தை உருவாக்கியது. மூன்றாவது அட்டைப் பெட்டியைத் திறந்து அதில் – தொட்டால் ஒட்டிக்கொள்ளும்போல் இருந்த - ஒரு பால்கட்டியை எடுத்து வீசப்போகும்போது, ஓர் இளைஞன் குளியலறையிலிருந்து வெளியில் வந்து ஏதோ ஓர் ஆபத்து காத்திருக்கிறது என்று எண்ணி வாசல்படியிலேயே நின்று கொண்டான். மூன்றாவது தடவையாக அவன் நின்ற திசையில் அப்பெண் தன் நடவடிக்கையை மேற்கொள்ளும்போது, அவன் திடீரென தரையில் விழுந்து புரண்டு அவளைக் கீழிருந்து பார்த் தான். புன்னகைத்துக் கொண்டே, அவள் வீசுவதற்கு இலக்காக வேறொரு இடத்தை நோட்டமிடுகிறாள். நுழைவாயில் கதவு அவள் கண்களில் படுகிறது. உடனே ஒரு பிட்சாவை எடுத்து அதன் மீது வீசுகிறாள். அதன் பின், ஸ்தம்பித்துக் கிடந்த அவ்விளைஞனைத் தாண்டிச் சென்று கைகளைக் கழுவுகிறாள். அவன் எழுந்து தன் உடையில் எந்தக் கறையும் இல்லையென்பதை உறுதிசெய்து கொண்டு, சேதத்தைச் சுற்றிப்பார்த்து மதிப்பிடும்போது, அவன் கண்கள் கைக்கழுவிக்கொண்டிருக்கும் அப்பெண்மீது குத்திடு கின்றன.

அவள் ஒரு கிளாஸ் தண்ணீர் குடிக்கிறாள். அப்போது அவளுடைய வெண்முத்து நிற தோள் 'ஸ்கட்ரா அஸூரா' நிற டீ-ஷர்ட்டிலிருந்து வெளியில் தெரிகிறது. அவளுடையசிறு மார்பகங்களின் மேற் பகுதியும் தோன்றி மறைகிறது. நீல அரைக்கால் சட்டை அவள் நீண்ட காலழகைக் காட்டியது. அவள் வாய்க்கு மேற்புறத்தில் முத்து முத்தாக வியர்வை துளிர்க்கிறது. கோபப்படும்போது அவள் கடைவாய்ப் பல் அசைவதும்கூட அழகுதான். அவள் இப்போது அவன் இருப்பதைக் கண்டுகொள்ளாமல் கைகளைத் தூக்கி சாக்கர் ஷர்ட்டைக் கழற்றியபோது அவள் மார்பகம், வயிறு, தொப்புள், புட்டங்களின் மேல்பகுதி ஆகிய அனைத்து அங்கங்களும் செதுக்கி வைத்ததுபோன்றிருந்தன. நடுமுதுகின் இருபக்கங்களும் ஒரே மாதிரியாக மாசுமருவின்றி இருந்தன. ஒரு கலைஞனின் கை வண்ணத்தில் உருவானதுபோல் முழு நிறைவுடன் இருந்ததை அவன் கண் கொட்டாமல் பார்த்துக்கொண்டிருந்தான். அவனே ஒரு கைதேர்ந்த கலைஞன் என்பதால் அவள் உடல் அமைப்பை நுணுக்கமாக ஆராய்ந்து பார்த்தான். அதில் ஏதாவது ஒரு சின்ன வில்லங்கம் இருக்கலாம். முதுகுத்தண்டின் முடிவில் ஒரு சின்ன வளைவு இருக்கலாம். அக்குளுக்குக் கீழ் ஒரு மரு இருக்கலாம். குதிகால் உயர்ந்த செருப்பு அணிவதால் விரல்களுக்கிடையே சொரசொரப்பு இருக்கலாம். தூக்கமின்மையால் கண்களைச் சுருங்கச் செய்து எங்கோ அலைவதுபோல் தோன்றும் அவன் ரசிக்கக்கூடிய மாறுகண் பார்வை இருக்கலாம். இவற்றையெல்லாம் அந்த மேனியில் தேடிப்பார்ப்பதில் ஒரு நாட்டம் கொண்டான்.

கழுத்துக் குறுகலான ஒரு டீ-ஷர்ட்டோடு உடலை ஒட்டிய ஒரு ஜீன்ஸைப் போட்டுக் கொண்டாள். காட்சி முடிவுற்றது. அவள் கூர்முனை குதிகால் செருப்பு அணிந்துகொண்டு, வழுக்கும் முன் வாசல் கதவைத்திறந்து வெளியேறிவிட்டாள். உள்ளிருந்தவனை அவள் திரும்பிக்கூடப் பார்க்கவில்லை. அவள் வெளியேறியதைப் பார்த்து அவன் அப்பாடா என்று பெருமூச்சு விட்டான்.

O

"நீ ஆவ்ர் மருத்துவமனைக்குச் சென்று ஓர் உறுப்பை எடுத்து வரவேண்டும். இந்தத் தடவை ஓர் இதயத்தை எடுத்துவரவேண்டி

இருக்கிறது.” இதனை அர்ஃபாங் சொல்லும்போது அவர் குரலில் எந்த உணர்ச்சியுமில்லை. அப்படித்தான் அவர் பேசுவது வழக்கம் என்றறிந்திருந்த போதும், வர்ஜீலியோ பிரேவாவுக்கு அவர் சொன்னது அவனைத் திக்குமுக்காட வைத்தது. மகிழ்ச்சியும் ஏமாற்றமும் அவன் தொண்டையை அடைத்தது. அது அவனுக்கு ஒரு பொறுப்பாக இருந்தபோதும், அப்பொறுப்பில் அவனுக்கு ஆர்வம் இருந்தபோதும், அது ஓர் இக்கட்டான வேளையில் வந்திருந்தது. தவறவிடமுடியாத இரண்டு நிகழ்வுகள் ஒரே நேரத்தில் நிகழ்ந்தன. ஒன்று பிரான்ஸ்/இத்தாலி இடையே சாக்கர் விளையாட்டுப் போட்டி, மற்றொன்று அவன் வீட்டிலிருக்கும் ரோஸ் செய்யும் அட்டகாசம். இருப்பினும், அர்ஃபாங் தன்னைக் ஏன் குறிப்பிட்டுக் கூப்பிட்டிருக்கிறார் என்பது அவனுக்கு வியப் பாக இருந்தது. அதில் ஒரு விஷமத்தனம் கலந்திருப்பதாக நினைத் தான், ஏனெனில், அவனுக்கு சாக்கர் விளையாட்டென்றால் ஒரு பைத்தியம் என்பது அர்ஃபாங்குக்குத் தெரியும். அதனாலேயே அர்ஃபாங் ஏற்பாடு செய்யும் சைக்கிள் பந்தயத்தைத் தவிர்த்தான். அது மட்டுமன்றி, அர்ஃபாங் தலை மையில் நடந்தசைக்கிள் பந்தயத்தைப் பார்த்து “கொடுமை” என்று ஒரு தடவை வாய் விட்டுச் சொல்லி இருக்கிறான்.

O

பித்தியே மருத்துவமனை நோக்கிச் செல்லும் டாக்ஸி ஒன்றின் பின்இருக்கையில் அமர்ந்திருந்த வர்ஜீலியோ தன் தலையைச் சுற்றி இருந்த ஸ்கார்ஃபைக் கீழிறக்கி விட்டுக்கொண்டு அமைதி யாகச் சிந்திக்கிறான். சற்று முன், அவன் மிகுந்த பதற்றத்திலிருந் தான். அப்படி இருந்திருக்கக் கூடாது. இந்த இரவு அவனுக்கு வெற்றி வாய்ப்பு ஏற்படுத்தக்கூடிய அற்புதமான இரவு. மாற்றுறுப்புப் பொருத்தும் பணியின் தன்மை, அவ்வுறுப்பு வேறொரு உடலிலிருந்து அகற்றப்படுவதைப் பொருத்துதான் அமையும். அதுதான் அடிப்படைத் தத்துவம்.

சுதாரித்துக்கொள்ள வேண்டிய தருணம் வந்துவிட்டது என்று கையுறையணிந்த விரல்களைப் பிணைத்துப் பார்த்துக்கொண்டே சிந்தித்தான். இந்த வினோதமான பெண்ணுடன் கொண்ட

தொடர்பை வெட்டிவிட வேண்டியதுதான். அப்போதுதான் அவனுடைய முழு ஆற்றலையும் பாதுகாத்துக்கொண்டு சுறுசுறுப்பாக வெளியில் தலை காட்ட முடியும். சற்று முன் நடந்த நிகழ்வை நினைத்துப் பார்த்துப் பயந்தே போய்விட்டான். அவன் தன் நண்பர்களுடன் கால் பந்து விளையாட்டுக்குப் போகத் திட்டமிட்டிருந்தான். அப்போது அவள் வந்து, இருவர் மட்டுமே தனித்திருந்து, ஆட்டத்தைத் தொலைக்காட்சியில் பார்க்கலாமென்று, அதற்காக பிட்சா போன்றவற்றை வீட்டுக்கே வரவழைத்துக் கொள்ளலாம் என்றாள். அதற்குத் தகுந்தாற்போல் அவள் கால் பந்து விளையாட்டு வீரர் போன்று உடுத்திக்கொண்டாள். பிரான்ஸ்-இத்தாலி சாக்கர் விளையாட்டுப் பந்தயம் உணர்ச்சிவசப்பட வைக்கும் பந்தயம். வெறி ஏற்றும் பந்தயம். சரியாக எட்டு மணிக்கு வந்த அர்ஃபாங் அழைப்பு தாறுமாறான உணர்ச்சியை அவர்களிடம் ஏற்படுத்திவிட்டது. உடனே அவன் எழுந்து "நான் இங்குத்தான் இருக்கிறேன். தயாராகிவிட்டேன். கிளம்பிவிட்டேன்," என்று, ரோஸைப் பார்ப்பதைத் தவிர்த்து விட்டு, சொன்னான். சொல்லும் போது அவன் முகத்தில் சோகத்தை வரவழைத்துக் கொண்டான். அவன் கண்ணிமைகள் கோபுரம்போல் வளைந்தன. கீழுதடு மேலுதடிலில் போய் இறுகியது. இதெல்லாம் ரோஸுக்காக நடித்த நாடகம். ஏதோ ஒரு பெரிய ஆபத்து வந்துவிட்டதுபோல் அவளுக்கு உணர்த்த விரும்பினான். உள்ளுக்குள் அவனுக்கு மகிழ்ச்சிதான் – அது அவன் கண்களில் தெரிந்தது. ஏனெனில், அது ஓர் இதயம் கிடைத்துவிட்ட மகிழ்ச்சி. கொஞ்சம்கூடத் தாமதிக்காமல் ஒரு குளியல் போட்டுவிட்டு, புதிய ஆடை உடுத்திக்கொண்டு கிளம்பினான். கிளம்பும்போது, நிலைமை கை நழுவிவிட்டது. அவன் கிளம்பிப் போய்க்கொண்டிருக்கும்போது, நிலைமையை ஸ்லோ மோஷன் படம்போல் மனதில் ஓடவிட்டான். ரோஸ் அதிசயமானவள். ஈடு இணையற்ற அழகிற்குச் சொந்தக்காரி. ஆனால், அவளுடைய எதிர்வினை பயங்கரமாக இருந்தது. எல்லாப் பெண்களையும்போல் அவள் கத்திக் கதறவில்லை. மௌனத்தினாலும், சைகையினாலும் அவள் எல்லாவற்றையும் உணர்த்திவிட்டாள். சிந்திக்கச்சிந்திக்க அவன் அவளிடமிருந்து பிரிவது என்பது இயலாத காரியமாகப் பட்டது. அவளைச் சிலர் பைத்தியக்காரி என்றனர்.

சிலர் எந்த விஷயத்திலும் உச்சத்துக்குப் போகக்கூடியவள் என்றனர். னால், யார் என்ன சொன்னாலும், அந்தத் தனித்துவம் வாய்ந்த பெண்ணை அவன் விடப்போவதில்லை. அவள் கால் முட்டி களுக்கு மேலிருந்த பகுதியைத் தொட்டுப்பார்க்க எவனும் எந்த விலையும் கொடுப்பான் என்பது அவனுக்குத் தெரியும்.

பித்தியே மருத்துவக் கல்லூரியில், கல்வியாண்டின் தொடக் கத்தில், மருத்துவ மாணவர்கள் பாடம் கேட்டுக்கொண்டிருந்த தருணத்தில், அவள் அங்கு வந்தாள். அக்காலகட்டத்தில், மாண வர்கள் நீண்ட சொற்பொழிவுகளைக் கேட்க வேண்டியதில்லை. ஒரு நெறியாளரின் கீழ் ஒரு குறிப்பிட்ட துறையில் செயல்முறை சார்ந்த பயிற்சிகள் அளிக்கப்பட்டன. நீண்ட நேர அமர்வுகள் இருந்தன. அவ்வமர்வுகளின்போது, மருத்துவமனையில் நிகழ்ந்த சில நிகழ்வுகள் அல்லது கற்பனையாக உருவாக்கிய சில சூழ்நிலைகள் மாணவர்கள் முன் மீண்டும் நிகழ்த்தப்பட்டு, மாணவர்கள் எவ்வாறு நோயாளிகளை அணுகுவது, எவ்வாறு அவர்களைச் சோதிப்பது, ஒரு குறிப்பிட்ட நோயை எவ்வாறு கண்டுபிடிப்பது என்பன வற்றைச் செய்துகாட்டுவது மட்டுமன்றி சிகிச்சை முறையையும் முடிவு செய்ய வேண்டும். மருத்துவர்/நோயாளி இருவரை மையமாக வைத்து நடத்தப்படும் இந்தப் பயிற்சிகள் அங்குள்ள எல்லோர் முன்னிலையிலும் நடக்கும். தேவைப்பட்டால் சில குழுக்களையும் பங்கேற்க வைப்பார்கள். மாணவர்களின் கருத் தூன்றலை வளர்ப்பதும், பல்வேறு மருத்துவத் துறையைச் சார்ந்த வர்களிடையே ஒரு கலந்துணர்வை ஏற்படுத்துவதுமே இது போன்ற பயிற்சிகளின் நோக்கமாகும். மருத்துவத்துறையில் உள்ள பல்வேறு பிரிவுகள் தனித்தனியாக இயங்குவதைத் தடுப்பதற்கு இதுபோன்ற பயிற்சிகள் பயன்படும் என்றுகருதினர். இருப் பினும், இதுபோன்ற பயிற்சிகளுக்கு ஒருமித்த வரவேற்பு இல்லை. கற்பனையாக நான் மருத்துவர்/நீ நோயாளி என்று வைத்துக் கொண்டு பயிற்சி பெறுவது அறிவியல் அணுகுமுறைக்கு அப்பாற் பட்டதென்ற வாதம் எழுந்தது. எப்படி இருப்பினும் அவர்கள் அவற்றை ஏற்றுக்கொண்டார்கள், ஏனெனில் அவற்றில் அகநிலை, உணர்ச்சி, மருத்துவர்/நோயாளி இடையே நிகழும் உரையாடலில் கலந்திருக்கும் பொய்மையை அறிதல் போன்ற விஷயங்கள் அடங்கி இருந்தன. இதுபோன்ற விளையாட்டில், பொதுவாக மருத்துவ

மாணவர்கள்தான் மருத்துவர்களாக நடிப்பர். ஆகவே, நோயாளி களாக நடிக்க ஆள் தேட வேண்டி இருந்தது.

O

நிகழ்கலை சம்பந்தப்பட்ட வாராந்திர சஞ்சிகையொன்றில் வெளிவந்த விளம்பரத்தைப் பார்த்துவிட்டு அவர்கள் வந்திருந் தனர். நாடகக் கலைஞர்கள், அல்லது திறமை வாய்ந்த புது முகங்கள், அல்லது சிறுச்சிறு வேடங்களில் நடிப்பவர்கள், விளம்பர நடிகர்கள், டூப் போடுபவர்கள், ஏதாவது வேடம் கிடைக்குமா என்று சுற்றிச்சுற்றி வருபவர்கள்தான் பெரும்பாலும் அங்கு வந்தனர். அவர்கள் தங்கி இருக்கும் இடத்துக்கு வாடகை கொடுக்க வேண்டும். பாரிஸின் வடகிழக்குப் பகுதியிலோ அல்லது சுற்றுப் பட்ட புறநகர் பகுதிகளிலோ கூட்டாகத் தங்கிக்கொண்டு தினம் வந்து போவார்கள். இன்னும் சிலர்வீடுவீடாகச் சென்று பொருட்கள் விற்பது அல்லது வேறுவிதமாக அவற்றை விற்பது என்பதைச் சொல்லிக்கொடுப்பவர்களாக மாறிவிடுவார்கள். சமயங்களில் அவர்கள் யோகர்ட், ஈரப்பசை கிரீம், ஷாம்பு, சிறுநீர் பெருக்கும் மருந்து ஆகியவற்றைச் சோதித்துப் பார்க்க தங்கள் உடலை விற்று, சோதனைக்கூட எலிகளாக மாறிவிடுவர்.

நிறைய பேர் வந்தனர். அவர்களில் சிலரை மட்டுமே தேர்வு செய்ய வேண்டும். தேர்வுக் குழுவில் மருத்துவர்களும், மருத்துவத் துறை பேராசிரியர்களும் இடம்பெற்றனர். அவர்களில் சிலருக்கு நாடகத்தில் ஈடுபாடு இருந்தது. ரோஸ் ஆடிஷனுக்கு நுழையும்போது அடிடாஸ் ஸ்வெட் பேண்டும், அதற்கேற்ப லூரெக்ஸ் டாப்பும் அணிந்திருந்தாள். தேர்வாளர்களிடையே ஒரு சலசலப்பு. அவளிடம் சிலவற்றை நடித்துக்காட்டச் சொன்னார்கள். இடது மார்பகத்தில் சந்தேகப்படும்படியான ஒரு சிறு கட்டி. அவள் உடனே ஓடிப் போய் பெண் மருத்துவரை அணுக வேண்டும். அப்போது அவள் என்ன பேச வேண்டும், எப்படிப் பேசவேண்டுமென்று நடித்துக் காட்ட வேண்டும். சொன்னதுதான் போதும். அடுத்த கால் மணி நேரத்தில் எல்லோரும் அசந்துபோகும்படி நடித்துக் காட்டினாள். மார்பகங்களில் துணியின்றி வெறும் தரையில் உருண்டாள். மருத்துவராக நடித்த மாணவனின் கையை இழுத்து ‘இங்கல்ல, இங்குதான் வலி,’ என்று தன் மார்பின் ஒரு பகுதியைக் காட்டி னாள். காட்சி சற்று நீண்டுகொண்டே போனது. காரணம். மருத்துவ ராக நடித்த மாணவன் அவள் மார்பகங்கள் ஒவ்வொன்றாக

மீண்டும்மீண்டும் தொட்டுத் தடவிப் பார்த்துக்கொண்டே இருந்தான் —கொடுக்கப்பட்ட ஆணைகளையும் மீறி! அதனால் அவளுக்கு வலி ஏற்படவே, எழுந்து அவனுக்கு ஓர் அறை விட்டாள்! 'பிரமாதம்' என்று எல்லோரும் பாராட்டி, உடனே அவளைத் தேர்வு செய்துவிட்டார்கள்.

தொடக்கத்திலேயே, ரோஸ் வேலை ஒப்பந்தத்தை, இரகசிய மாகத் தனக்குச் சாதகமாக மாற்றிக்கொண்டாள். ஓராண்டுக்கு ஒப்பந்தமான "நோயாளி" வேஷம் அவளுக்கே ஒரு பயிற்சியாகப் பயன்பட்டது. அவளுடைய நடிப்புத் திறமையில் பல்வேறு பரிமாணங்களைச் சேர்த்து கொண்டாள். சாதாரண நோய்களை – அவளுக்குச் சாதாரணமாகப்பட்ட நோய்களை – ஒதுக்கிவிட்டு மனநோய், சித்தபிரமை, தொடர் சோக நிலை ஆகியவற்றை திறமையாக விளக்கக் கற்றுக்கொண்டு, அவளுக்குக் காதல் தோல்வியா, அல்லது பிறழ்வு நிலையா என்பதை ஒரு புதிராக மாற்றினாள். அதுவும் அவள் மனம்போன போக்கில் செய்து மனநோய் மருத்துவர்களையும், நரம்பியல் மருத்துவர்களையும் மிரட்டும் நிலைக்குச் சென்றுவிட்டாள். அதனால் மருத்துவ மாணவர்களுக்கு ஒரு குழப்பம் ஏற்படுவதுண்டு. ஆகவே, அவர்கள் அவளைச் சற்று அடக்கி வாசிக்கச் சொன்னதுண்டு. நீரில் மூழ்கிய பெண்கள், தற்கொலை செய்ய முயன்றோர், சாப்பாட்டுப் பிரியர்கள், காமவெறியர்கள், சர்க்கரை நோயாளிகள் ஆகியோர் போல் நடிப்பதுண்டு. ஊனமுற்றவர்கள், வலியில் துடிப்பவர்கள் (ஃபினிச்தேர் நோர் என்ற இடத்தில் இரத்த சம்பந்தம் உள்ளவர்கள் திருமணம் செய்துகொள்வது பற்றி ஒரு சுவாரசியமான உரை யாடலில் கலந்துகொண்டது அவளுக்கு மகிழ்ச்சியாக இருந்தது), கூன் போட்டவர்கள் (நெஞ்சுக் கூட்டில் எலும்புகளை அசைக்கப் பழகிக்கொண்டாள்) ஆகியோரைப் போல் நடிக்க விருப்பம் உண்டு. கருவுற்ற பெண்மணிகளின் தொடக்கக் கால வயிற்றுத் துடிப்புகளை அவளால் நடித்துக்காட்ட முடியும். ஆனால், மூன்று மாதக் கைக்குழந்தையைப் பற்றி ஓர் இளம் தாய் சொல்வதை செய்துகாட்டுவது அவ்வளவு தத்ரூபமாக இல்லாததால் மருத்துவ மாணவர்களுக்கு சங்கடமாகப் போய்விடும். மூடநம்பிக்கை காரணமாக, அவள் புற்றுநோயாளியாக நடிக்க மாட்டாள்.

இருந்தாலும் அந்த டிசம்பர் மாதத்தில் ஒரு நாள் மாரடைப்பு வந்ததுபோல் நடித்துக் காட்டியது அபாரம். பிரபல இதயச் சிகிச்சை நிபுணர் ஒருவர் கொடுத்த அறிவுரைகளை அவள் கேட்டுக் கொண்டாள். “ஒரு கரடி உன் மார்பில் உட்கார்ந்திருக்கிறது என்று நினைத்துக்கொள்,” என்றார். திடுக்கிட்டு, அவள் தன் மான் விழிகளை உருட்டி “ஒரு கரடியா?” என்று கேட்டுவிட்டு, அவள் தன் சிறு வயது ஞாபகங்களை நினைவுபடுத்திக்கொண்டாள். ஒரு பெரிய – துர்நாற்றம் வீசிக் கொண்டிருந்த – கூண்டு. அதனுள் கிரீம் நிறத்தில் பிளாஸ்டிக்கால் ஆன பாறைகள். அங்கு அரை டன் அளவுக்கு ஒரு பெரிய மிருகம். அதன் முகம் முக்கோண வடிவிலிருந்தது. கண்கள் இருந்த விதம் அம்மிருகத்திற்குக் கிட்டத்துப் பார்வை என்று சொல்லக் கூடும். அது தன் பின்னங் கால்களில் எழுந்து நின்றபோது, அதன் உயரம் இரண்டு மீட்டர். அதனைப் பார்த்து சிறுவர் சிறுமிகள் கூச்சலிட்டார்கள். பின்னர், அவளுக்கு ருமேனிய கொடுங்கோலன் சோஸச்க்யூ வேட்டை யாடும் காட்சியும் நினைவுக்கு வந்தது. குடியானவர்கள் கரடிகள் இருப்பதைக் கண்டுபிடித்து, வாளிகளில் இரையை வைத்துக் காத்திருப்பார்கள். அவை இரையைத் தின்பதற்கு மறைவிலிருந்து வெளியில் வந்து ஒரு தற்காலிகக் குடிசை பக்கம் போகும். அதில் சுடுவதற்காக ஒரு துவாரம் இருக்கும். அதன் பின்னால் காவலர் ஒருவர் துப்பாக்கியைத் தயார் செய்து குறிதவறாமல் சுடுவதற்கு அந்தக் கொடுங்கோலன் கையில் கொடுப்பார். அத்துடன் Grizzly Man திரைப்படமும் நினைவுக்கு வந்தது. ரோஸ் ஹாலின் கடைசி யிலிருந்து மருத்துவராக நடிக்கவந்த மாணவனை நெருங்கி வந்து நின்றாள். புதரிலிருந்து வெளியேறி மூங்கில் மரங்களிடையே தலை காட்டியதா? அல்லது முந்திரி நிற முடியோடு தன் உடலை அட்டகாசமாக அசைத்துக்கொண்டு வந்து அடிமர வேரொன்றில் நகங்களைத் தீட்டிக்கொண்டிருக்கும்போது அவளைப் பார்த்து விட்டு குத்திட்டு நின்றதா அந்த விலங்கு? அல்லது குளிர்கால மெல்லாம் குகைக்குள் முடங்கிக் கிடந்த அந்த விலங்கு இரத்த வெறியெடுத்து வெளியில் வந்ததா? அல்லது காட்டிலிருந்து வெளியேறி வந்து பூரணச் சந்திரனின் ஒளியில் சூப்பர் மார்க்கெட் பக்கம் கிடக்கும் காலி தகர டப்பாக்களை மகிழ்ச்சியோடு பதம் பார்த்துக்கொண்டிருந்ததா? அல்லது ஒரு பிரம்மாண்ட மனிதனை

அவள் கற்பனைசெய்துகொண்டாளா? எதுவாகினும், அவள் திடீரென மல்லாக்க சாய்ந்தாள். அவள் சாய்ந்ததனால் எழுந்த ஒலி அங்குக் கூடியிருந்தோர் மத்தியில் ஒரு முணுமுணுப்பை ஏற்படுத்தியது. வலியால் துடிப்பதுபோன்ற சத்தம் ஒன்று அவள் வாயிலிருந்து வந்தது. பின்னர் அவள் உடல் விறைத்துப்போய் எவ்வித அசைவுமின்றி கிடந்தது. அவள் மார்புக்குழி சம மட்டமாகியது. அவள் முகம் வீங்கியது சிவப்பானது, உதடுகள் இறுகி வெளுத்தன. கண்கள் செறுகின. கைகால்களில் ஏதோ ஒரு மின்சாரம் பாய்ந்தது போல் நடுநடுங்கின. அதுபோன்ற தத்ரூபமான காட்சியை வேறெங்கும் பார்த்திருக்க முடியாது. அதனால்தான் அக்காட்சியை ஹாலிலிருந்தவர்களில் சிலர் எழுந்து நின்று பார்த்தனர். அவள் முகம் சிவந்துபோனதையும், அடிவயிறு உள்வாங்கியதையும் பார்த்து அரண்டு போயினர். மருத்துவ மாணவன் அவனுக்குக் கொடுத் திருந்த ஆலோசனைப்படி குனிந்து அவளை உயிர்ப்பிக்க முனையும் போது, அங்கு பிரபல இதயநோய் நிபுணராக இருந்த பெண்மணி ஓடிவந்து அவள் கருவிழியில் மெல்லிய டார்ச் லைட் அடித்துப் பார்த்தாள். ரோஸ் புருவத்தை நெரித்தாள். முதலில் ஒரு கண்ணைத் திறந்தாள். பின்னர் மற்றொரு கண்ணைத் திறந்தாள். திடீரென துள்ளிக் குதித்து எழுந்து அங்கு நின்றவர்களை விசாரித்தாள். கைத் தட்டுதலால் வரும் மகிழ்ச்சியை அன்றுதான் முதன் முதலாக அனுபவித்தாள். படிகளில் நின்றுகொண்டிருந்த மாணவர்களைப் பார்த்து குனிந்து நன்றி சொன்னாள்.

மருத்துவனாக நடித்த இளைஞன் ஓடிவந்து தன்னை ஏளனம் செய்துவிட்டதாகக் கோபத்தோடு பேசினான். நெஞ்சுவலி வேறு, மாரடைப்பு வேறு என்று சுட்டிக்காட்டினான். இரண்டும் ஒன்றல்ல, இரண்டையும் குழப்பிக்கொள்ளக் கூடாது என்று கூறினான். நெஞ்சு வலி எப்படி இருக்கும் என்று விளக்கினான்: நெஞ்சுக்கூட்டில் வலி இருக்கும். நெஞ்சின் மீது அழுத்துவதுபோலிருக்கும். குறடை வைத்து நெருக்குவதுபோலிருக்கும். சில சமயங்களில் கீழ்த் தாடையிலும் முழங்கையிலும் வலி இருக்கும். எப்போதாவது முதுகிலும், தொண்டையிலும்கூட வலி ஏற்படும். ஆனால், நோயாளி கீழே சாய்ந்துவிட மாட்டான். மாரடைப்பு எப்படி இருக்கும் என்றும் விளக்கினான். மாரடைப்பு வந்தால் இதயத் துடிப்பு எகிறிவிடும். நிமிடத்துக்கு முன்னூறு தடவைக்கு மேலும்

துடிப்பு இருக்கும். இதய அறை பழுதடைந்து மூச்சு நிற்க வழி வகுக்கும். உடனேயே இதயமும் நிற்கும். இதெல்லாம் ஒரு நிமிடத்துக்குள்ளாகவே நடந்துவிடும். பின்னர் அவன் சிகிச்சை முறைகளை விவரித்தான். மருந்துகளைப் பட்டியலிட்டான். இரத்தத்தின் ஓட்டம் சீராக இருக்க அதன் உறைவைத் தடுக்கும் மருந்துகள், இரத்த நாளங்களை விரிவடையச் செய்து வலியைப் போக்கும் நைட்ரோகிளிசரின் (nitroglycerin) போன்றவற்றை அடுக்கிக்கொண்டே போனான். அவனால் பேச்சை நிறுத்த முடிய வில்லை. அவளைத் தன் அருகில் வைத்துக்கொள்ள, அடங்காத குதிரைகளை அடக்கப் பயன்படுத்தப்படும் லஸ்ஸோ என்ற கயிறுகள் பற்றி பேசினான். உடனே அவன் இதயத் துடிப்புகள் நிமிடத்துக்கு இரு நூற்றுக்குப் மேல் எகிறியது. அவன் எதற்கும் கவலைப்படவில்லை. அப்போது ரோஸ் ஒரு திரைப்பட நட்சத்திரம்போல் அட்டகாசமாகத் திரும்பி அவனை மேலும் கீழுமாகப் பார்த்துவிட்டு, ஒரு புன்னகையை வரவழைத்துக் கொண்டு, "இப்போது உங்கள் மார்பில் ஒரு கரடி வந்து உட் கார்ந்திருக்கிறது, தெரியுமா? வேண்டுமானால், நான் இன்னொரு தடவை செய்து காண்பிக்கிறேன் – நீங்கள் கரடியாக நடிக்க விரும்பினால். உங்களுக்கு அதற்கான உடலும் நளினமும் இருக் கின்றன," என்று அவனைப் பார்த்துச் சொன்னாள்.

O

வர்ஜீலியோ பிரேவா ஒரு விதத்தில் கரடியை ஒத்திருந்தான். குழைவு, சாவதானம், எகிறும் தன்மை ஆகியவை இருந்தன. குறுந்தாடி வைத்திருந்தான். அவன் மென்மையான தலைமுடி பின்னால் இழுத்துவிடப்பட்டு சுருள்சுருளாகப் பிடரியில் விழுந்தது. நிமிர்ந்த மூக்கும், முகத் தோற்றமும் வட இத்தாலியக் களையைத் தந்தன. இருநூறு பவுண்ட் எடை கொண்டவனாக இருந்தபோதும், அவனுடைய கால்கள் சர்தானா (sardana) நடனக்காரனின் கால்கள். முன்பு அவன் குண்டாக இருந்திருப்பான். பயிற்சி எடுத்து அவன் மார்பை அடர்த்தியாகவும், உடலில் எந்த வீக்கமோ, தளர்வோ இல்லாமல் வைத்திருந்தான். சதைப்பற்றான அவன் உடம்பில் கைகளின் அழகோ அழகு. அவனுடைய கவர்ச்சியான - கட்டு மஸ்தான உடம்புக்கேற்றாற்போல் கணீரென்ற குரலும், மட்டு

மீறிய மனநிலை மாற்றங்களும், அறிவுப் பசியும், கடும் உழைப்பும் அவனிடம் காணப்பட்டாலும், அவன் உடல் எப்போதும் ஒரே மாதிரியாக இருப்பதில்லை. திடீரென பருத்து விடும் பாங்கைக் கொண்டதாக இருந்தது. அதனால், அவனை குண்டன் என்பார்கள், தடியன் என்பார்கள். அவனுடைய பாலியல், பிரச்சினைக்குள்ளாகியது. வெவ்வேறு வித சந்தேகங்களுக்குள்ளானது. அதனால் அவனுக்கு அவன் மீதே ஒரு வெறுப்பு ஏற்பட்டது. எப்போதும் அவன் தன் உடல் மீதே அக்கறை செலுத்த வேண்டியிருந்தது. கண்ணில் ஒரு தூசு விழுந்தால் அதனை மணிக்கணக்கில் சுத்தம் செய்வான். சூரிய ஒளியில் அதிக நேரம் நின்று விட்டானானால், நீண்ட நீர் சிகிச்சை எடுத்துக்கொள்வான். அவன் குரல் சற்று உடைந்தாலோ, அவனுக்குக் கழுத்துவலி ஏற்பட்டாலோ, சற்று சோர்வாகக் காணப்பட்டாலோ, கேள்வி மேல் கேட்டுத் துளைப்பார்கள். அவன் உடலே அவனுக்கு எல்லா துன்பங்களுக்கும் ஊற்றுக்கண்ணாக இருந்தது. அவனுடைய உடம்பே அவனுக்கு மனக்குத்தலாக இருந்தபோதும், வெற்றிக்கும் வழிவகுத்தது. ஏனெனில், ரோஸின் பார்வை அவன் மீது பட்டதும், அவளுக்கு அவனைப் பிடித்தது என்பது தெரிந்துவிட்டது. பொறாமை எண்ணம் கொண்ட சிலர், அவன் மருத்துவரானது அவன் உடலைக் கட்டுக்குள் வைத்திருப்பதற்காகத்தான் என்று சொல்லி ஆறுதல் அடைந்தார்கள்.

உள்ளகப் பயிற்சியில் அவன் முதல் மாணவனாகத் தேர்ச்சி பெற்றான். மற்ற மாணவர்கள் பதினைந்து ஆண்டுகள் இழுத்துக் கொண்டு போகும் படிப்பை அவன் பன்னிரண்டு ஆண்டுகளில் முடித்தான். முகத்தில் ஒரு புன்னகையோடு எல்லோரிடமும், "எனக்கு வசதி இல்லை. மேலிடத் தொடர்பும் இல்லை," என்று சொல்லிக்கொள்வான். அப்படிச் சொல்லிக்கொள்ள உளவியல் ரீதியாகத் தேவையுமிருந்தது. அவன் புலம்பெயர்ந்தோரின் பிள்ளை. அரசு உதவிப் பணத்தில் படித்தவன். அவன் அதை அதிகப்படுத்தியே சொல்வான். அளவு கடந்த பேராசையும், அதேபோல் குறையாத ஆற்றலும் கொண்டிருந்தான். அடிக்கடி பலரை உசுப்பேத்துவான் என்பதும் உண்மை. அவனை யாரும் புரிந்துகொள்வதில்லை – அவன் அம்மாவாலும்கூட! அவன் அம்மா அவன் வெற்றிகளைக் கண்டு பயந்தாள். சமுதாயத்தில் உயர்ந்த நிலையில் உள்ளவர்கள்

தான் அறிவிலும்உயர்வார்கள் என்பது அவளது கணிப்பு. ஆகவே அவள் அவனைத் தவறாகவே பார்த்தாள். அவனால் எப்படிச் சாதிக்க முடிந்தது? அவன் எப்படிப்பட்டவன்? அவன் தன்னை யார் என்று நினைத்துக்கொள்கிறான்? அவன் ஆய்வுக் கட்டுரையின் வாய்மொழித் தேர்வுக்கு அவளை வரும்படி அழைத்தபோது, பாத்திரம் கழுவிய தன் கையை அவள் துடைத்துக்கொண்டு, தான் வருவது தேவையற்றது என்றும், அவளுக்கு எதுவும் புரியப் போவதில்லை என்றும், அவளுக்கு அந்த இடமெல்லாம் சரிப்பட்டு வராது என்றும் சொன்னபோது அவனுக்கு வந்த கோபத்திற்கு அளவே இல்லை. தன்னால் அவனுக்குப் பிடித்த கேக் செய்து விருந்து வைக்கத்தான் முடியும் என்று சொல்லி அவனோடு செல்ல மறுத்துவிட்டாள்.

சிறப்புப் படிப்புக்காக அவன் இதயத்தை – அதாவது இதய அறுவைச் சிகிச்சையைத் தேர்ந்தெடுத்தான். அது எல்லோருக்கும் வியப்பாக இருந்தது. வேறு துறைக்குப் போயிருந்தால் அவனால் நிறைய பணம் சம்பாதிக்க முடியும் என்று நினைத்தனர். அப்படிப் பட்ட துறைகள் ஏராளமாக இருந்தன. சந்தேகத்துக்குரிய மருக் களுக்குச் சிகிச்சை அளிக்கலாம். கண்களின் கீழ் விழும் சுருக்கத் திற்கு ஹயாலுரானிக் அமில சிகிச்சை அளிக்கலாம். கன்னங்களுக்கு போட்டாக்ஸ் சிகிச்சை அளிக்கலாம். இடுப்பில் விழும் மடிப்பு களை நீக்க சிகிச்சை அளிக்கலாம். உடலில் எக்ஸ்ரே செலுத்தும் வேலையைப் பார்க்கலாம், சுவிஸ் நாட்டு ஆய்வுக் கூடங்களில் சென்று நோய் தடுப்பு மருந்து கண்டுபிடிக்கலாம். இஸ்ரேல், அமெரிக்கா போன்ற நாடுகளுக்குச் சென்று அயாட்ரொஜெனிக் (iatrogenic) நோய்கள் பற்றி சொற்பொழிவுகள் ஆற்றலாம். புகழ் பெற்ற உணவியல் வல்லுநராகலாம். அதுவுமில்லையானால், நரம்பியல் அறுவைச் சிகிச்சை, கல்லீரல் அறுவைச் சிகிச்சையில் கொடிகட்டிப் பறக்கலாம். அவ்விரு துறைகளிலும் ஏராளமான தொழில்நுட்பக் கருவிகள் பயன்படுத்தி உலகத்தைக் கலக்கிக் கொண்டிருக்கிறார்கள். அதையெல்லாம் விட்டுவிட்டு, இதயச் சிகிச்சையை – தொன்றுதொட்டு வந்திருக்கும் இதயச் சிகிச்சையை தேர்ந்தெடுத்திருந்தான். அது ஒரு பம்ப். அடைத்துக்கொள்ளும். தடுமாறும். திறந்துகொள்ளும். தான் ஒரு குழாய்ப் பணியாளன் என்று தன்னைச் சொல்லிக்கொள்வான். சத்தம் கேட்கிறதா

என்று பார்க்க வேண்டும். எங்கே பழுது என்று தெரிந்துகொள்ள வேண்டும். உறுப்புகளை மாற்றி இயந்திரத்தைச் செயல்படவைக்க வேண்டும். அவ்வளவுதான். அதுதான் எனக்குக் கைவந்த கலை என்று ஒற்றைக் காலில் நின்று தன் துறையைத் தாழ்த்துவதுபோல் தாழ்த்தி பெருமை தேடிக்கொள்வான்.

வர்ஜீலியோ இதயத் துறையைத் தேர்ந்தெடுத்ததற்குக் காரணம், உடலுறுப்புகளில் இதயத்துக்கிருக்கும் மகத்துவம் தனக்கும், துறை சார்ந்த மற்றவர்களுக்கும் ஒருநாள் வந்து சேரும் என்ற நம்பிக்கைதான். இதய சிகிச்சை நிபுணர்கள் நடைக் கூடத்தில் மிடுக்காக – கிட்டத்தட்ட கடவுள்கள் போல் நடந்து போவதைப் பார்த்திருக்கிறான். இதயம் வெறும் இதயம் மட்டுமன்று. அது அவனுக்கு நன்றாகவே தெரியும். உயிரோடிருப்பவரையும் உயிரற்றோரையும் பிரிப்பதில் அதன் மதிப்பு இப்போது குறைந்துவிட்டபோதும், அவனைப் பொறுத்தவரையில் இதயம் தான் மனிதனுக்கு மைய உறுப்பு. அங்குதான் வாழ்க்கையின் அடித்தளமான – அடிப்படையான நிகழ்வுகள் இடம்பெறுகின்றன. அவன் பார்வையில் இதயம் அதன் குறியீட்டை இழக்கவில்லை. மேலும் அந்தத் துறையில் எவ்வளவோ தொழில்நுட்பங்கள் வந்து கொண்டிருந்தன - கற்பனைக் கெட்டாத வகையில் வந்துகொண் டிருந்தன. வர்ஜீலியோவைப் பொறுத்தவரை, இதயத்தின் அடிப் படையில்தான் மனிதன் அவன் சொந்த உடலுடனும், மற்றவர் களுடனும், இறைவனுடனும் ஏற்படுத்திக்கொள்ளும் உறவுகள் தீர்மானிக்கப்படுகின்றன. பேச்சு வழக்கில் சொல்வதற்கும் புரித லுக்கும் இடையில் செயல்படுவது இதயம்தான். உவமைகள், ஒப்பீடுகள் எல்லாம் அங்கிருந்துதான் புறப்படுகின்றன. இதயம் தான் முதலில் தோன்றி கடைசியில் மறையும் உறுப்பு. ஒரு நாள் இரவு பித்தியே மருத்துவமனை மண்டபமொன்றில் அவன் சொற் பொழிவிற்காகப் போயிருந்தான். சுற்றிலும் உள்ளுறை மருத்துவ மாணவர்களால் வரையப்பட்டிருந்த சுவர்சித்திரங்களில் நிர்வாணக் காட்சிகளும், அறுவைச் சிகிச்சைக் காட்சிகளும் இடம்பெற்றிருந்தன. அர்ஃபாங் குடும்பத்தைச் சேர்ந்த இருவரும், இன்னும் சில பெரிய மனிதர்களும் ஆபாசமாக வரையப்பட்டிருந்தனர். அங்கு அவன் ஜோன் ஆஃப் ஆர்க் (Joan of Arc) பற்றிப் பேசினான். ஆவேசமாகப் பேசினான். கண்கள் பளிங்குபோல் பிரகாசித்தன. எவ்வாறு பழைய

சந்தை பக்கம் அவளை சிறைத்துறை வண்டி ஒன்றில் அழைத்துச் சென்றார்கள் என்று விவரித்தான். கூடியிருந்த மக்கள் கூட்டத்திற்கு மத்தியில் கூனிக்குறுகிப் போய் ஒரு போர்வையில் முடங்கி இருந்தாள் என்பதையும், அவளைத் தீ வைத்துக் கொளுத்தும்போது சீக்கிரமே சாம்பலாகிவிட அந்தப் போர்வை மீது எப்படிக் கந்தகம் தூவி இருந்தார்கள் என்பதையும், தீக்குழி எவ்வளவு பெரிதாக இருந்தது என்பதையும், அவளுக்குத் தீவைக்க வந்த தெராழ் என்பவன் எவ்வாறு அவளை ஒருகம்பத்தில் கட்டினான் என்பதையும் விவரித்தான். வர்ஜீலியோவுக்குத் தன்னை எல்லோரும் மெய்மறந்து கவனிக்கிறார்கள் என்று தெரிந்தவுடன், ஜோன் ஆஃப் ஆர்க் என்ற பெண்மணிக்கு நடந்ததை அப்படியே நடித்துக் காட்டினான். மேலே கையைத் தூக்கி அவளை எப்படிக் கம்பத்தில் கட்டினார்கள் என்பதை வெறும் கையால் முடிச்சுகள் போட்டுக் காட்டினான். எவ்வாறு அவளுக்குத் தீ மூட்டினர் என்பதைக் கையைக் கீழே கொண்டுபோய்த் தீவைப்பதுபோல் காட்டினான். அப்போது எழுந்த ஓலத்தையும், மூட்டிய தீயில் அவள் எரியும் போது வீசிய புகையினால் வரும் மூச்சுத் திணறலையும் நடித்துக் காட்டினான். எல்லாம் எரிந்துபோனபின் அவள் இதயம் மட்டும் எரியாமல் இருந்ததையும், அவ்விருதயத்தை எரிக்க மீண்டுமொரு முறை தீவைக்க வேண்டி இருந்ததையும் உணர்ச்சிவசப்பட்டு விவரித்தான்.

O

தன்னிகரில்லா மாணவனாக – அசாதரணமான உள்ளூறை மருத்துவனாக இருந்த வர்ஜீலியோ மேலதிகாரிகளுக்கு ஒரு புதிராகவே இருந்தான். அவனால் அவன் சகமாணவர்களோடு கலந்து பழக அவ்வளவு சுலபமாக முடியவில்லை. வழையடி வாழையாக சுகபோகத்தில் வாழ்ந்து வந்தவர்கள்பால் அவனுக்குக் கோபமும் வெறுப்பும் இருந்தன. அப்படியிருந்தும், வெள்ளை அங்கியில் வலம் வந்த அர்ஃபாங் குடும்பத்தின் மீது அவனுக்குஓர் ஈர்ப்பு இருந்து வந்தது. அவர்கள் வாரிசுகள், வாரிசுகளின் எண்ணிக்கை, அவர்கள் சொத்து, அவர்கள் ஆளுமை, விருப்பு வெறுப்புகள், பேசும்விதம், நகைச்சுவை உணர்வு, அவர்களுடைய டென்னிஸ் மைதானம் ஆகிய அனைத்தும் அவனை முழுமையாக ஆட்

கொண்டுவிட்டன. அவர்களால் வீட்டுக்கு அழைக்கப் பட வேண்டும்; அவர்கள் கலாச்சாரத்தில் மூழ்க வேண்டும், அவர்கள் வீட்டு மதுவை அருந்த வேண்டும்; அவர்கள் அம்மாவைப் போற்றிப் புகழ வேண்டும்; அவர்கள் சகோதரிகளிடம் உறவுவைத்துக்கொள்ள வேண்டும் என்பதே அவன் கனவாகி வாட்டி வதைத்தது. அக்கனவு நிறைவேறுவதற்கு அவன் ஒரு பாம்பாட்டியைப் போல் கருத்தூன்றி செயல்பட வேண்டுமென்று நினைப்பான். ஆனால், கண் விழித்து எழும்போது, அவன் அவர்கள் படுக்கையில் ஓர் அருவருப்பான பிறவியாக – குடிகாரனாக – குடித்துவிட்டு பொருட்களையெல்லாம் உடைத்தெறிபவனாக அவர்கள் கண்ணுக்குத் தெரியவேண்டி இருக்குமோ என்றெண்ணி அக்கனவை விட்டு விலகி ஓடுவான்.

அவன் பித்தியே மருத்துவமனையின் இதய அறுவைச் சிகிச்சைப் பிரிவில் சேர்ந்தது, அவனுடைய உணர்வில் மேலும் ஒரு படியை ஏற்றிவிட்டது. தொழில் போட்டிகளை மட்டமாக எண்ணினான். தொழிலுக்குப் புதிதாக வந்த சாதுவானவர்களை மதிப்பதில்லை. சதா காலமும் அர்ஃபாங்கை நெருங்கிவிட வேண்டுமென்ற நோக்கத்தோடு செயல்பட்டான். அர்ஃபாங் என்ன நினைக்கிறார், எதைச் சந்தேகப்படுகிறார், எந்த முடிவை எப்போது எடுக்கிறார் என்பதையெல்லாம் உடனுக்குடன் உள் வாங்க வேண்டுமென்ற முடிவில் இருந்தான். அவர் அருகில்தான் அவனுக்கு விமோசனம் கிடைக்கும், வேறெங்கும் கிடைக்காது என்பது திண்ணமாகத் தெரிந்துவிட்டதுபோலும்.

O

வர்ஜீலியோ தன் கைபேசியில் இத்தாலியக் குழுவிலுள்ளோரைப் பற்றி உறுதி செய்துகொள்கிறான். பலோதெலி, மோத்தா, பிர்லொ, புய்ஃபோன் ஆகியோர் விளையாடுகிறார்கள். இன்று மாலை இரண்டு மருத்துவத் தலைவர்களோடு தன் யூகங்களையும் ஆதாரங்கங்களையும் பகிர்ந்துகொள்வான். அவர்கள் இருவரும் பிரம்மாண்ட திரையில் விளையாட்டைக் கண்டுகளிப்பார்கள். அவர்களும் பிரஞ்சுக்காரர்கள்தான். இத்தாலியர்களின் தற்காப் புக்காக விளையாடும் விளையாட்டை அவர்களுக்குப் பிடிப்ப தில்லை. மாறாக, சரியாகப் பயிற்சி எடுக்காத ஒரு குழுவை

ஆதரித்தார்கள். கார் சேன் நதியையொட்டிச் சென்றுகொண்டிருக் கிறது. சேன் நதி அலைகளின்றி ஒரு நெடுஞ்சாலையைப் போல் ஓடிக்கொண்டிருந்தது. மருத்துவமனையை ஷெவாலரே வீதி வழியாக மருத்துவமனைக்குள் புகும்போது அவன் தன் உணர்ச்சி களை ஓரங்கட்டினான். இனிமேல், அவன் முகத்தில் புன்னகை யைக் காணலாம். மற்ற இருவருடைய பேச்சுக்கும் பதில் சொல் லாமல், பந்தயம் கட்டுபவர்களை ஒதுக்கிவிடுவான். ரோஸின் முகம் மீண்டும் தெரிகிறது. அவளுக்கு காதல் ரசம்பொங்க 'உன் கண்களின் சுழற்சி என் மனதைச் சுற்றி வருகிறது' என்னும் ஒரு குறுஞ்செய்தி அனுப்பத் தயாராகிறான். பின்னர், அந்த எண்ணத்தைக் கைவிடுகிறான். அவள் ஒரு பைத்தியம். ஆபத்தான பைத்தியம். இன்று மாலை அவன் கருத்தூன்றலை – ஆளுமையை – கெடுத்து, அவன் பெறப்போகும் வெற்றியைத் தடுக்கும் எதற்கும் அவன் மனதில் இடமில்லை.

24

உறுப்பு அகற்றும் குழுக்கள் இரவு 10 மணிக்கு வரத் தொடங்கினர். ருவான் நகரிலிருந்து வந்தவர்கள் காரில் வந்து விட்டார்கள், ஏனெனில், அங்கிருந்து லெஆவ்ர் மருத்துவ மனைக்கு ஒரு மணி நேரத்தில் வந்துவிடலாம். ஆனால், லியோன், ஸ்த்ராஸ்பூர், பாரிஸ் ஆகிய ஊர்களிலிருந்து வந்தவர்கள் விமானம் மூலம்தான் வந்தனர்.

O

'ஓக்த்வீல் சுய்ர் மேர்' என்ற இடத்தில் ஒரு சின்ன விமான நிலையம் இருந்தது. தேவையான அனைத்து விவரங்களையும் கொடுத்து, அதனை அன்று திறக்கவைத்துவிட்டு, ஞாயிற்றுக் கிழமை சேவைக்கு இசைந்த ஓர் ஏர்லைன் கம்பனியின் உதவி யோடு குழுக்கள் வந்துசேர்ந்தன. பித்தியே மருத்துவமனையில், சேவையில் ஈடுபட்டிருந்த செவிலி ஒருத்தியை வர்ஜீலியோ பதற்றத்துடன் சுற்றிச்சுற்றி வந்தான். அவள் தொலைபேசியில் ஒவ்வொருவரையும் அழைத்துக்கொண்டிருந்தாள். அச்சமயம், அங்கு வெள்ளை மேலங்கி அணிந்த ஓர் இளம்பெண் அமைதியாக சுவரருகில் நின்றுகொண்டிருந்ததை வர்ஜீலியோ கவனிக்க வில்லை. பின்பு அவர்கள் பார்வைகள் சந்தித்துக்கொண்டதும், அவள் அவனை நோக்கி வந்து, தன்னை அறிமுகப்படுத்திக் கொண்டாள். "நான் அலீஸ் அர்ஃபாங். இந்தத் துறையில் புதிதாக வந்த உள்ளூறை மாணவி. நான் உங்களோடு உறுப்பு அகற்றும் பணியில் சேர்ந்துகொள்கிறேன்," என்றாள். அவளை அவன் உற்றுப் பார்த்தான். அவள் நெற்றியின் நடுவில் வெள்ளை முடியொன்று வந்து கவிழ்ந்திருக்க வில்லை. இருந்தாலும், அவள் அந்தக் குடும் பத்தைச் சேர்ந்தவள்தான் என்று ஊகித்துக்கொண்டான். அருவருப் பாகவும், கணிக்க முடியாத வயதினளாகவும் இருந்தாள். கண்கள் மஞ்சள் நிறம். மூக்கு கழுகு மூக்கு. அவனுக்கு உடனேயே

புரிந்துவிட்டது. யாராலோ சிபாரிசு செய்யப்பட்டு அங்கு வந்து சேர்ந்திருந்தாள். அவன் முகம் கறுத்திருந்தது. குறிப்பாக, அவள் போட்டிருந்த மேலங்கி அவனுக்கு முற்றிலுமாகவே பிடிக்க வில்லை. மருத்துவமனைக்குள் போட்டுக்கொள்ளும் உடையன்று அது. சுற்றுலா பயணியாக வந்த விலைமாது ஒருத்தி, பணம் மரத்தில் காய்க்கும் என்ற எண்ணத்தில் வந்திருந்தாள் போலும். "விமானப் பயணம் பயமாக இருக்காதல்லவா?" என்று எரிச்ச லோடு கேட்டுவிட்டு முகத்தைத் திருப்பிக்கொண்டான். "இல்லை, நிச்சயமாக இல்லை," என்று அழுத்தம் திருத்தமாகச் சொன்னாள். சேவையில் இருந்த செவிலி அவளிடம் ஒரு அச்சடித்த தாளை நீட்டி அதனை நிரப்பச் சொல்லிவிட்டு, "விமானம் தளத்தில் இருக்கிறது. அது இன்னும் நாற்பத்தி ஐந்து நிமிடத்தில் புறப் படும்," என்று சொன்னாள். வர்ஜீலியோ அலீஸைப் பார்க்காமலே தன் பையை எடுத்துக்கொண்டு கிளம்பினான். அவளோ அவனைப் பின்தொடர்ந்து சென்றாள். மின்தூக்கி, டாக்ஸி, நகரப் பெரு வீதிகள் எல்லாம் கடந்து சென்றனர். புர்ழே விமானத் தளத்தில் வெகுதூரம் பிரயாணம் செய்து களைத்துப்போய்விட்ட தொழிலதிபர்களில் நிறையப் பேர் ஆடம்பர ஆடைகள் அணிந்துகொண்டு, விலை யுயர்ந்த பயணப் பைகளோடு நடமாடிக்கொண்டிருந்தனர். அவர் களையெல்லாம் கடந்து சென்று இருவரும் பீச்கிராஃப்ட் 200 என்னும் விமானத்தில் ஏறி பெல்ட்டை அணிந்துகொண்டனர்.

கால நிலை சாதகமாக இருந்தது. காற்று அதிகமில்லை. பனிப் பொழிவு இன்னும் தொடங்கவில்லை. நாற்பதுவயதை நெருங்கிக் கொண்டிருக்கும் விமானி தன் நேரான பல்வரிசையைக் காட்டிக் கொண்டுவந்தான். பறப்பதற்கு உகந்த காலநிலை இருப்பதாகவும், பயணம் நாற்பத்தைந்து நிமிடங்கள் பிடிக்கும் என்று அறிவித்து விட்டு அவனுக்குரிய இடத்துக்குச் சென்றுவிட்டான். தன் இருக் கையில் அமர்ந்த உடனேயே, வர்ஜீலியோ அங்கு யாரோ விட்டுச் சென்றிருந்த நிதி நிலை சம்பந்தப்பட்ட சஞ்சிகையொன்றை எடுத்துப் படிக்க ஆரம்பித்துவிட்டான். அலீஸ் சன்னல் பக்கம் திரும்பி விமானம் உயரத்தை அடையஅடைய ஓர் இரத்தினக் கம்பளமாக மாறிக்கொண்டிருந்த பாரிஸ் நகரை ரசிக்கத் தொடங் கினாள். அதன் பாதாம் போன்ற வடிவமைப்பையும், சேன் நதியையும், தீவுகளையும், பெரிய மைதானங்களையும், பெரு

வீதிகளையும், ஒளிரும் வியாபார மண்டலங்களையும், நகரத்தின் எல்லைகளுக்கு அப்பால் விரிந்துகிடந்த இருளடைந்த சில பகுதி களையும், காடுகளையும் பார்த்துக்கொண்டிருந்தாள். கண்ணுக்குத் தெரியாத சாலைகளில் சிவப்பு மஞ்சள் விளக்குகள் வரைந்து கொண்டிருந்த கோடுகளைக் கண் கொட்டாமல் பார்த்துக்கொண் டிருந்தாள். பூமியின் மேற்பரப்பில் நடைபெற்றுக்கொண்டிருந்த செயல்பாடுகளின் சின்னம் அது. அதன்பின்னர், விமானம் மேகங்களைத் துளைத்துக்கொண்டு வானத்துக்குள் நுழைந்தது. ஒருவேளை பூமியிலிருந்து வெளியேறி சமூகக் குறியீடுகளைத் தாண்டிவிட்டதனாலோ என்னவோ, வர்ஜீலியோ தன்னுடன் வந்திருப்பவளின் மீதிருந்த எண்ணத்தை மாற்றிக்கொண்டான். அவள் இப்போது அவ்வளவு அருவருப்பாகத் தெரியவில்லை. "உறுப்பு அகற்றுவதில் இதுதான் உனக்கு முதல் அனுபவமா?" என்று கேட்டான். அவள் திடுக்கிட்டுத் திரும்பி அவனைப் பார்த்தாள். "ஆமாம், இதுதான் முதல் அனுபவம்," என்றாள். வர்ஜீலியோ பத்திரிகையை மூடிவிட்டு, அவளை எச்சரித்தான். "இரவின் முதல் பகுதி அச்சுறுத்துவதாக இருக்கக் கூடும். பல் வேறு உறுப்புகளை அகற்ற வேண்டி இருக்கும். இறந்து போன பையனுக்குப் பத்தொன்பது வயதுதான். ஆகவே, எல்லாவற்றையும் அகற்ற வேண்டி இருக்கலாம். உறுப்புகள், இரத்த நாளங்கள், திசுக்கள் ஆகிய அனைத்தையுமே எடுத்துக்கொள்ளக் கூடும்," என்றான். அவன்கை திறந்தவுடனேயே மூடிக்கொண்டது. அலீஸ் அவனைப் பார்க்கும்போது, அவள் பார்வையில் 'தனக்கு அச்சமாக இருக்கிறது,' என்றாளா, அல்லது 'நான் ஆர்ஃபாங் குடும்பத்தைச் சேர்ந்தவள் என்பதை மறந்து விட்டீர்களா,' என்று கேட்டாளா என்பது புரியவில்லை. பின்னர் அவள் நிமிர்ந்து தன்னுடைய பெல்ட்டைக் கட்டினாள். குழம்பிப்போன வர்ஜீலியோ அவளைப் போலவே செய்தான். விமானம் தரை இறங்கியது.

ஒக்த்வீல் என்ற அவ்விமான நிலையம் பிரத்தியேகமாக அவர் களுக்காகவே திறக்கப்பட்டிருந்தது. ஓடுதளத்தை விளக்குகளால் கோடிட்டுக் காட்டி இருந்தனர். கோபுரத்தின் உச்சியும் ஒளிர்ந்தது. விமானம் குலுங்கி இறங்கியது. கதவு திறந்தது. இறங்குபடிகள் விரிந்தன. வர்ஜீலியோவும், அலீஸும் தரையில் கால் பதித்தனர். அந்த நிமிடத்திலிருந்து அவர்களிருவரும் உணர்ச்சியாலும்

உணர்வாலும் ஒன்றுபட்டுச் செயலாற்றத் தொடங்கினர். நகரும் படிகளில் அருகருகே நின்று முன்னேறிச் சென்றதுபோல் செயல் பட்டு ஒரே நேரத்தில் வெளியில் வந்து டாக்ஸியில் ஏறிச் சென்றனர். வெளியில் கடலின் இரைச்சல் மற்றும் குளிர் இருந்தாலும், டாக்ஸிக்குள், அமைதியும் கதகதப்பும் நிலவியது. இப்படியாக, மருத்துவமனையடைந்ததும் கார் நிறுத்துமிடத்தில் இறங்கி, கொடுக்கப்பட்டிருந்த குறியீடுகளைப் பயன்படுத்தி அறுவை சிகிச்சைப் பிரிவை அடைந்தனர்.

O

தொமா ரெமீழ் அவர்களுக்காக ஒரு குடும்பத்தலைவன் காத்திருப்பதுபோல் காத்திருந்தான். கை குலுக்கிக்கொண்டார்கள். காஃபி சாப்பிட்டார்கள். ஒருவரை ஒருவர் அறிமுகம் செய்து கொண்டார்கள். உறவுகள் உருவாகின்றன. எல்லாவற்றிலும் அர்ஃபாங் பெயர் ஒரு மந்திரச் சொல் போல் ஒலித்தது. தொமா ரெமீழ் எண்ணிப்பார்க்கிறான்: ஒவ்வொரு குழுவிலும் மூத்த அறுவைச் சிகிச்சை நிபுணரும் ஒருஉள்ளுறை மருத்துவ மாண வனும் இருந்தனர். அவர்களுடன் ஒரு மயக்க மருந்து நிபுணரும், அதே துறையைச் சார்ந்த ஒரு செவிலியும், உதவியாளர் ஒருவரும் இருந்தனர். தன்னையும் சேர்த்து மொத்தம் பதிமூன்று பேர் அந்தக் கோட்டையில் – சாதாரணமானவர் நுழைய முடியாத அந்தக் கோட்டையில் குழுமி இருந்தனர். ‘இவ்வளவு பேரா? நிற்கக்கூட இடம் இருக்காது போலிருக்கே,’ என்று நினைத்தான் தொமா ரெமீழ்.

O

அறுவைச் சிகிச்சைக்கு மேசை தயாராக இருந்தது. மேலிருந்த விளக்கு மேசைமீது நிழல் படியாதபடி செங்குத்தாகத் தன் கதிர் களைப் பாய்ச்சிக்கொண்டிருந்தது. அப்போதுதான் சிமோனை அங்குக் கொண்டுவந்திருந்தார்கள். ஒளிக்கதிர்களெல்லாம் அவன் மீது குவிந்தன. அவன் உடலில் சலனம் இருந்துகொண்டுதான் இருந்தது. அவனைப் பார்க்கும்போது உணர்ச்சி மேலிட்டது. அவனை அறையின் மையத்துக்குக் கொண்டுவந்திருந்தார்கள் – அவன்தான் உலகத்தின் இதயம். முதலில், துப்புரவாக்கப்பட்ட ஒரு வட்டம் போன்ற பகுதியை உருவாக்கினர். அறுவைச் சிகிச் சைக்குச் சம்பந்தப்படாத எவரும் அந்தப் பகுதிக்குள் பிரவேசிக்க

முடியாது. அங்கிருக்கும் எதையும் தொடக் கூடாது. எதிலும் தொற்று ஏற்படுத்தக் கூடாது. அகற்றப் படப்போகும் உறுப்பு புனிதமானது.

அறையின் ஒரு மூலையில், கொர்தேலியா எல்லாவற்றையும் மனதில் உள்வாங்கிக்கொள்கிறாள். அவளிடம் மாற்றம் ஏற்பட்டிருந்தது. தன் கைபேசியை ஆடைகள் பாதுகாக்கும் பெட்டியில் வைத்துவிட்டாள். இடுப்பில் அது உறுத்திக்கொண்டும், அதிர்ந்து கொண்டும் இருப்பதை அவள் விரும்பவில்லை. அது ஒரு இடைஞ்சல் தரக்கூடிய புல்லுருவியாகத் தோன்றியது. அவள் இப்போது வேறொரு நிதர்சனத்தை எதிர்கொள்கிறாள். தான் எங்கு இருக்கிறோம் என்பதை உணர்கிறாள். அவள் இதற்கு முன் உயிர்ப்பிக்கும் சிகிச்சைக்குப் பழக்கப்பட்டிருக்கிறாள். அதற்காகத் தான் அவள் பயிற்சி எடுத்திருந்தாள். எத்தனையோ நோயாளிகளை உயிருடன் இருக்க வைக்க நடந்த எத்தனையோ சிகிச்சைகளில் பங்கு கொண்டிருக்கிறாள். ஆனால், இது எப்படி இருக்கும் என்று அவளாள் ஊகிக்க முடியவில்லை, ஏனெனில், அங்கு ஓர் உயிரற்ற உடல் படுக்க வைக்கப்பட்டிருக்கின்றதல்லவா? இப்போது நடக்கப் போகும் சிகிச்சையின் நோக்கம் வேறு சிலரைப் பிழைக்க வைப்பதாகும். தேவையானவற்றையெல்லாம் தயார் நிலையில் வைத்திருந்தாள். அணிந்திருந்த முகக்கவசத்துக்குப் பின்னால், எந்த வரிசையில் உறுப்புகளைத் தயார்செய்ய வேண்டுமென்று வாய்க்குள் சொல்லிப் பார்த்துக்கொண்டாள்:1. சிறுநீரகங்கள் 2. கல்லீரல் 3. நுரையீரல்கள் 4. இதயம். பின்னர் அடியிலிருந்து பின்னோக்கிச் சொல்லிப் பார்த்துக்கொண்டாள். 1. இதயம் 2. நுரையீரல்கள் 3. கல்லிரல் 4. சிறுநீரகங்கள். உறுப்பு அகற்றுவதற்கு அவர்கள் திட்டமிட்டிருந்த வரிசை இரத்த நாளங்கள் தடைபட்ட பின்பு எந்த உறுப்புகள் கெடாமல் இருக்கும் என்பதைப் பொறுத்திருந்தது.

O

உடல் நீட்டு வாட்டத்தில் படுக்கவைக்கப்பட்டிருந்தது. உடலில் துணியில்லை. நெஞ்சாங்கூட்டையும், அடிவயிற்றையும் திறப்பதற்கு வசதியாக கைகள் சிலுவையைப் போல் வைக்கப்பட்டிருந்தன. அவனுக்குச் சவரம் செய்து, மேலெல்லாம் வண்ணம் பூசி

இருந்தார்கள். தூய்மைபடுத்தப்பட்ட துணியைச் சன்னல்கள் போல் வைத்து மார்புப் பகுதியிலும் அடி வயிற்றிலும் மூடியிருந்தார்கள்.

தொடங்க ஆரம்பித்தார்கள். அறுவைச் சிகிச்சை அறையிலிருந்த முதல் குழு, சிறுநீரக மருத்துவர்கள் குழு. அவர்கள்தான் முதலில் உடலைத் திறப்பார்கள்; அவர்கள்தான் கடைசியில் அதனை மூடுவார்கள். லாரல்-ஹார்டி போல் இருவர். மெலிந்த, உயர மான ஒருவர்: அவர்தான் அறுவைச் சிகிச்சை நிபுணர். குட்டை யாக, குண்டாக இருந்தவர் உள்ளுறை பயிற்சி மருத்துவர். முன்னவர்தான் குனிந்து அடிவயிற்றில் சிலுவைபோல் ஒரு கீறல் போட்டார் –அதாவது ‘பை லேட்டரல்லேப்பராட்டமி’ (bilateral laparotomy) செய்தார். இடைத்திரை சவ்வை ஒட்டி உடல் இரண்டு பாகமாகப் பிரிக்கப்படுகிறது. அடிவயிற்றுப் பகுதியில் கல்லீரலும் சிறுநீரகமும், அதற்கு மேல்பகுதியில் நுரையீரலும், இதயமும் இருந்தன. அதன் பின், கிழிவை அகலப்படுத்த, அதற்கான கருவி யைப் பயன்படுத்துவதோடல்லாமல் கைப்பக்குவத்தையும் பயன் படுத்துகின்றனர். கைப்பக்குவத்தின் முக்கியத்தை அப்போதுதான் உணர முடிகிறது. அங்குள்ள சூழலுக்கு உடல் பிரயாசையும் தேவைப்பட்டது தெளிவாகியது. உடலின் உள்ளே கசிந்துகொண் டிருந்த இரத்தம் சங்கடத்தை ஏற்படுத்தியது. விளக்கின் ஒளியில் அனைத்துமே சிவப்பாகத் தெரிந்தது.

O

மருத்துவர்கள் தங்களுக்கு வேண்டிய உறுப்பை எடுப்பதற்குத் தயார் நிலையில் இருந்தனர். உறுப்புகளை அவற்றோடு ஒட்டி யிருப்பதிலிருந்து பிரிப்பதற்கான கத்தி சரியாகவும், தடங்கலில்லா மலும் வேலை செய்ய வேண்டும். இதுவரை எதையும் வெட்டி எடுக்கவில்லை. சிறுநீரக மருத்துவர்கள் உடலின் இருபக்கமும் நின்றுகொண்டிருந்தனர். மூத்த மருத்துவர் தன் மாணவன் அதிலிருந்து என்ன கற்றுக்கொள்ளலாம் என்று யோசித்தார். சிறு நீரகங்கள் மீது தலை குனிந்துகொண்டு, தன்னுடைய செயல் திட்டத்தை ஒவ்வொரு பகுதியாக விளக்கினார். மாணவன் அவர் சொல்வதைக் கேட்டுக்கொண்டான். சில சமயம் கேள்விகள் கேட்டான்.

ஒரு மணி நேரம் கழித்து அல்ஸாஸ் (Alsace) நகரிலிருந்து வந்த குழு உள்ளே நுழைந்தது. இருவரும் பெண்கள். ஒரே உயரம். ஒரே பருமன். அறுவைச் சிகிச்சை செய்யும் பெண்மணி அருகி வரும் கல்லீரல் சிகிச்சையில் பிரபலமாகப் பேசப்படுபவள். அவள் பேச்சு கொடுக்கவில்லை. இரும்பு ஃபிரேம் போட்டிருந்த சிறு கண்ணாடி வழியே எவ்விதச் சலனமுமின்றி சிமோனின் கல்லீரலையே கவனித்துப்பார்த்து தன் பணியை மேற்கொண் டிருந்தாள். ஏதோ ஒரு சண்டையில் ஈடுபட்டிருப்பவள்போல் தன் வேலையில் ஈடுபட்டிருந்தாள். அதை முடிப்பதில்தான் அவள் மனநிறைவு பெறுவாள்போலிருந்தது. அவளோடு வந்திருந் தவள், இலாவகமான கைகளையே கண் கொட்டாமல் பார்த்துக் கொண்டிருந்தாள்.

முப்பத்தைந்து நிமிடங்கள் பறந்தன. நெஞ்சின் மேல்பகுதி மருத்துவக்குழு உள்ளே நுழைந்தது. இப்போது வர்ஜீலியோவின் முறை. அல்ஸாஸ் நகரக் குழுவிடம் சொல்லிவிட்டு, அவன் விலா எலும்புகளை நேர் வகிடாக வெட்ட ஆரம்பித்தான். எல்லோரையும் போல் அவன் குனியவில்லை. நேராக நிமிர்ந்து நின்று, பிடரியை சாய்த்துக்கொண்டும், கைகளை நீட்டிக்கொண்டும் பணியை மேற் கொண்டான். சிமோன் உடலிலிருந்து சற்று விலகியே வேலை பார்த்தான். மார்பைப் பிளந்ததும், வர்ஜீலியோ இதயத்தைப் பார்த்து அதன் பருமனைப் பார்த்தான். அத்துடன் அதன் மற்ற பாகங்களையும் உற்றுப்பார்த்தான். அதன் விரிந்து சுருங்கும் தன்மையையும் பார்த்தான். அவன் அப்படிப் பார்ப்பதை அலீஸ் கண்கொட்டாமல் பார்த்தாள். அந்த இதயம் ஓர் அற்புதமான இதயம்.

அவன் வியப்பூட்டும் விதத்தில் விரைந்து செயல்பட்டான். தன் திறமைவாய்ந்த கைகளாலும், விரல்களாலும் பெருந்தமனியை வெட்டினான். பின்னர் ஒவ்வொன்றாக இரத்தக் குழாய்களையும் வெட்டினான். தசையைப் பார்க்கும்படி வைத்தான். மேசையின் எதிர்பக்கத்தில் இருந்த அலீஸ், தன் கண்களையே நம்ப முடி யாமல் அந்த உடலில் நடத்தப்பட்ட அத்தனை நடவடிக்கை களையும் பார்த்து பிரமித்தாள். வர்ஜீலியோவின் முகத்தைப் பார்த்தாள். இறந்தவர் உடலில் அவன் ஆற்றும் செயலின் பொருள் என்னவாக இருக்கும் என்பதையும், அவன் என்ன

நினைக்கிறான், என்ன உணர்கிறான் என்பதையும் கற்பனைசெய்து பார்க்கிறாள். அவளைச் சுற்றி எல்லாம் சுழல்வதுபோல் இருந்தது. இருப்பவர்களுக்கும் இறந்தவர்களுக்கும் இடையில் இருக்கும் இடைவெளி மறைந்தது போலிருந்தது.

O

உடலைக் கூறுபடுத்திய பின், அதில் சிறுசிறு குழாய்கள் பொருத்த வேண்டும். நாளங்களில் ஒரு சிறு ஊசி கொண்டு துவாரங்கள் போட்டு, அவற்றில் கதெட்டர்கள் வைத்து அதன் வழியே உறுப்புகளைக் குளிர்நிலைக்குக் கொண்டுவர திரவம் ஒன்றைச் செலுத்துவர். மயக்க மருந்து நிபுணர், தானம் கொடுப் பவரின் இரத்தத்தில் சிவப்பணு இயக்க சக்தி சீராக உள்ளதா என்பதை திரை வழியே கவனித்து வந்தார். கொர்தேலியா மருத்துவருக்கு அவ்வப்போது தேவையான கருவிகளை எடுத்துக் கொடுத்தாள். காம்ப்ரெஸின் பெயரைச் திரும்பத்திரும்பச் சொன் னாள். நெகிழிக் கையுறையணிந்த கை நீளும்போது அதில் அவள் வைக்கும் குறடுகள், அலகுகள் ஆகியவற்றை எண்ணிக்கொள் வாள். எவ்வளவுக்கெவ்வளவு அவற்றை வைக்கிறாளோ அவ் வளவுக்கவ்வளவு அவளுடைய குரல் நம்பிக்கையோடு ஒலித்தது. அவ்வளவுக்கவ்வளவு அந்த அறுவைச் சிகிச்சையில் தன் பங்கு இருப்பதை உணர்ந்துகொண்டாள். எல்லாம் தயாராகிவிட்டது. இப்போது பெருந்தமனியை இறுகச்செய்ய முடியும். அங்கிருந்த மருத்துவர்களெல்லாம் தாங்கள் எந்த உறுப்பைத் தேடி வந்தோம் என்பதை உடற்கூறு அமைப்பியல் படத்தில் பார்த்து வைத்துக் கொண்டனர்.

O

“இறுகச் செய்யலாமா?” முகக் கவசம் அணிந்திருந்தாலும் கணீரென ஒலித்த வர்ஜீலியோவின் குரல் தொமா ரெமீழைத் திடுக்கிட வைத்தது. “வேண்டாம்,” என்று அவன் கத்தினான். எல்லோருடைய பார்வையும் அவன் பக்கம் திரும்பியது. உடலுக்கு மேல் கைகள் ஸ்தம்பித்து நிற்கின்றன. சிமோன் லேம்பர் பக்கம் ஒருங்கிணைப்பாளன் சென்று அவன் காதில் முணுமுணுத்தான் – அவன் வார்த்தைகள் வீண் என்று தெரிந்தும்! அந்த முணுமுணுப்பில்

அவன் சிமோனோடு நினைவால் இணைந்திருக்கப் போகும் சில பெயர்கள் இடம்பெற்றன: சீன், மரியான், லூ, அவன் பாட்டி, மூய்லியேத் ஆகிய அனைவரும் அவன் பக்கத்திலிருப்பதாகச் சொன்னான். மூய்லியேத்துக்குத் தெரிந்துவிட்டது. இரவு 10 மணிக்கு, சீன் விஷயத்தைத் தெரிவித்தான். தொடர்ந்து பல தடவை மரியான் கைபேசிக்கு அழைப்புவிடுத்து அதனைத் தெரிந்துகொண்டாள். சிமோனின் அப்பா அவளிடம் பேசியதை அவள் சரியாகப் புரிந்துகொள்ளவில்லை. அவன் பேசிய பேச்சு பேச்சாக இல்லை. அவனால் ஒரு வாக்கியத்தைக்கூட அமைக்க முடியவில்லை. பெருமூச்சு, தெரித்து விழுந்த அசைகள், திக்கித் திக்கி வந்த ஓசைகள், ஓலம் ஆகியவையே அவன் பேச்சாகக் காதில் விழுந்தது. அவனிடம் வேறு எதுவும் கேட்க முடியாது என்று தீர்மானித்த நிலையில், "இதோ நான் வருகிறேன்," என்று ஒரே மூச்சில் சொல்லிவிட்டு, இரவென்றும் பாராமல் ஒரே பாய்ச்சலில் கிளம்பிவிட்டாள். கோட்டு, ஸ்கார்ஃப் எதுவும் அணியாமல், அரைக்கால் சட்டையில், ஒரு கையில் கைபேசியும், இன்னொரு கையில் சாவியுமாக சிமோன் வீடு நோக்கி ஒரு குட்டிப் பிசாசு போல் ஓடினாள். கடுங்குளிர் அவளைத் தீயாகச் சுட்டெரித்தது. பள்ளத்தில் இறங்கும்போது பல தடவை தடுமாறினாள். சிமோன் அவளுக்குச் சொல்லிக்கொடுத்திருந்த விதத்தில் அவளால் மூச்சு விட முடியவில்லை. முன்கால் எலும்பு வலித்தது. குதிகால் எரிந்தது. விமானத்திலிருந்து இறங்குவதுபோல் காதுகள் அடைத்தன. இரு பக்கத்திலும் ஏதோ குத்தல். உடலை வளைத்துக்கொண்டுகுறுக லான ஆளோடிகளில் ஓடும்போது சுவர்களில் நீட்டிக்கொண்டிருந்த கற்கள் அவளை உராய்ந்தன. ஐந்து மாதத்துக்கு முன் அவளுக்காக அவன் ஏறிவந்த சரிவை – திருப்பத்தை – எதிர் வாட்டத்தில் கடந்து ஓடினாள். கவிஞர் விய்யோனின் கவிதையோடு தொடர்புடைய நாள் – சிவப்பு நிற காதல் விண்கலத்தில் இருவரும் பயணித்த நாள். அன்று ஓடிய அதே பாட்டையில் இன்று அவள் மூச்சு திணறுகிற வேகத்தில் ஓடினாள். எதிரே வந்த கார்களின் வெளிச்சம் நேராக அவள்மீது பாய, அவளைப் பார்த்து அவை வேகத்தைக் குறைத்துக்கொண்டன. அவளைக் கடந்த பின்னும் காரோட்டிகள் அவளைப் பின்னோக்குக் கண்ணாடியில் பார்த்து 'ஏன் இந்த டீ-ஷர்ட் அணிந்த இளம் பெண், இந்தக் குளிரில்,

இந்த இரவு நேரத்தில் அலறி அடித்துக்கொண்டு ஓடுகிறாள் என்று தங்களையே கேட்டுக்கொண்டனர். வழியில் தென்பட்ட புல் புதர்களெல்லாவற்றையும் கடக்கும்போது முகத்தில் கீறல்கள் ஏற்பட்டன. நனைந்த இலைகளின் மீது கால் வைக்கும்போது அவள் நெற்றிப்பொட்டிலும், தாடையிலும் சேறு படிந்தது. இப்படி அடையாளம் தெரியாதபடி, ஒருவாறாக வீட்டை அடைந்தாள். அவள் கதவு மணியை அடிக்கும் முன்னரே சீன் கதவைத் திறந்து அவளைக் கைகளில் தாங்கி அணைத்துக்கொண்டான். சற்றுத் தூரத்தில், மரியான், தூங்கிக்கொண்டிருந்த தன் மகள் அருகில் அமர்ந்து புகை பிடித்துக்கொண்டிருந்தாள். ஓ! மூய்லியேத் என்று சொல்லி கண்ணீர் விட்டாள். அப்படிப்பட்ட மூய்லியேத்தை மறக்க முடியாது. இப்போது, தொமா ரெமீழ் தூய்மைப்படுத்தப்பட்ட காது கேட்கும் கருவிகளை எடுத்து சிமோனின் காதுகளில் சொருகி விட்டு, ஐப்போட் 7 ஆவது டிராக்கை ஓட விட்டான். கடைசி அலை எழுந்து வானம் முழுவதையும் ஆக்கிரமித்துவிட்டு உருமாறிக் கொண்டே வந்துஆழ்கடலின் அடியில் அமிழ்ந்திருக்கும் அனைத்தையும் வெளிப்படுத்துகிறது : முதுகெலும்பில்லாத விலங்குகளின் எச்சங்கள், நூற்றைம்பது மில்லியன் ஆண்டுகளுக்கு முன் உயிர் வாழ்ந்த நத்தை ஓடுகள், பீர் பாட்டில்கள், உடைந்த விமானங்களின் பகுதிகள், கைத்துப்பாக்கிகள், மரப்பட்டைபோல் வெளுத்துப் போன எலும்புகள் ஆகியவையெல்லாம் பிரம்மாண்டமான குப்பை மேடாக வளர்ந்து பூமியின் மேலோட்டை மாற்றி மாற்றியமைத்து மனிதனின் நினைவுப் பெட்டகத்தை நிரப்பிக்கொண்டிருக்கும்; சிமோன் வாழ்ந்த உலகத்தைப் புதுப்பித்துக்கொண்டிருக்கும். அவன் மூய்லியேத்தோடு சிப்ஸ் பாக்கெட்டைப் பகிர்ந்துகொண்ட இடம் ஒரு மணல்மேடு. சூறைக்காற்று வீசும்போது அவர்கள் ஒதுங்கிக்கொண்ட இடம் ஒரு 'பைன்' மரக்காடு. அதற்குப் பின்னால் மூங்கில் மரங்கள் ஆடி அசைந்துகொண்டிருக்கும். அன்றைய தினம் கதகதப்பான மழைத்துளிகள் சாம்பல் நிற மண்ணில் விழுந்து தெறித்தன. உப்பு மற்றும் கசப்பு நாற்றங்கள் ஒன்று கலந்தன. அன்று மூலியேத்தின் உதடுகள் பம்பளிமாஸ் நிறத்திலிருந்தன. இவையெல்லாவற்றையும் கண்முன் கொண்டுவரப்பட்டன. அச்சமயம் எல்லோரும் மௌனம் காக்கின்றனர். பார்வைகள் சந்திக்கின்றன. கால்விரல்கள் தாளம் போடுகின்றன. விரல்கள்

பொறுமை காத்தன. ஐப்போடு நின்றவுடன், தொமா ரெமீழ் காதுகளிலிருந்த ஒலிகேட்பானைக் கழற்றிவிட்டு அவனிடத்திற்குச் சென்றான். "இறுகச் செய்யலாமா?" என்ற கேள்வி எழுந்தது.

"செய்யலாம்."

O

இதயத் துடிப்பு நின்றது. உடலில் இருந்த இரத்தம் வெளியேறியது. அதற்குப் பதில், குளிரவைக்கப்பட்ட நீரை உடலில் பாய்ச்சி உறுப்புகளைச் சுத்தம் செய்தனர். உடலைச் சுற்றி ஐஸ் கட்டிகள் வைக்கப்பட்டன. அந்த நேரத்தில் வர்ஜீலியோவின் பார்வை அலீஸின் மீது விழுந்தது. அவள் மயக்கம் போட்டு விழுந்தாளா என்று கவனித்தான். ஏனெனில் உடலிலிருந்து வெளியேறும் இரத்தம் ஒரு வாளியில் போய் விழுந்தது. அது பிளாஸ்டிக் வாளியாக இருந்ததால், அதிலிருந்து வந்த சத்தம் ஓர் அறையில் எதிரொலிபோல் ஒலித்தது. அந்த ஒலியும், அந்தக் காட்சியும்தான் திகைக்க வைக்கும். ஆனால், அலீஸ் தைரியமாக நின்றுகொண்டிருந்தாள். இருப்பினும், அவள் நெற்றி வெளுத்துப் போய், அதில் வியர்வைத் துளிகள் முத்துக்களாகக் காட்சியளித்தன. ஆகவே, அவன் தன் வேலையைத் தொடர ஆரம்பித்தான்.

நெஞ்சுக் குழி இதய நோய் சிகிச்சை நிபுணர்களுக்கும், மற்ற உறுப்புகளின் சிகிச்சை நிபுணர்களுக்கும் பிரச்சினை ஏற்படுத்தக் கூடிய இடம். நுரையீரல் தமனியில் அல்லது நாளத்தில் எந்த அளவு எடுத்துக்கொள்ள வேண்டும் என்பதில்தான் அப்பிரச்சினை ஏற்படும். வர்ஜீலியோ பதற்றத்தோடு எதிரிலிருக்கும் சக மருத்துவரிடம் "எனக்கு இன்னும் ஓரிரு செண்டிமீட்டர் அளவு விட்டுக் கொடு என்றால் தவறில்லையே," என்றான்.

O

தொமா ரெமீழ் அறுவைச் சிகிச்சைப் பிரிவை விட்டுப் போய் வெவ்வேறு பிரிவினரையும் தொலைபேசியில் அழைத்து பெரும் தமனி எப்போது பிளக்கப்படும் என்ற செய்தியை அறிவித்தான். அது இரவு 11.50க்கு நடக்கும். அதன் அடிப்படையில் அடுத்து வரும் அறுவைச் சிகிச்சையை நிர்ணயிக்க வேண்டும். உறுப்பு

பெறுவோரை தயார்நிலையில் வைக்க வேண்டும். உறுப்பைக் கொண்டு செல்ல வேண்டும். அதனைப் பொருத்த வேண்டும். இதனை அறிவித்துவிட்டுத் திரும்பும்போது, ஆழ்ந்த நிசப்தத்தில் முதல் உறுப்பு அகற்றப்படுகிறது. இரண்டு காவா நாளங்கள் (venae cavae), நான்கு நுரையீரல் நாளங்கள், பெருந்தமனி, நுரையீரல் தமனி ஆகியவைத் துல்லியமாக வெட்டப்படுகின்றன. சிமோனின் உடலிலிருந்து அவன் இதயம் வெளியேற்றப்படுகிறது. அதனை இப்போது எல்லோரும் பார்க்கலாம். பரிதாபம். ஒரு சில நிமி டங்கள் அதன் எடை, அதன் அளவு முதலியவற்றைப் பார்க்கலாம். அதன் ஒத்த பரிமாணத்தையும், இரட்டை புடைப்புகளையும் அதன் சிவப்பு அல்லது செந்தூர நிறத்தின் அழகையும் பார்க்க முடியும். பிரபஞ்சம் முழுதும் அன்பைப் பிரதிபலிக்கும் குறியீட்டோடும் ஒப்பிட்டுப் பார்க்கலாம். சீட்டுக் கட்டில், டீ - ஷர்ட் (I ♥ NY) வாசகத்தில், கல்லறைத் தூண்களின் அடியில், அரசர்கள் எச்ச மிச்சம் அடங்கிய பெட்டகத்தில், காதல் தெய்வத்தின் குறி யீட்டில், ஏசு கிறிஸ்துவின் புனித இதய உருவமைப்பில் (அந்த உறுப்பைக் கையிலேந்தி உலகத்துக்குக் காட்டும்போது அதி லிருந்து இரத்த வேர்வை சிந்தும், அதன் மகத்துவத்தை வெளிப் படுத்த அதிலிருந்து ஒளி வீசும்) அதுபோல் செய்தியோடு எண்ணற்ற உணர்வுகளைக் குறிக்க வேண்டி சேர்க்கும் குறியீட்டில் - இப்படி அனைத்திலும் அன்றாடம் காண்பவற்றோடு ஒப்பிட்டுப் பார்க்க முடியும். வர்ஜீலியோ அதனை எடுத்து சுத்தமான தண்ணீர் நிறைந்த ஜாடியொன்றில் வைத்து, அது பாதுகாப்பாக இருக்கும்படிச் செய்யவெப்ப அளவு 4 டிகிரி செண்டிகிரேடில் இருக்கச் செய்யும் ஒரு திரவத்தில் வைத்தான். இவையனைத்தையும் இன்னொரு மெல்லிய பையில் வைத்து உருளைகள் வைத்த பெட்டியொன்றில் கொண்டுசேர்த்தான்.

அந்தப் பெட்டி சீல் வைக்கப்பட்டது. வர்ஜீலியோ சுற்றியிருந்த எல்லோரையும் பார்த்து நன்றி சொன்னான். ஆனால், அவனை யாரும் கண்டுகொள்ளவில்லை. நுரையீரல்கள் மீது குனிந்திருந்த நெஞ்சு அறுவை மருத்துவர் மட்டும் "நீ எனக்குக் கொஞ்சம் இடைவெளியில்லாமல் விட்டுவிட்டாய், மடையா" என்று சத்தம்போட்டு சொல்லிவிட்டு சிரித்தான். அந்நேரம் ஸ்ட்ரஸ் பூரிலிருந்து வந்த குழுவின் தலைவி வலுவற்ற கல்லீரலை

மிகுந்த கவனத்தோடு அகற்றுவதில் ஈடுபட்டிருந்தாள். சிறுநீரகக் குழுதங்கள் வேலை யைச் செய்ய பொறுமையாகக் காத்திருந்தது.

அலீஸ் தயங்கி நிற்கிறாள். அங்கு நிகழ்வதைக் கவனமாகப் பார்க்கிறாள். அறையில் மத்தியில் சலனமற்ற உடலைச் சுற்றி நிற்கும் ஒவ்வொருவரையும் கூர்ந்து கவனிக்கிறாள் அப்போது அவளுக்கு ராம்பிரான் (Rembrandt) எனும் உலகப் புகழ்பெற்ற ஓவியரின் உடற்கூறு பாடம் (Anatomy Lesson) என்னும் தலைப் பிட்ட ஓவியம் அவள் கண்முன் மின்னலாகத் தோன்றி மறை கிறது. அவள் தந்தை அந்த ஓவியத்தை வீட்டின் முகப்பில் மாட்டி வைத்திருந்தார். அவர் புற்று நோய் மருத்துவர். அவருடைய விரல்கள் ஆந்தையின் விரல்கள் போல் நீண்டு வளைந்திருக்கும். சுட்டுவிரலால் அந்த ஓவியத்தைத் தொட்டுக் காட்டி "இதுதான் மனிதன்," என்பார். ஆனால், அவள் கற்பனை உலகில் மிதப்பவள். அந்த ஓவியத்திலுள்ளவர்களை தன் உறவினர்களாயிருந்த மருத்து வர்கள் போல் பார்க்காமல், ஏதோ ஒரு சூனியக்காரர்கள் மாநாடு போல் பார்த்தாள். சடலத்தைச் சுற்றி நின்ற அந்த விசித்திரமான மனிதர்கள் கறுப்பு ஆடையும், வெள்ளை தலைப்பாகையும் அணிந்திருந்தார்கள். தலைப்பாகையின் மடிப்புகள் வேலைப் பாடுடன் லேஸ் வைத்தும் குஞ்சம் வைத்தும் தைக்கப்பட்டிருந்தன. இவற்றுக்கு மத்தியில் அந்தக் களையிழந்த உடல் கிடந்தது. அதன் முகக்கவசம் மர்மத்தைப் பறை சாற்றியது. ஆடையின் வெடிப்பு வழியே எலும்புகள், அவற்றைச் சுற்றி இருக்கும் திசுக்கள், கறுப்புத் தலைப்பாகை அணிந்தவனின் கத்தி புதைந்திருக்கும் சதை ஆகியவை தெரிந்தன. அதுபோன்ற காட்சிதான் அவள் கண்முன் அரங்கேறியது. அவள் அதனைப் பார்ப்பதைவிட அங்கு நடை பெற்ற உரையாடல்களைக் கேட்டாள் என்றே சொல்ல வேண்டும். அவளுக்கு அதிலிருந்து ஒன்று விளங்கியது. அடிவயிற்றில் துளைபோடுவது இறைவன் படைத்த மனித உடலின் புனிதத்தைக் கெடுப்பதாகும். எந்த விதக் கற்றலிலும் ஓர் எல்லை தாண்டுதல் இருக்கத்தான் செய்யும். ஆகையால், நான்கு பெண்களில் மூத்த வளாய் இருந்த அவள் தன் படிப்பைத் தேர்ந்தெடுக்க நேர்ந்த போது, மருத்துவத்தைத் தேர்ந்தெடுத்தாள். மேலும், அவள் தந்தை அவளை ஒவ்வொரு புதன்கிழமையன்று மருத்துவமனைக்கு வரச் செய்தார். அவளுடைய பதிமூன்றாம் வயது பிறந்த நாள் பரிசாக

அவளுக்கு நிஜமான ஸ்டெதோஸ்கோப் ஒன்றைப் பரிசாக அளித்துவிட்டு, அவள் காதில் "அர்ஃபாங் எல்லாம் முண்டங்கள். நீதான் அவர்களை வெற்றிகொள்ளப்போகிறாய்," என்றார்.

அலீஸ் கொஞ்சம்கொஞ்சமாக விலகிச் செல்கிறாள். அவள் பார்த்ததெல்லாம் உறைந்து டயோரமா போல் ஒளிர்கிறது. திடீரென, எதிரே படுக்க வைத்திருந்த சடலத்தை வெறும் ஜடப் பொருளாக அவள் பார்க்கவில்லை. அதனைக் கூறு போட்டு எப்படி வேண்டுமானாலும் பயன்படுத்திக்கொள்ளலாம் என்று நினைக்கவில்லை. அது நின்றுபோய்விட்ட ஓர் இயந்திரம் என்றும், அதில் நன்றாக இயங்குகிற பாகங்களைக் கழற்றிக்கொள்ளலாம் என்றும் எண்ணவில்லை. அது நம் கணித்தலுக்கு அப்பாற்பட்ட ஆற்றல் கொண்ட திண் பொருள். அது ஒரு மனித உடல், அதன் ஆற்றல், அதன் குறிக்கோள், மானுடக் குறிக்கோள். இரத்தம் உதிர்வதும், அது ஒரு ஜாடியில் போய் முடங்குவதும் அவளை எதுவும் செய்யவில்லை, ஆனால், அவ்வுடலின் தன்மைதான் அவளுக்குத் தலைசுற்றவைத்தது. அவளுக்குப் பின்னாலிருந்து வர்ஜீலியோவின் குரல். "வருகிறாயா, இல்லையா? இன்னும் என்னத்தை வெட்டுகிறாய்? வந்து சேர்." அவள் திரும்பிப் பார்த்து, ஓடிப்போய் அவனுடன் நடைக்கூடத்தில் சேர்ந்துகொள்கிறாள்.

O

ஒரு பிரத்தியேக வாகனம் அவர்களை விமான தளத்துக்கு ஏற்றிச் செல்கிறது. வாகனம் இருளுக்குள் நுழைந்து போகிறது. டேஷ்போர்ட் கடிகாரத்தில் முள்களின் அசைவுகளைக் கண் கொட்டாமல் பார்த்துக்கொண்டிருக்கிறார்கள். அச்சமயம் பார்த்து, வர்ஜீலியோவின் கைபேசி மணி ஒலிக்கிறது. "எப்படி இருக்கிறது?" என்று அர்ஃபாங் கேட்கிறார்..

"அற்புதம்."

O

அவர்கள் வடக்குச் சுற்றுவழிப் பாதையில் 'ஃபோந்தேன் லா மல்லே' பெருவழிச்சாலையை அடைந்து புறநகர் கட்டடங்களையும், பெருநகர உயர் கோபுரங்களையும், கூட்டுக் குடியிருப்பு

மனைகளையும் கடந்து செல்கின்றனர். பின்னர் ஒரு காட்டுக்குள் நுழைந்து செல்கின்றனர். வானில் ஒரு விண்மீனோ அல்லது பறக்கும் தட்டோ தென்படவில்லை. வாகன ஓட்டி குறிப்பிட்ட வேகத்துக்கு மேல் வண்டியைச் செலுத்துகிறான். அவனுக்கு அதில் அனுபவமிருந்தது. இதுபோன்ற சேவை அவனுக்கு ஒன்றும் புதிதன்று. நேராகப் பார்வையைச் செலுத்துகிறான். முழங்கைகள் விறைப்பாகவும் அசைவற்றும் இருந்தன. ஒரு சிறு அதி நவீன ஒலிப்பெருக்கியில் அவன் பேசினான்: "இதோ வந்துவிடுகிறேன், தூங்கி விடாதே." இதயம் வைக்கப்பட்ட பெட்டி, உட்காரும் இருக்கைக்குப் பின்னால் வைக்கப்பட்டிருந்தது. அலீஸ் அதன் பல்வேறு அடைப்புகளைக் கவனித்தாள். உள்ளிருக்கும் இதயம் ஏவுகணையை இயக்கிவிடும் இன்ஞ்சினைப் போல் இருந்தது. இடுப்பைத் தூக்கி, சற்றுத்திரும்பி, கண்களைச் சுருக்கிக்கொண்டு, சீட்டுக்குப் பின்னால் இருந்த பெட்டியில் ஒட்டப்பட்டிருந்த லேபிலைப் பார்த்தாள். அதில் பொருத்தப்பட போகும் உறுப்பைப் பற்றிய பல்வேறு குறிப்புகளுக்கு மத்தியில், தானம் கொடுப்பவரின் 'கிரிஸ்டல் நம்ப'ருக்குக் கீழ் ஒரு வித்தியாசமான வாசகம் பொறிக்கப்பட்டிருந்தது: 'சிகிச்சைக்குப் பயன்படும் மனித உடம்பின் கூறு அல்லது பொருள்.'

வர்ஜீலியோ தலையைத் தாழ்த்தி, பெருமூச்சு விட்டுவிட்டு, தன் பார்வையை அலீஸ் மீது படரவிடுகிறான். அவள் பொம்மலாட்ட பொம்மை போல் கண்ணாடிமீது தலை சாய்த்திருந்தாள். அவளிடம் கனிவுடன்: "என்ன? பிரச்சினை ஒன்றுமில்லையே?" என்று கேட்டான். அவள் அந்த அநாகரிக மனிதனிடமிருந்து அந்தக் கேள்வியை எதிர்பார்க்கவில்லை. வானொலியில், மேசி கிரே (Macy Gray)வின் பாட்டு: உன் இளைய ஆண் பெண் நண்பர்களை உசுப்பிவிடு, உலகத்தின் அழகு தோன்றிவிடும். அலீஸுக்கு உடனே அழவேண்டும்போல் இருந்தது. உணர்ச்சிப்பெருக்கு அவள் அந்தரங்கத்தை உலுக்கியது - ஆட்டி வைத்தது. ஆனால், அவள் கண்ணீரைக் கட்டுப்படுத்திக்கொண்டும், முகத்தைத் திருப்பி பற்களை மூடிக்கொண்டும், "ஒன்றும் பிரச்சினை இல்லை," என்று சொன்னாள். அவன் தன் பாக்கெட்டிலிருந்து இன்னும் ஒருமுறை கைபேசியை எடுத்து மணி பார்ப்பதற்குப் பதில், அதன் எழுத்துகளைத் தட்டிப்பார்த்து விட்டு, விரக்தியில் 'இழவு', 'இழவு'

என்று முணுமுணுக்கிறான். அலீஸ் சற்றுத் தைரியமாக 'என்ன பிரச்சினை?' என்று கேட்கிறாள். வர்ஜீலியோ தலையைத் தூக்காமல் பதில் சொல்கிறான். "விளையாட்டுப் போட்டிகளின் முடிவைத் தேடுகிறேன்," என்றான். உடனே வாகன ஓட்டி, தலையைத் திருப்பாமல், "இத்தாலி, 1-0 கணக்கில்," என்கிறான். வர்ஜீலியோ ஓர் ஆரவாரம் எழுப்பிவிட்டு, "ஸ்கோர் எடுத்தது யார்?" என்று கேட்கிறான். வாகன ஓட்டி எச்சரிக்கை விளக்கைப் போட்டுவிட்டு வண்டியைத் திடீரென நிறுத்துகிறான். சந்திப்பு ஒன்றில் வெள்ளை யொளி மின்னுகிறது. விளையாட்டு வீரன் பிர்லோ இறங்குகிறான். அலீஸ் ஆச்சரியத்துடன் வர்ஜீலியோவைப் பார்க்கிறாள். அவன் கைபேசியில் வேகவேகமாக வெற்றிச் செய்தியை குறுஞ்செய்தி யாகத் தட்டச்சு செய்துகொண்டிருந்தான். "நல்லது," என்று சொல்லிவிட்டு அவளைப் பார்த்துப் புருவத்தை உயர்த்துகிறான். "பிர்லோ ஓர் அற்புதமான ஆட்டக்காரன்!" என்றான். அவன் புன்னகை அவன் முகம் முழுவதும் படர்கிறது. அதற்குள் விமான நிலையம் வந்துவிட்டது. அருகிலிருந்த மலையடிவாரத்தில் கடலின் ஆரவாரம் கேட்கிறது. காரிலிருந்த பெட்டியை உருட்டிக் கொண்டு போய் விமானத்தில் ஏற்றுகிறார்கள். அந்தப் பெட்டியில் தான் நெகிழிப் பையொன்றில், ஒரு ஜாடியில், சிமோனின் இதயம் இருக்கிறது – உயிர் – உயிரின் ஆற்றல் இருக்கிறது. அது இன்னும் ஐந்து நிமிடத்தில் விமானத்தில் கொண்டு செல்லப்படும்.

25

மரியான் தூங்கவில்லை என்பதில் வியப்பொன்றுமில்லை. எந்தத் தூக்க மருந்தும் அவளைத் தூங்கவைக்க முடியாது. வலி அவளை வாட்டியது. கற்பனையில் ஓர் உலகத்தை சிருஷ்டித்துக் கொண்டு அவள் அதனைச் சமாளித்துக்கொண்டிருந்தாள். இரவு 11.50 மணிக்கு, அவள் தன் படுக்கையிலிருந்து துடித்துப் பிடித்து எழுந்தாள். ஒருவேளை பெருந்தமனியிலிருந்து இரத்தம் கசியும் நேரம் அவள் உள்ளுணர்வுக்குத் தெரிந்துவிட்டதா? உள்ளுணர்வு அவளுக்கு அதை உணர்த்தியதா? மருத்துவமனைக்கும், அவள் குடியிருப்புக்கும் இடையே உள்ள தூரம் அதிகமாக இருப்பினும், அவனோடு அந்த இரவில், கண்ணுக்குத் தெரியாத ஒரு நெருக்கம் ஏற்பட்டதை உணர்ந்தாள். அவள் ஆழ்மனதில் ஏதோ சில காந்தக் கம்பிகள் அவளை அவள் மகன் படுத்திருந்த இடத்தோடு தொடர்பு ஏற்படுத்தி, அவளைக் கண்காணிக்க வைத்தது போலிருந்தது.

O

துருவக் குளிரடிக்கும் இரவு. பார்வையால் துளைக்க முடியாத வானம் கரைந்தது. மேக மூட்டம் கிழிந்தது. வானத்தில், ஊர்சா மேஜர் என்னும் விண்மீன் குழாம் வெளிப்பட்டது. அச்சமயத்தில் தான் சிமோனின் இதயம் பெட்டிக்குள் ஒரு நெகிழிப் பையில் வைக்கப்பட்டு, பயணித்துக்கொண்டிருந்தது – வான் வழியாக, ரயில் வழியாக, பெருஞ்சாலை வழியாக! அந்தக் கால அரசன் ஒருவனின் இதயம்போல், மிகமிக கவனத்துடன் கொண்டு செல்லப்பட்டது. முன்னொரு காலத்தில் இளவரசர்களின் இரு தயம், குடல், எலும்புக்கூடு ஆகிய எச்சமிச்சங்களைப் பிரித்து 'பஸிலிக்கா', தேவாலயம், துறவி மடம் ஆகியவற்றுக்குப் பங்கு போட்டுக் கொடுத்து அவற்றைப் பாதுகாக்க வைப்பார்கள். இறந்த வர்களை வழிபாட்டுக்கும், அவர்கள் நினைவேந்தலுக்கும் வழி செய்வார்கள். கிராமங்களின் சேறு படிந்த தெருக்களிலும், நகரங் களின் செப்பனிடப்பட்ட வீதிகளிலும் குதிரைகளின் குளம்பொலி

கேட்கும். அவற்றோடு தூக்கிச் செல்லப்படும் தீவட்டிகளின் நீர்த்த நிழல்கள் மரங்களின் இலைகளிலும், வீடுகளின் முன்புறத்திலும், மாயக்காட்சியில் மயங்கி நிற்பவர் முகங்களிலும் ஊசலாடும். கழுத்தில் ஒரு துண்டோடு வாயிற்படியில் நின்றுகொண்டு, ஊர்வலம் செல்லும்போது தலைப்பாகையைக் கழற்றிவிட்டு மௌன அஞ்சலி செய்வார்கள். கோச் வண்டியை விலையுயர்ந்த ஆடைகளுடன் அலங்கரிக்கப்பட்ட ஆறு குதிரைகள் இழுத்துச் செல்லும். அதன் பின்னால் கறுப்பு அங்கியணிந்த பன்னிரண்டு குதிரை வீரர்கள் தீவட்டி ஏந்தியபடிச் செல்வார்கள். சில சமயங்களில் பணியாட்களும், வாகனப் பொறுப்பாளரும்கூட மெழுகு வர்த்தி ஏந்திக்கொண்டு போவார்கள். வேறுசில சமயங்களில் காவல் குழுக்களும்கூட போவார்கள். கண்ணீர் சிந்தியபடியே ஒரு குதிரைவீரன் இதயத்தை வைப்பதற்குக் குறிப்பிட்டிருந்த இடம் வரைச் செல்வான். அங்குக் கறுப்புப் பளிங்குக் கல்லில் ஒரு மாடம் செதுக்கப்பட்டிருக்கும். அதனை மரபுச் சின்னங்களும், குறியீடுகளும், லத்தீன் வாக்கியங்களும் பொறிக்கப்பட்ட தூண்கள் அலங்கரிக்கும். வாகனத்தின் திரைகளினூடே அதனுள் இதயத்தைப் பொறுப்புடன் ஒப்படைப்பதற்காக நியமிக்கப்பட்ட காவலரை சிலர் எட்டிப் பார்க்க முனைவர். அக்காவலர் ஒப்படைத்த இதயத்தைப் பெற்றுக்கொண்டவர் அதற்காகப் பொறுப்பேற்றுக் கொண்டு அதற்காகப் பிரார்த்தனை செய்வார். பொறுப்பேற்பவர் பெரும்பாலும் பாவமன்னிப்பு வழங்கும் பாதிரியாராகவோ, ஒரு நண்பனாகவோ, ஒரு சகோதரனாகவோதான் இருப்பார். ஆனால், இருளில் அந்த மனிதர் யார் என்றோ, பெட்டகத்தில் என்ன இருக்கிறது என்றோ எவராலும் பார்க்க இயலாது. அதுவும் பெட்டகத்திலுள்ள இதயத்தை நிச்சயமாகப் பார்க்க முடியாது. அந்த இதயம்தான் உடலின் அரசன். குஞ்சம் வைத்த பொற் துணியில் பாதுகாப்பாக வைக்கப்பட்டிருக்கும் அந்த இதயம் தான் உடலின் மையத்தில் இருக்கும் – சூரியன் அண்டத்தின் மத்தியில் இருப்பதுபோல! அதுதான் பிரார்த்தனைக்குரியது.

O

சிமோனின் இதயம் நாட்டின் வேறொரு பகுதிக்குப் பயணிக் கிறது. அவனுடைய சிறுநீரகங்கள், கல்லீரல், நுரையீரல்கள் எல்லாம்

வெவ்வேறு மாகாணங்களுக்கும், வெவ்வேறு உடல்களுக்கும் பயணம் செய்கின்றன. எராளமான கேள்விகள் மரியானின் மனதைத் துளைத்துக்கொண்டிருந்தன. வெடித்துச் சிதறியது போன்ற அவள் மகனின் உடலில் என்ன மீந்து போயிருக்கும்? அவனைப் பற்றிய நினைவில் என்ன ஒருங்கிணைப்பு மிஞ்சி இருக்கும்? அவன் இந்தப் பூமியில் வாழ்ந்ததற்கும், அவன் பிம்பம் பூமியில் நிழலுரு வாய் வலம் வந்ததற்கும் எந்தத் தடம் மீதியாக இருக்கும்? அப் போது, சிமோனின் முகம் முழுமையாக அவள் கண் முன் தோன்றியது. அவள் மனதில் அமைதி குடிகொள்கிறது. வெளியில் இரவு கெந்தகக்கல் பாலைவனம்போல் சுட்டெரித்துக்கொண் டிருந்தது.

26

பித்தியே மருத்துவமனையில், உறுப்பு தானம் பெறவிருந்த கிளேரைச் சுற்றி நிறைய பேர் நின்றுகொண்டிருந்தார்கள். இதய அறுவைச் சிகிச்சைப் பிரிவில் ஓர் அறைக்கு அவளை அழைத்துச் சென்றார்கள். அறையின் ஒவ்வொரு அங்குலமும் துடைக்கப் பட்டு – சுத்தம் செய்யப்பட்டிருந்தது. தரையின் மேற்பரப்பு தெள்ளத்தெளிவாகப் பளபளத்தது. எங்கு பார்த்தாலும் சலவைத் தூளின் நெடி. மிக உயரமான கட்டில் ஒன்று, கைப்பிடியுடன் கூடிய பதப்படுத்தப்பட்ட தோலினால் மூடப்பட்ட நீல நாற்காலி ஒன்று, காலி மேசையொன்று - இவை மட்டுமே அந்த அறையில் இருந்தன. ஒரு மூலையில் குளிய லறைக் கதவு திறந்திருந்தது. தன் கைப்பையைத் தரையில் வைத்து விட்டு, அவள் படுக்கையில் ஏறி உட்கார்ந்தாள். அப்போது கறுப்பு உடை அணிந்திருந்தாள். பழைய ஸ்வெட்டரில் தோள் பக்கத்தில் மட்டும் ஒரு திறப்பு. வெளிச்சமான இடத்தில் ஒரு நிழல்போல் அமர்ந்திருந்தாள். கைபேசியில் குறுஞ்செய்திகள் வந்தவண்ணம் இருந்தன - பிள்ளைகள், அம்மா, தோழி ஆகியோர் வந்துகொண் டிருந்தார்கள். ஆனால், சியாம் குடாக்கடல் பக்கத்தில் கிராமம் ஒன்றில் ஒரு மூங்கில் காடு ஓரமாகக்காட்டுப் பன்றிகள், நாய்கள் மத்தியில் உட்கார்ந்திருந்த அந்த மனிதனிடமிருந்து ஒரு செய்தியு மில்லை.

O

செவிலி அறையுள் நுழைகிறாள். தலை முடி கறுப்பும் வெள்ளையுமாக இருந்தது. கண்ணாடி போட்டிருந்தாள். கன்னம் மெல்லச் சிவக்க, இடுப்பில் கை வைத்துக்கொண்டு, கலகலப்பான தொனியில்: "ஆக, இது உங்களுக்கு ஒரு மறக்க முடியாத இரவு, அல்லவா?" என்று சொன்னாள். கிளேர் கைகளை மேலே தூக்கி, முகத்தில் ஒரு புன்னகையோடு, "ஆமாம், இன்றிரவு எது வேண்டு

மானாலும் நடக்கக் கூடும்," என்றாள். செவிலி அவளிடம் ஒளி புகக்கூடிய பைகளைக் கொடுக்கிறாள். அப்போது அவள் குனியும் போது கழுத்து மணியொன்று மினுமினுத்தது. வெறுமையில் தெரிந்த வெளிச்சம் அது மட்டுமே. மணியில் இதயம் படம் போட்ட சிறிய டாலர் ஒன்று தொங்கியது. தொலைத்தொடர்பு மூலம் வாங்கப்பட்ட அதில் நம்பிக்கை தரும் வாசகமொன்று பொறிக்கப்பட்டிருந்தது: 'இன்று நேற்றைவிட மேல். நாளை இன்றை விடவும் மேல்.' கிளெர் அதை மெய்மறந்து பார்த்துக் கொண்டிருந்தாள். செவிலி தலை நிமிர்ந்து "அறுவைச் சிகிச்சைக்கு இதில் உள்ள ஆடைகளைத்தான் நீங்கள் போட்டுக்கொள்ள வேண்டும்," என்று சொல்லி, கொண்டுவந்திருந்த பாக்கெட்டு களைச் சுட்டிக்காட்டினாள். கிளேர் அவற்றைப் பொறுமை யின்மையோடும், தயக்கத்தோடும் பார்த்தாள். அவ்விரு உணர்ச்சி களும் அவளிடம் ஓராண்டுகாலமாகவே இருந்து வந்தன. ஆனால், அதனைக் காட்டிக்கொள்ளமல், "இன்னும் மாற்று இதயம் வரவேண்டுமல்லவா?" என்று கேட்டாள். செவிலி தலையாட்டி விட்டு, கடிகாரத்தைப் பார்க்கிறாள். "இல்லை, நீங்கள் அறுவைச் சிகிச்சை அறைக்கு இன்னும் இரண்டு மணி நேரத்துக்குள் போய் விட வேண்டும். மற்ற தரவுகளையெல்லாம் சரிபார்த்து முடிந்ததும், இரவு மணி பன்னிரண்டு முப்பதுக்கு, மாற்று உறுப்பு வந்துவிடும். நீங்கள் தயாராக இருக்க வேண்டும். உடனேயே மாற்று உறுப்பு பொருத்தப்பட்டுவிடும்," என்று சொல்லிவிட்டு நகர்ந்தாள்.

O

கிளேர், தான் கொண்டுவந்திருந்த பையிலிருந்த எல்லா வற்றையும் வெளியில் எடுக்கிறாள், சார்ஜரை எடுத்துச் சொருகி விட்டு கைபேசியை படுக்கைமீது வைக்கிறாள். அந்த இடத்தைத் தனதாக்கிக்கொள்கிறாள். பின்னர் தன் பிள்ளைகளை அழைக் கிறாள். அவர்கள் விமானத் தளத்தையும், மெட்ரோவையும் கடந்து ஓடி வருகிறார்கள். அவர்கள் ஓடிவருவதன் எதிரொலி கேட்கிறது. பதற்றம் தெரிகிறது. அவளுக்குத் தைரியம் கொடுக்கவும், ஆதரவு தரவும் துடிப்பதை உணர்கிறாள். ஆனால் அவர்கள் நினைப்பது தவறு. அவள் அந்த அறுவைச் சிகிச்சையைக் கண்டு பயப்பட வில்லை. அதுவல்ல முக்கியப் பிரச்சினை. அவள் நினைப்பது

அந்தப் புதிய இதயத்தைப் பற்றித்தான். யாரோ ஒருவர் இன்று இறந்திருக்கிறார். அதனால்தான் இது சாத்தியப்படுகிறது. அந்த ஒருவர் அவளை ஆக்கிரமித்து, அவளை மாற்றப்போகிறார் – கிளைகளை வெட்டி பதியம் போடுவதுபோல் இருந்தது.

நிலைகொள்ளாமல் அவள் அறைக்குள் அங்குமிங்கும் நடந்து கொண்டிருக்கிறாள். அது ஒரு தானம் - ஒரு விசித்திரமான தானம். இந்தச் சிகிச்சையில் தானம் கொடுப்பவர் இல்லை. எவருக்கும் தானம் கொடுக்கும் நோக்கமுமில்லை. அதேபோல் நேரடியாகத் தானம் பெறுவோருமில்லை. அது வேண்டாம் என்று சொல்லும் நிலையிலும் அவள் இல்லை. அவள் தொடர்ந்து உயிர் வாழ வேண்டுமானால், அவள் அதனைப் பெற்றே ஆக வேண்டும். அப்படியென்றால் அது எப்படிப்பட்ட தானமாகும்? வீணாகிப் போகவேண்டிய உறுப்பு ஒன்றை மீண்டும் இயங்க வைக்கிறார்கள் – அதனை மீண்டும் பம்ப் செய்ய அனுமதிக்கிறார்கள். அதுதானே நடக்கிறது? அவள் தன் உடைகளைக் களைகிறாள். கட்டிலில் அமர்கிறாள். பூட்ஸைக் கழற்றுகிறாள். மேற்சோடுகளையும் கழற்றுகிறாள். இது ஏதோ லாட்டரி போன்ற நிகழ்வு. எதிர்பாராத விதமாக அவள் இரத்தத்தின் தன்மையும், இறந்துபோனவரின் இரத்தத்தின் தன்மையும் ஒத்திருக்கின்றன. ஏதோ ஒரு கனவு போல் இருந்தது. அவளுக்கு அளிக்கப்பட்ட யாசகத்தினால் அவளுக்குத் திருப்தி இல்லை. சந்தையின் போது கண்ணாடிக்குள் காட்சியளித்த பொம்மை ஒன்றை இடுக்கியினால் எடுத்துக்கொண்டு போவது போல் இருந்தது. முக்கியமாக, அவளால் தானம் கொடுத்தவருக்கு நேராக நன்றி சொல்ல முடியாது. அதுதான் அவளை வாட்டிக் கொண்டிருந்த உணர்ச்சி. நன்றி சொன்னால், அந்த வார்த்தை வெறுமையில் போய் விழும். பிரதியுபகாரமாக, அவருக்கோ, அவர் குடும்பத்துக்கோ அவளால் எதுவும் செய்ய இயலாது. அவள் பெற்ற கடனைத் திருப்பியளிக்க அவளும் ஓர் உறுப்பைத் தானம் செய்ய இயலாது. ஏதோ ஒரு பொறியில் சிக்கிக்கொண்டது போன்ற எண்ணம் அவளுக்கு ஏற்படுகிறது. காலுக்குக் கீழ் தரை சில்லிட்டிருந்தது. அச்ச உணர்வு அவளைக் கவ்விக் கொண்டது. அவளுக்குள் எல்லாமே அடங்கிக் கிடக்க ஆரம்பித்தன.

சன்னல் பக்கம் போய் நிற்கிறாள். மருத்துவமனை வளாக உட்புற சாலைகளில் ஜனங்களின் நடமாட்டம் அதிகரித்திருந்தது.

கட்டடங்களுக்கிடையே வாகனங்கள் ஊர்ந்து சென்றன. ஒரு விதத்தில், அக்கட்டடங்கள் மனிதனின் உடற்கூறு வரைபடத்தை வரைந்து காட்டின. ஒவ்வொரு உறுப்புக்கும், ஒவ்வொரு வியாதிக்கும் கட்டடம் இருந்தது. குழந்தைகள் பெரியவர்களிடமிருந்து பிரிக்கப்பட்டிருந்தனர். தாய்மார்கள், வயதானவர்கள், இறக்கும் தறுவாயில் இருப்பவர்களெல்லாம் ஒரே கட்டடத்தில் சேர்த்து வைக்கப்பட்டிருந்தனர். அவளுக்கு ஒதுக்கப்பட்டிருந்த உடையை அணிவதற்கு முன் தன் பிள்ளைகளை ஒரு முறை அணைத்துக் கொள்ள வேண்டும்போல் இருந்தது. அந்த உடை உடலைச் சுற்றி இருந்தாலும் தொளதொளவென்று காற்றில் பறந்தது. அவள் ஆடையற்றிருந்தது போன்ற உணர்வு ஏற்பட்டது. கண்கள் வறண்டன. அவளுக்கு இப்போது ஏற்படும் அனுபவத்தின் பிரம்மாண்டத்தை அவளால் புரிந்துகொள்ள இயலவில்லை. மார்பில் கைவைத்து அதன் துடிப்பை உணர்கிறாள். அதன் வேகம் அதிகரித்திருந்தது – அதற்கான மருந்துகள் உட்கொண்ட பின்னும்! அது எப்படி இயங்கப் போகிறது என்றும் தெரியவில்லை. "இதயம்," என்று ஒரு முறை உரத்தக் குரலில் உச்சரிக்கிறாள்.

O

தொடக்கத்தில் அவளுக்கு மாற்று இதயம் பொருத்துவது பற்றிக் குறிப்பிடும்போது, பல மணி நேரம் உளவியல் சோதனைகள் செய்திருந்தார்கள். அவளுடைய பாசப்பிணைப்புகள், சமூக உணர்வுகள், அசதியும் பதற்றமும் அவளுக்கு ஏற்படுத்தும் தாக்கங்கள், நீண்ட நேர கடுமையான சிகிச்சைகளுக்குப் பின் அவளுடய மனநிலை எப்படியிருக்கும் என்பது பற்றியெல்லாம் சோதனைகள் செய்யப்பட்டன. ஆனால், அவையனைத்தும் அவளுக்குத் தன்னுடைய இதயம் என்னவாகப் போகிறது என்பதைத் தெரிவிக்கவில்லை. எங்காவது ஒரு இடத்தில் – தேவையற்ற பொருட்களை சேமித்து வைக்கும் இடமிருக்கும். அதில், வேண்டாத நகைகளையும், கடிகாரத்தையும் தூக்கிப் போட்டு வைப்பதுபோல் தன் இதயத்தையும் தூக்கிப் போட்டு வைத்துவிட்டுப் பின்னர், புறக்கடை வழியாக, பெரிய சாக்கு மூட்டைகளில் வைத்து வெளியேற்றுவார்கள். உயிர்ப்பொருள் சேகரிக்கும் பாத்திரமொன்றில் வைத்துப் பின்னர் அதனை மறு

சுழற்சி செய்யக்கூடும். அதனை அரைத்து மாவாக்கி கேக்கில் கலந்து கிரேக்க புராணத்தில் அட்ரியஸ் செய்ததுபோல் வேண்டாத வர்களுக்குக் கொடுக்கக் கூடும்; அல்லது, நாய்களுக்கோ, ஓநாய் களுக்கோ, கடல்வாழ் விலங்குகளுக்கோ உணவாகக் கொடுக்கலாம். அதனைத் தின்ற கடல்வாழ் விலங்குக்குச் செதில்களுக்குப் பதில் தன் தலையில் இருப்பதுபோல் முடிகள் முளைக்கலாம், அல்லது, அதன் இமைகள் வெல்வெட் போன்று மாறலாம்.

கதவைத் தட்டும் சத்தம் கேட்கிறது. பதிலுக்குக் காத்திராமல், ஒருவர் நுழைகிறார். அவர்தான் எம்மானுவல் அர்ஃபாங்! அவள் முன் வந்து நின்று, அவளிடம் இரவு 11 மணிக்கு அவள் இதயம் அகற்றப்படும் என்றும், மாற்று இதயம் எவ்விதக் குறையுமின்றி சிறப்பாக இருக்கிறதென்றும் சொல்லிவிட்டு அவளை உற்று நோக்குகிறார். "ஏதாவது சொல்ல வேண்டுமா?" என்று கேட்கிறார். அவள் "எழுந்து உட்கார்ந்து முதுகை வளைக்கிறாள். கைகளை மெத்தையில் ஊன்றிக்கொண்டு கால்களை மடக்குகிறாள். பாதங்கள் அழகாகவும், நகங்களில் சிவப்பு சாயம் பூசப்பட்டும் இருக் கின்றன. சோபை இழந்து கிடக்கும் அந்த அறையில் மலர்போல் பளிச்சிடுகின்றன. "ஆம், எனக்குச் சில கேள்விகள் கேட்க வேண்டும் போல் இருக்கிறது – தானம் கொடுப்பவர்பற்றி." அர்ஃபாங் அவள் எல்லை மீறுகிறாள் என்று சொல்வதுபோல் தலையசைக்கிறார். "அது பற்றியெல்லாம் முன்பே பேசியாகிவிட்டது." இருந்தாலும் அவள் விடவில்லை. அவள் முடி அவள் கன்னங்களில் பிறைச் சந்திரன் வடிவில் விழுந்திருக்கின்றது. "உதாரணமாக, அந்த மாற்று இதயம் எங்கிருந்து வருகிறது? பாரிசிலிருந்து வரவில்லை. அப்படித்தானே?" அர்ஃபாங் 'இதெல்லாம் அவளுக்குத் தெரிந்து விட்டதா' என்று கேட்பதுபோல் புருவத்தைச் சுருக்கிக்கொண்டு அவளைப் பார்க்கிறார். "ஆமாம், சேன் மரித்தீமிலிருந்து." கிளேர் கண்களை மூடிக்கொண்டு, விடாமல் கேட்கிறாள்: "ஆணின் இரு தயமா, பெண்ணின் இதயமா?" "ஆணின் இதயம்," என்று உடனே சொல்கிறார் அர்ஃபாங். பின்னர் அவர் கதவைத் திறக் கிறார். "ஒரு நிமிடம், அவருடைய வயது?" என்று கேட்டுவிட்டுக் கண்களைத் திறக்கிறாள். பதில் சொல்ல அவர் அங்கு இல்லை.

O

அவளுடைய மூன்று பிள்ளைகளும் களையிழந்த முகத்தோடு ஒரே சமயத்தில் வந்துவிட்டார்கள். மூத்தவன் பதற்றத்தில் அவள் கையைப் பற்றியபடியே இருந்தான். இரண்டாமவன், 'எல்லாம் நல்லவிதமாக முடியும்,' 'எல்லாம் நல்லவிதமாக முடியும்' என்று கிளிப்பிள்ளைபோல் திருப்பித் திருப்பிச் சொல்லிக்கொண்டிருந்தான். எல்லோருக்கும் இளையவன் கையில் ஒரு பாக்கெட் இதய வடிவிலிருந்த சர்க்கரை ரொட்டி எடுத்து வந்திருந்தான். அர்ஃபாங் கெட்டிக்காரர். "இருப்பதிலேயே அவர்தான் அதிகத் திறமை வாய்ந்தவர். ஒவ்வொரு ஆண்டும் எழுபது மாற்று இதயச் சிகிச்சை செய்திருக்கிறார். அவருடைய குழுவும் திறமை வாய்ந்த குழு. ஆகவே, மிகவும் பாதுகாப்பான இடத்துக்கு வந்திருக்கிறாய்," என்று நடுக்கத்தோடு சொன்னான். அவள் அதை ஆமோதித்தாள். உண்மையில் அவன் சொன்னதைக் காதில் வாங்காமல், அவன் முகத்தையே பார்த்துக்கொண்டு, "எனக்குத் தெரியும். நீ கவலைப் படாதே," என்றாள். அவளுக்கு அவளுடைய அம்மாவைச் சாந்தப் படுத்துவது சற்றுக் கடினமாக இருந்தது. அவள் "வாழ்க்கை அநீதி இழைக்கிறது," என்று சொல்லிக்கொண்டே, தன் அழுகையை நிறுத்தாமல் : "இன்று நான் சாவதுதான் இயல்பு - நியாயமானது. நான்தான் முதலில் இதுபோன்ற இடரை எதிர்கொண்டிருக்க வேண்டும்," என்று புலம்பினாள். கிளேருக்கு அவள் சொல்வதைப் பொறுத்துக்கொள்ள முடியவில்லை. "நான் செத்துவிடப் போவ தில்லை. இறந்துபோவது என்னுடைய நோக்கமன்று," என்றாள். "பேசாமல் இரு பாட்டி. நீ வேறு, பயம் காட்டுகிறாய்," என்று பிள்ளைகளும் தங்கள் பாட்டியைக் கடிந்துகொண்டார்கள். செவிலி உள்ளே நுழைந்து தன் கடிகாரத்தைக் காட்டி "எல்லாம் சரியாக இருக்கிறது, நீங்கள் தயாராக வேண்டும்" என்று விஷயத்தைச் சுருக்கமாகச் சொன்னாள். கிளேர் தன் பிள்ளைகளை அணைத்து விட்டு, அவர்கள் கன்னங்களை வருடிவிட்டு, "பிறகு நாளை பார்க்கலாம், கண்ணுகளா," என்றாள்.

O

பின்னர் அவள் குளியலறைக்குச் சென்று, ஆடைகளைக் களைந்துவிட்டு, பீட்டடைன் போட்டு நீண்ட நேரம் அழுத்தித் தேய்த்துக் குளித்தாள். குளியல் முடிந்ததும் அவர்கள் கொடுத்திருந்த தூய்மையான ஆடைகளை அணிந்துகொண்டு காத்திருக்கலானாள்.

பத்து மணி வாக்கில், மயக்க மருந்து நிபுணர் வந்து “எல்லாம் சரியாகப் போகிறதா?” என்றார். உயரமான அப்பெண்மணிக்குத் தோள்களும், இடுப்பும் சிறுத்திருந்தன. அன்னத்தின் கழுத்து. லேசான புன்னகை. அவளுடைய நீண்ட சில்லிட்ட கைகள் கிளேரின் கையைத் தொட்டு முதலில் ஒரு மாத்திரையைக் கொடுத்து, ‘இது உங்கள் பதற்றத்தைத் தணிப்பதற்கு’ என்றாள். கிளேர் படுக்கையில் சாய்கிறாள். முன்பைவிட அதிகப் பதற்றத்தோடு இருந்தாலும், அவளிடம் அதிகச் சோர்வு காணப்பட்டது. ஒரு மணி நேரம் கழித்து, பணியாளர்கள் வந்து அவளுடைய படுக்கையின் பிடியைப் பிடித்துத் தூக்குகிறார்கள். “அறுவை, மேசையொன்றின் மீது நடக்கும். முடிந்த பின், உங்களைப் படுக்கைக்குக் கொண்டுவந்துவிடுவார்கள்” என்று சொன்னார்கள். பின்னர் ஒன்றும் பேசாமல் அவளை வெளியே பல மீட்டர் தூரம் கொண்டு சென்றார்கள். அவள் தன் பார்வையை எங்கு கொண்டு செல்வது என்று தெரியாமல் விழித்தாள். கட்டடத்தின் சோபை இழந்த கூரைப்பகுதியும், வளைந்து நெளிந்து செல்லும் மின்சாரக் கம்பிகளும் பாம்புகளைப் போல் போய்க் கொண்டிருந்தன. அறுவைச் சிகிச்சைப் பிரிவை நெருங்கநெருங்க – கடவுச்சொல் போட்டுத் திறக்கும் கதவுகளைத் தாண்டிச் செல்லச் செல்ல, அவளுடைய இதயத் துடிப்பு அதிகரித்தது. மேலும் இன்னொரு சிறிய அறைக்கு அழைத்துச் சென்று சற்று நேரம் காக்க வைக்கிறார்கள். “உங்களை வந்து கூட்டிச் செல்வார்கள்,” என்றனர். நேரம் நெருங்கிக்கொண்டிருந்தது. நடுநிசிக்கு இன்னும் கொஞ்ச நேரம்தான் இருந்தது.

அறுவைச் சிகிச்சை அறைக் கதவுக்குப் பின்னால், மயக்க மருந்து நிபுணர் நோயாளியைக் கண்காணிப்பதற்கு வேண்டியவை எல்லாம் இருக்கிறதா என்று உறுதிசெய்துகொண்டாள். இதயத்தைக் கண் காணிப்பதற்கு எலக்ட்ரோட் வைத்தாள். இரத்த அழுத்தத்தைக் கண் காணிப்பதற்கு கத்தேட்டர் வைத்தாள். பிராணவாயுவின் அளவைச் சோதிப்பதற்கான கருவியையும் வைத்தாள். அதில் விரல் நுனியை வைத்தால், பிராணவாயுவின் அளவைக் காண்பிக்கும். டிரிப்புக்கான திரவப் பையைத் தொங்கவிட்டாள். அதன் அடைப்புகளைச் சோதித்தாள். இதெல்லாம் சாதாரணமான – வழக்கமான நடவடிக் கைகள்தான். முப்பது வருட அனுபவத்தை வைத்துக்கொண்டு அப்பழுக்கின்றி அவற்றைச் செய்தாள். “சரி, இனிமேல் தொடங் கலாம். எல்லோரும் தயாராக இருக்கிறார்களா?” என்று கேட்டாள்.

ஆனால், ஒருவரும் அவ்விடத்தில் தயாராக இல்லை. உடை மாற்றும் அறையில்தான் இன்னும் இருந்தார்கள். நீல பைஜாமா, அரைக்கை அங்கி, முழுக்கை கோட்டு, தலைமுழுவதும் மூடக் கூடிய இரண்டு கவசங்கள், சாதாரண முகக்கவசங்கள் இரண்டு, ஒரே முறை பயன்படுத்தக்கூடிய கால் மேற்சோடுகள் ஆகிய வற்றை அணிந்துகொண்டு, முழங்கைவரை சோப்பு நுரையில் சுத்தம் செய்துகொள்கிறார்கள். குறிப்பாக, விரல் நகங்களைப் பலமுறை தூய்மை படுத்திக்கொள்கிறார்கள். அதன்பின், அடை யாளம் கண்டுபிடிக்க முடியாத உருவங்கள் உள்ளே நுழைந்து உபகரணங்களைச் சரிபார்க்கின்றன. முகங்கள் தெரியவில்லை யானாலும் வந்தவர்களின் உயரம், நடை, உடை பாவனைகள் அவர்களை யார் என்று கண்டுபிடிக்க உதவக்கூடும்: டிரிப் போடு பவர் ஒருவர், உள்ளுறை பயிற்சி மருத்துவர் ஒருவர், கட்டுக் கட்டும் செவிலியர் இருவர் ஆகியோருடன் மயக்க மருந்து நிபுணர்கள் இருவர் இருந்தனர். இந்த இருவரும் பழைய நண்பர்கள். அவர்களோடுதான், முப்பதாண்டுக்கு முன் அர்ஃபாங் முதன் முதலாக உறுப்பு மாற்றுச் சிகிச்சை செய்தார்.

இப்போது அவரே வந்துவிட்டார் – ஒரு பந்தையத்தைத் தொடங்கப் போவதுபோல். உடலை முழுமையாக மூடும் அவர் மேலாடை முதுகுபக்கம் முடிச்சுப் போடப்பட்டிருந்தது. ஆடையின் கைப்பகுதி ஒன்று கட்டை விரலோடு ஒரு சிறு வளையத்தால் இணைக்கப்பட்டிருந்தது. அதன் நீளம்கறி வெட்டும் கசாப்புக் கடைக்காரனை நினைவுபடுத்தியது. கிளேர் பக்கம் போன மருத்துவர் கடைசியாக ஒரு வார்த்தை சொல்கிறார்: “இதயம் இன்னும் அரை மணிநேரத்தில் உங்களுக்குள் இருக்கும். பிரமாத மான இதயம். உங்களுக்காகச் செய்ததுபோல் இருக்கிறது. உங்க ளுக்கு ஒத்துப்போய்விடும்.” கிளேர் முகத்தில் ஒரு புன்னகை. “ஆனால், அது வந்து சேர்ந்ததும்தான், என்னுடையதை அகற்று வீர்கள் அல்லவா?” என்று கேட்டாள். அர்ஃபாங் வியப்போடு, “நீங்கள் கேள்வி கேட்க வேண்டுமென்பதற்காகக் கேட்கவில் லையே?” என்றார்.

கிளேருக்கு மயக்க மருந்து செலுத்தியாகிவிட்டது. அவளுடைய கண் இமைகளின் கீழ் பிம்பங்கள் தெரிகின்றன. இடப்பரப்பு களெல்லாம் பல்வேறு நிறத்தில், பல்வேறு கோணங்களில் மாறிக்

கொண்டிருக்கின்றன. அந்நிலையில், செவிலியர் இருவர் அவளுடைய தலையையும், உடலையும் பெரிய மஞ்சள் நிற நெகிழியில் மறையச் செய்கிறார்கள். ஒரு சிறு பகுதி மட்டும் ஒளிக்கதிர்களில் தெள்ளத்தெளிவாகத் தெரிகின்றது. அதில்தான் அறுவைச் சிகிச்சை நடக்கும். அர்ஃபாங் தொடங்குகிறார். ஒரு சுத்தம் செய்யப்பட்ட பென்சிலை வைத்து அவள் மார்புக் கூட்டில், எங்கெங்கே துளைகள் போட வேண்டுமோ அங்கெல்லாம் குறியிடுகிறார். பின்னர், சிறுசிறு குழாய்கள் பதித்து அவற்றின் வழியேபுகைப்பட கருவிகள் பொருத்தப்படும். பின்னர், காதில் தொலைபேசி வைத்திருந்த மயக்க மருந்து நிபுணர்: "சரி, அவர்கள் வருகிறார்கள்," என்றாள்.

27

அந்த இரவில், கழிமுகத்தில் இன்னொரு அறுவைச் சிகிச்சைக் கூடம். ஆனால், அது காலியாகக் கிடந்தது. அதிலிருந்தவர்கள் உறுப்புகள் சேகரிப்பதற்காக வெளியில் சென்றிருந்தனர். அவர்களில் சிலர்தான், சிமோன் லேம்பரிடமிருந்த சிறுநீரகச் சிகிச்சை நிபுணர்கள். அவர்கள் அவன் சிறுநீரகங்களை அகற்றிவிட்டு, வெளித்தோற்றத்தில் உடல் இயல்பாக இருப்பதுபோல் காட்ட வேண்டிய பொறுப்பில் இருந்தனர்.

தொமா ரெமீழும் அங்கிருக்கிறான். முகம் வாடியும், கன்னங்கள் ஒட்டியும் இருந்தன. அறுவைச் சிகிச்சை முடியப்போகும் நேரம் அவசரம் எதுவும் இல்லாமலிருந்த நிலையிலும், தான் அங்கு இருப்பதை மற்றவர்கள் உணரும்படிச் செய்தான். அவனுடைய ஒவ்வொரு அசைவும் – பிறர் கண்களுக்கு உடனே படாமலிருந்தாலும் – அவர்கள் இன்னும் முடிக்கவில்லை என்ற எண்ணத்தை ஏற்படுத்திக்கொண்டிருந்தான். அவர்கள் தோள்களுக்கு மேல் எட்டிப்பார்த்து, அவர்கள் செய்வதைக் கண்காணித்தும், அறுவைச் சிகிச்சை மருத்துவர்களும் செவிலிகளும் செய்யப் போவதை முன் கூட்டியே எடுத்துக் கூறியும் அவர்களுக்கெல்லாம் எரிச்சலூட்டினான். இப்போது ஒரு சில விஷயங்களை விட்டுக்கொடுக்கலாம். அதனால் ஒன்றுமில்லை. ஆனால், தொமா ரெமீழ் மற்றவர்களின் சோர்வுக்கும், அவசரத்துக்கும் தடையாக நின்றான். எதையும் விட்டுக் கொடுக்கவில்லை. உறுப்பு அகற்றுவதையும், கொடையாளனின் உடலைச் சரிசெய்வதையும் சாதாரணமாக எடுத்துக்கொள்ளக் கூடாது. சேதாரங்களை ஈடுசெய்ய வேண்டும். எடுத்ததை எடுத்தபடியே வைத்துவிட வேண்டும். இல்லையென்றால், அது ஒரு காட்டுமிராண்டிச் செயலாகும். நோயாளியின் படுக்கையைச் சுற்றி இருந்தவர்கள், கண்களை உயர்த்தி, பெருமூச்சு விடுகின்றனர். "எதற்கு இந்தக் கெடுபிடி. நாங்கள் எதிலும் தவறு செய்யப்போவதில்லை. எதை எதை எப்படிச் செய்ய வேண்டும் அதையதை அப்படியே செய்துவிடுவோம்," என்றனர்.

O

சிமோன் லேம்பரின் உடல் உள்ளீடு அற்றதாகத் தோன்றியது. சில இடங்களில், அவன் தோலை ஏதோ ஒன்று உள்ளுக்கிழுப்பது போன்றிருந்தது. அறுவைச் சிகிச்சைக் கூடத்துக்குள் அதனைக் கொண்டுவரும்போது இதுபோல் நலிவுற்றும், ஊனமுற்றும் காணப்படவில்லை. அவன் பெற்றோர்களுக்குக் கொடுத்த வாக் குறுதி மீறப்பட்டிருக்கிறது. அதனைச் சரிசெய்ய வேண்டும். அதற்காகப் பயிற்சி பெற்றவர்கள், அகற்றிய உறுப்பின் அளவையும் பருமனையும் கணக்கெடுத்து, அது இருந்த இடத்தையும் நினைவில் வைத்துக்கொண்டு, துணி போன்றவற்றை வைத்து நிரப்பிவிடுவர். அதற்கான வேலை மும்முரமாக நடைபெற்றது. நோக்கம் என்ன வென்றால், சிமோனுக்கு முன்பிருந்த தோற்றத்தை ஏற்படுத்த வேண்டும். நாளைக்கு அவனைப் பிணவறையில் பார்ப்பவர் களுக்கு அவனுடைய பிம்பம் நினைவில் பதிய வேண்டும். அவர்கள் அவனை அடையாளம் கண்டுகொள்ள வேண்டும்.

உடலை இப்போது அதன் நிசப்தத்திலும், வெறுமையிலும் வைத்து மூடிவிட்டார்கள். தையல் அதற்கான சிறப்பு நூலொன் றினால் போடப்பட்டிருந்தது. நூலின் இரண்டு பக்கத்திலும் முடிச்சுகள் இருந்தன. திறமை வாய்ந்த ஒருவரால் நுட்ப மாகவும், நேர்க்கோட்டிலும் போடப்பட்ட அந்தத் தையல் நமக்கு உணர்த்துவது என்னவென்றால், தொன்றுதொட்டு ஊசிமுனை யால் நிகழ்த்திய ஒரு கலை வடிவம் இன்று அதிநவீன தொழில் நுட்பத்தோடு ஒத்துப்போகின்றது என்பதுதான். மேலும், அறுவைச் சிகிச்சை நிபுணர் முற்றிலும் ஓர் உள்ளுணர்வோடுதான் செயல்படு கிறார். அவருடைய அசைவு அனைத்தும் தன்னிச்சையாகச் செயல் படும்போதும், அவர் கைகள் இறந்தவர் உடல்மீது தொடர்ந்து சீரிய வகையில் சுருக்குகள் போட்டுக் கொண்டிருந்தன. அவை உடலைத் தைத்து முடித்துவிடும். அவருக்கு எதிரே பயிற்சி மருத்துவ மாணவன் தொடர்ந்து பார்த்து கற்றுக்கொள்கிறான். பல்வேறு உறுப்புகள் அகற்றுவதைப் பார்ப்பது அவனுக்கு அதுதான் முதல் தடவை. தையல் போடும் வேலையை அவனே செய்திருப்பான். உறுப்புக் கொடையாளியின் உடலின் மீது கைவைத்து ஒரு கூட்டு செயல்பாட்டில் பங்கு கொண்ட திருப்தியைப் பெற்றிருப்பான்.

தடாகம் ♡ 245

ஆனால், அங்கு மேற்கொள்ளப்பட்ட நடவடிக்கை அவனுடைய நிதானத்திற்கு ஒரு சவாலாக இருந்தது. சோர்வு அல்லது பதற்றம் அவன் பார்வையைப் பஞ்சடைய வைத்துவிட்டது. விறைத்துப் போய்விட்டான். குருதி வாளியில் வந்து விழுவதைப் பார்த்ததும் ஒரு திகைப்பு ஏற்பட்டதை அவன் உணர்ந்திருந்தான். ஆதலால், கடைசிவரை தாக்குப்பிடிப்பதே முக்கியம் என அவனுக்குப் பட்டது.

O

காலை மணி 1.30. சிறுநீரக மருத்துவர்கள் தங்கள் கருவிகளைக் கீழே வைத்தனர். தலையைத் தூக்கிப் பெருமூச்சுவிட்டனர். முகக் கவசத்தை இறக்கிவிட்டு விட்டு, அறையிலிருந்து வெளியேறு கின்றனர். போகும்போது, சிறுநீரகங்களைக் கொண்டு சென்றனர். அங்கு நின்றுகொண்டிருந்தவர் இருவர். அவர்களில் ஒருவர் தொமா ரெமீழ். மற்றொருவர் கொர்தேலியா. கொர்தேலியாவை ஒருவகை பதற்றம் பற்றிக்கொண்டிருந்தது. அவள் தொடர்ந்து நாற்பது மணி நேரமாகத் தூங்கவில்லை. செய்யும் வேலையை நிறுத்தினால், அப்படியே விழுந்துவிடுவாள். முடிவுக்குப் பின்னர் தொடர வேண்டிய வேலையைத் தொடங்குகிறாள். கருவிகளின் பட்டியலைச் சரிபார்க்கிறாள். படிவங்களை நிரப்புகிறாள். அச் சடிக்கப்பட்ட காகிதங்களில் எண்களைப் பூர்த்தி செய்கிறாள். மணி நேரங்களைக் குறிக்கிறாள். இதுபோன்ற நிர்வாகம் தொடர்பான சடங்குகளை அவள் ஓர் இயந்திரம்போல் செய்வதால், கொஞ்ச நேரம் அவள் தன் மனத்தை அலையவிட முடிந்தது. நினைவுகள் அலை மோதின. உடல் உறுப்புகள், உரையாடல்களின் சிதறல்கள், வெவ்வேறு இடப்பரப்புகள், மருத்துவமனையின் நடைக்கூடம், அதன் கடைசியில் வீசிய மோசமான நாற்றம், ஒரு லைட்டர் ஒளியில் தெரிந்த தலை முடி, பச்சை சைரனோடு வந்த வேன், இரவு நேரத்தில் ஒலித்த அவள் கைபேசி, துண்டுதுண்டாக வந்த நினைவுகளுக்கிடையே, இன்று பிற்பகல் அவள் பராமரித்த - அவள் கவனித்துத் தொட்டுத் தடவிய - சிமோன் லேம்பர், சிறுத்தை நிறத்தையொத்த அந்த இளம் பெண், இவையெல்லாம் மனதில் நிழலாடிக்கொண்டிருக்கும்போது, திடீரென அவளுக்கு ஒரு கேள்வி எழுந்தது. இந்த வன்முறை காட்சிகளிலிருந்து நினைவுகளைப்

பிரித்தெடுத்து, அவற்றின் பொருளைக் கண்டறிய எவ்வளவு நேரமாகும் என்பதுதான் அவள் தனக்குள் கேட்டுக்கொண்ட கேள்வி. கண்கள் மங்கலாகின. கடிகாரத்தைப் பார்த்தாள். முகக் கவசத்தைக் கழற்றினாள். “நான் சற்று துறைக்குச் செல்ல வேண்டும். பயிற்சி மருத்துவர் தனியாக இருப்பார்,” என்றாள். தொமா ரெமீழ் அவளைப் பார்க்காமலேயே தலையசைத்தான்: “சரி. நீ பொறுமையாக வா. நான் என் வேலையை முடித்து வைக்கிறேன்,” என்றான். அவள் நடந்து போகும் காலடி கேட்கிறது. கதவு மூடும் சத்தமும் கேட்கிறது. அவன் இப்போது தனியாக இருக்கிறான். சுற்றிலும் நோட்டம் விடுகிறான். அவனுக்கு அதிர்ச்சியாக இருக் கிறது. மின்சாரக் கம்பிகள், அது சார்ந்த பொருட்கள், திசை மாறிய திரைச் சீலைகள், பழைய சாமான்கள், கால் மிதிகளில் கரைபடிந்த கச்சா துணிகள்ஆகியவை எல்லாம் அலங்கோலமாகக் கிடக்கின்றன. அறுவைச் சிகிச்சை மேசை சுத்தமின்றியும், தரை யெல்லாம் இரத்தக் கரை படிந்தும் காணப்பட்டன. யாராவது வந்து பார்த்தால் கண்கள் கூசும். அது பயங்கரமான சண்டை நடந்து முடிந்த போர்க்களம் போலத் தோன்றும். தொமா ரெமீழுக்குச் சிலிர்ப்பு ஏற்பட்டது. உடனே வேலையைத் தொடர்ந்தான்.

சிமோன் லேம்பரின் உடல் இனிமேல் வெறும் பிணம்தான். உயிர் வெளியேறியதும் அதன் எச்சம்தான் அந்த உடல். போர்க் களத்தில் மரணம் விட்டுச்செல்வதும் அதுதான். அந்த உடல் வன்முறைக்கு ஆளானது. அது ஒரு கூடு, எலும்புக்கூடு, வெறும் தோலால் மூடப்பட்ட எலும்புக்கூடு. அந்த இளைஞனின் உடல் கொஞ்சம்கொஞ்சமாக தந்தத்தின் நிறத்திற்கு மாறுகிறது. அறுவைச் சிகிச்சைக்குப் பயன்படுத்தும் விளக்கொளியில் அது கெட்டியாவது போல் தெரிகிறது. ஒரு காய்ந்த ஓடாக, ஒரு கவசமாகத் தோற்ற மளிக்கிறது. அடிவயிற்றிலிருந்த வடுக்கள் ஒரு மரண அடியாகத் தெரிகிறது. ஏசுவின் உடலில் ஈட்டி பாய்ந்தது போலவும், குதிரை வீரனின் வாள் பாய்ந்ததுபோலவும் தோற்றமளித்தன. கிரேக்க நாட்டில் பண்டைக் கால பாவலர்கள் இசைத்த பாட லுடன் போடப்பட்ட தையலா அது? அவன் சுருள் முடியில் இன்னும் கடல்நீரின் உப்பு படர்ந்திருப்பதைப் பார்க்கும்போது, அவ்விளைஞன் யூலிஸஸ் என்ற மாவீரனின் தோழனோ என்று கேட்கத் தோன்றுகிறது. அதுவோ அல்லது பிறைச்சந்திரன்

போன்ற அந்த வடுவோ தொமா ரெமீழைப் பாடவைத்தது. அவன் பாடல் மௌனமான பாடல். அவனோடு இருக்கும் எவரும் அதனைக் கேட்க முடியாது. அந்தப் பாடல் உடலைச் சுத்தம் செய்யும் பணியோடு இணைந்து அதற்குப் பின்னணி இசையாக அமைந்துவிட்டது.

உடலைப் பிணவறைக்கு எடுத்துச்செல்வதற்கு முன் அவ்வுடலைச் சுத்தம் செய்வதற்கானமூலப் பொருட்கள் ஒரு தள்ளு வண்டியில் கொண்டுவரப்பட்டிருந்தன. தொமா ரெமீழ் தன் சீருடைமீது ஒரு தற்காலிகப் போர்வையைப் போட்டுக்கொண்டான். கையுறைகளை மாட்டிக்கொண்டான். அவையெல்லாமே ஒரு தடவைதான் பயன் படுத்துவதற்கானவை. அதுவும் சிமோனுக்காகவே. அருகில் ஒரு குப்பைக்கூடையும் இருந்தது. முதலில் அவன் ஒரு பட்டுத் துணியைப் பயன்படுத்தி அந்த இளைஞனின் கண்களை மூடி னான். வாயை மூடுவதற்கு இரண்டு துண்டுத் துணிகளை எடுத்தான். ஒன்றைக் கழுத்துப் பகுதியிலும், இன்னொன்றை, நெஞ்சுப் பகுதிக்குச் செங்குத்தாக தாடையிலும் முட்டுக் கொடுத் தான். பின்னர், உடலை ஆக்கிரமித்துக்கொண்டிருந்த கம்பிகள், குழாய்கள், டிரிப்கள், சிறுநீர் கத்தேட்டர் ஆகியவற்றை அகற்றி னான். சிமோனைக் கடந்து செல்லும் - அவனைக் கட்டிப்போட்டு அவனை மறைத்திருக்கும் அனைத்தையும் அகற்றினான். அப் போது சிமோனின் உடல் நிர்வாணமாக இருந்தது. மனித உடல் மானுடத்தைக் கடந்து குழப்பத்தைத் தரும் இருளில் – அர்த்தமற்ற இடப்பரப்பில் பிரவேசித்திருந்தது. அதற்கு தொமா ரெமீழின் பாடல் ஒரு புதிய பரிமாணத்தைக் கொடுத்தது. வாழ்க்கையால் சிதறடிக்கப்பட்ட உடல் தொமாவின் கைகளால் – பாட்டால் - ஒருங்கிணைக்கப்படுகிறது. இயல்புக்கு மீறிய ஒன்றால் தனித்து விடப்பட்ட உடல் மற்ற பிணங்களை ஒத்திருக்கப்போகிறது. மனிதச் சமூகத்தோடு இணயப்போகிறது. அதனை அழகுபடுத்தப் போனான் – போற்றுதலுக்குள்ளாக்கப்போனான்.

தொமா ரெமீழ் சிமோனின் உடலைக் கழுவினான். அவ னுடைய செய்கை அமைதியாக – பதற்றமின்றி நடந்தேறிக் கொண்டிருந்தது. பாடுகின்ற அவன் குரல் தடுமாறாமலிருக்க அவ்வுடல் ஒரு சுமை தாங்கியாகிறது. அதே சமயம் அவன் பாடல் வழக்கமான இலக்கண நெறிமுறைகளைக் கடந்து, வாழ்வும்

மரணமும் சந்திக்கும் இடத்தில் சங்கமமாகிறது. தொடர்ந்து மூச்சை இழுக்கிறது, விடுகிறது. கைபோகுமிடமெல்லாம் பாட்டும் தொடர்கிறது. உடலின் ஒவ்வொரு மடிப்பையும், தோலின் ஒவ்வொரு அங்குலத்தையும் அது அணைத்துச்செல்கிறது – அவன் தோளில் குத்தியிருந்த பச்சையையும் சேர்த்துத்தான்! அவன் குத்தி யிருந்த பச்சை, கரும் பச்சை. அது அவன் உடலில் பதிக்கப் பட்டது ஒரு கோடையின்போது. அப்போது அவன் தன் உடல் தனித்தன்மையுடன் தன்னைப் பற்றி எடுத்துரைக்கும் என்று சொல்லிக்கொண்டான். தொமா ரெமிழ் சிதறிக்கிடந்த கத்தேட்டர் சுவடுகளையெல்லாம் ஒன்றுசேர்த்து ஓர் ஒழுங்கை ஏற்படுத்தினான். உடலை ஒரு சுத்தமானபோர்வையால் மூடினான். சிமோனின் கலைந்திருந்த முடியைச் சீர்படுத்தி அவன் முகத்தைப் பிரகாசிக்கச் செய்தான். அவன் தன் குரலை உயர்த்திப் பாடிக்கொண்டே, மூடிய போர்வையைத் தலையிலும், கால்களிலும் முடிந்து வைத்தான். அவன் அப்படிச் செய்யும்போது, கிரேக்க நாட்டு வீரனொருவன் போர்க்களத்தில் இறந்துவிட்டால் அவனுக்குச் செய்யும் சடங்கு நினைவுக்கு வரும். மறைந்த வீரனின் பிம்பத்தை மீட்டுருவாக்கி மக்கள் நினைவில் நிலைக்க வைக்க வேண்டுமென்பதே அச் சடங்கின் நோக்கம். அப்போதுதான், நாடு, நகரங்கள், கவிஞர்கள் எல்லாம் அவன் புகழ் பாடும் நிலை ஏற்படும். அதுவே ஒரு சிறந்த மரணமாகும். அதனைப் பாடும் பாடல்தான் சிறந்த பாடல். அது ஓர் உயிர்ப்பலியன்று. அச்சடங்கால், இறந்தவனின் ஆன்மா மேலே சென்று வானுலகில் வட்டமிடப் போவதில்லை. இருப்பினும், அது ஒருவித மீட்டுருவாக்கம். சிமோன் லேம்பர் தனித்தன்மை வாய்ந்தவன் என்பதை உலகம் புரிந்துகொள்ள வேண்டும். அவனை மீண்டும் மண் மேடுகளைக் கடந்து செல்பவனாக - நண்பர் களோடு அலைச்சறுக்கு விளையாடுபவனாக - யாராவது திட்டி னால், சண்டை போடுபவனாகக் காட்ட வேண்டும். துள்ளிக் குதிப்பவனாக - படுக்கையில் குப்புறப்படுத்துக்கொள்பவனாக - தன் தங்கை லூவின் கையைப் பிடித்துச் சுழல வைப்பவனாக எடுத்துக்காட்ட வேண்டும். சமையலறையில் அவன் அம்மாவிடம் அப்பாவைப் பற்றிப் பேசவைக்க வேண்டும். ழுய்லியேத்தின் உடை களைக் களைய வைக்க வேண்டும். கையை நீட்டி அவளைக் கடலோர மலைமுகடுகளிலிருந்து பயமின்றித் தாவிக் குதிப்பவ

னாகக் காட்ட வேண்டும். அவனைப் பின் நவீனத்துவ இடப் பரப்பில் உந்திச்செல்ல வைக்க வேண்டும். அங்கு அவனுக்கு மரணமிருக்கக் கூடாது. அவன் காவியத்திலும் புராணங்களிலும் புகழ்பெற்று விளங்க வேண்டும்.

O

ஒரு மணி நேரம் கழித்து கொர்தேலியா திரும்பி வந்தாள். மருத்துவமனையின் அனைத்துப் பிரிவுகளையும், சுற்றிப்பார்த்து விட்டு வந்திருந்தாள். அனைத்துக் கதவுகளையும் திறந்து பார்த்து விட்டாள். குணமடைந்து வருபவர்களைப் பார்த்து அவர்களுடைய நாடித்துடிப்பு முதலானவற்றைச் சோதனை செய்துவிட்டாள். மின்சாரச் சிரிஞ்சுகள் சரியாக இயங்குகின்றனவா என்று உறுதி செய்துகொண்டுவிட்டாள். உறங்கிக்கொண்டிருந்தவர்கள் மீது குனிந்து பார்த்தாள். அவர்கள் முகம் வலியால் நெளிவதைப் பார்த்தாள். அவர்கள் படுத்திருக்கும் விதம், அவர்கள் மூச்சுவிடும் விதம் ஆகியவற்றையும் பார்த்து விட்டு வந்திருந்தாள். இப்போது, அவளுக்குத் தொமா ரெமீழ் பாடிக்கொண்டிருப்பது வியப்பாக இருந்தது. அவனைப் பார்ப்பதற்கு முன்னரே அவனது குரலைக் கேட்டுவிட்டாள். அவன் குரல் இப்போது சற்று வலுவாக இருந்தது. சற்று அதிர்ச்சியுடன், அறையின் கதவில் சாய்ந்த வண்ணம், கைகளைத் தொங்கவிட்டபடியே, தலையைப் பின்புறம் சாய்த்து அவள் பாட்டைக் காதுகொடுத்துக் கேட்டாள்.

O

பின்னர், தொமா தலையைத் தூக்கி அவளைப் பார்த்து “சரியான நேரத்தில் வந்திருக்கிறாய்,” என்று சொன்னான். கொர்தேலியா மேசைப் பக்கம் சென்றாள். சிமோனின் உடலில் போர்த்தப்பட்டிருந்த வெள்ளைப் போர்வை மார்புப் பட்டை வரை தூக்கப்பட்டிருந்தது. தொமா ரெமிழ் சிமோனின் முகம், தோல், உதடுகள், குருத்தெலும்பு ஆகியவற்றைச் சரிசெய்து கொண்டிருந்தான். “அழகாகத்தான் இருக்கிறான், இல்லையா?” என்று கேட்டான். “உண்மைதான், மிக அழகாக,” என்றாள். ஒருவரையொருவர் கருத்தூன்றி பார்த்துக்கொண்டனர். பின்னர்,

இருவருமாகச் சேர்ந்து சிமோனின் உடலை ஆளுக்கொரு பக்கமாக நின்று தூக்கினர். அவன் உடல் கனக்கத்தான் செய்தது. கைப்படுக்கையில் அவ்வுடலை வைத்து, ஒரு துணியால் போர்த்தி விட்டு, அடக்கம் செய்யும் முகவரைக் கூப்பிட்டனர். நாளை காலையில், சிமோனின் உடல் அவன் குடும்பத்தினரிடம் – சீன், மரியான், லூ மூய்லியேத் ஆகியோரிடம் – முழுமையாக ஒப்படைக்கப்படும்.

28

புர்மே விமான நிலையத்தில் விமானம் இரவு மணி 12.50க்குத் தரை இறங்குகிறது. கால அவகாசம் மிக முக்கியமாகிவிட்டது. ஏற்பாடுகளெல்லாம் ஒரு குறையும் சொல்ல முடியாத அளவுக்கு இருந்தன. கார் ஒன்று அவர்களுக்காகக் காத்திருந்தது. அந்த கார் ஒரு டாக்ஸி இல்லை. இதுபோன்ற சேவைக்காகவே பிரத்தி யேகமாகத் தயாரிக்கப்பட்டது. தட்பவெட்பத்தை தேவைக் கேற்றாற்போல் ஏற்றலாம், இறக்கலாம். கதவுகளில்: 'அவசரம் – உறுப்பு தானம்' என்று பொறிக்கப்பட்டிருந்தது. அதனுள் ஆழ்ந்த அமைதி குடிகொண்டிருந்தது. பதற்றம் வெளிப்படையாகத் தெரிந்தது. இருந்தும், தொலைக்காட்சி நிகழ்ச்சிக்காகச் செயற்கை யாக எதுவும் அமைக்கப்படவில்லை – உணர்ச்சி வயப்படும் காட்சி இல்லை. காரின் மீது சிவப்பு விளக்கை எரியவிட்டு, வெள்ளையுடையும் தலையில் கறுப்புத் தொப்பியும் அணிந்த காவலர்கள் கட்டை விரலை ஆட்டி, முகத்தை உம்மென வைத்துக் கொண்டு வழி விடச் சொல்லும் பயணம் ஒன்றும் மேற்கொள்ளப் படவில்லை. ஒழுங்குக் கட்டுப்பாடோடுதான் அது புறப்பட்டது. அந்த நேரத்தில் வீதிகளில் அதிக மனித நடமாட்டம் இல்லை. வார இறுதி நாட்களில் வெளியில் சென்றுவிட்டு வீடு திரும்பும் பயணிகளின் எண்ணிக்கையும் குறைவாகவே இருந்தது. ஒளி விடும் கோபுரத்தின் கீழ் பாரிஸ் நகரம் ஜொலித்துக்கொண் டிருந்தது. கரோனர் என்ற இடத்தில் கார் போய்கொண்டிருக் கையில், ஒரு தொலைபேசி அழைப்பு வருகிறது. "நோயாளிப் பெண் வந்து விட்டாள். எல்லாவற்றையும் தயார் செய்துகொண் டிருக்கிறோம். நீங்கள் இப்போது எங்கிருக்கிறீர்கள்?" "இன்னும் பத்து நிமிடத்தில் ஷப்பேலில் இருப்போம். சரியான நேரத்தில்தான் வந்துகொண்டிருக்கிறோம்," என்று வர்ஜீலியோ சொல்லிவிட்டு, பக்கவாட்டில் அலீஸின் குருவி முகத்தைப் பார்க்கிறான் – நெற்றி குவிந்திருந்தது. மூக்கு பறவையலகுபோல் இருந்தது. தோல்

பட்டுப் போலிருந்தது. பின்னர் அவன் அவளுடைய வெள்ளை உடையின் கழுத்தைப் பார்க்கிறான். அவள் உண்மையாகவே அர்ஃபாங் குடும்பத்தைச் சேர்ந்தவளாகத்தான் இருக்க வேண்டும், என்று நினைக்கிறான்.

O

இப்போது எதிர்பாராதவிதமாகக் கார், பிரான்ஸ் விளையாட்டு மைதானம் வழியாகச் செல்ல வேண்டி இருக்கிறது. தடை ஏற்படுகிறது. வர்ஜீலியோ எரிச்சலடைகிறான். “இது என்ன இழவு?” ஆனால், காரோட்டி அலட்டிக்கொள்ளாமல் சொன்னான்: “மாட்ச் நடக்கிறது. ஜனங்கள் வீட்டுக்குப் போகவில்லை.” ஏராளமான கார்கள் சன்னல்கள் திறந்தபடியே, வழியை அடைத்துக்கொண்டிருந்தன. இளைஞர்கள் உற்சாகத்தில் இத்தாலியக் கொடிகளை அசைத்தபடியே நின்றுகொண்டிருந்தார்கள். ஆதரவாளர்கள் சங்கங்கள் கார்களை வாடகைக்கு அமர்த்திக்கொண்டு வந்து ஆரவாரம் செய்துகொண்டிருந்தனர். ‘வழி ஓரிடத்தில் முடங்கி இருக்கிறது’ என்ற செய்தி பரவியது. அலீஸ் கத்திவிட்டாள். வர்ஜீலியோ ஸ்தம்பித்துவிட்டான். காரோட்டி நின்றிருந்த கார்களினூடே செண்டிமீட்டர் செண்டிமீட்டராக நகர்ந்து ஒரு கிலோ மீட்டர் தூரம் மெதுவாகப் போய் ஒருவாறாக விபத்துப் பகுதியைக் கடந்துவிட்டான். பின்னர் வழி கிடைத்ததும் வேகத்தை அதிகரித்தான். ஆனால், ஷப்பேலை நெருங்கும்போது சற்று மெதுவாகச் செல்ல வேண்டி இருந்தது. சுற்றுவட்டப் பாதையைத் தேர்ந்தெடுத்து ‘ஒபெர்வீல்லி’ லிருந்து ‘பெர்சி’ வரை ஒரு வட்ட மடித்து பெருநகரில் கார் புகுந்தது. பின் சேன் நதிக் கரையோரம் போய் நூலகத்தையும் தாண்டி இடது பக்க வீதியில் திரும்பி வேன்சான் ஒரியோல் சுற்றுச் சாலை வழியாகஷெவாலெரே என்ற இடத்தையடைந்து மருத்துவமனை வளாகத்தில் புகுந்தது. “முப்பத்திரண்டு நிமிடம், தேவலாம்,” என்று சொல்லிவிட்டு, வர்ஜீலியோ புன்னகைத்தான்.

O

அறுவைச் சிகிச்சைப் பிரிவிற்குள் அவர்கள் செல்லும்போது - விலைமதிப்பற்ற செல்வம் ஒன்றை அங்கிருந்தவர்கள் காலடியில்

சமர்ப்பிக்கப்போகும்போது - அங்கிருந்தவர்கள் எவரும் தலையைத் தூக்கிப் பார்க்கவில்லை. அங்கு ஏற்கெனவே தொடங்கிவிட்ட சிகிச்சை அவர்கள் வருகையால் தடைபடக் கூடாது. ஏற்கெனவே தூய்மைபடுத்தப்பட்ட ஆடையோடும், சுத்தப்படுத்தப்பட்ட கைகளோடும் இருந்த அவர்கள் ஒப்புக்காகத்தான் வந்தவர்களை வரவேற்றார்கள். அச்சமயம் வர்ஜீலியோ அலீஸின் கண்களை மட்டுமே பார்க்க முடிந்தது. அந்தக் கண்களின் நிறம் மாறிப்போய் இருந்தது. கடைசியாக, அர்ஃபாங் "இதயத்தைக் கொண்டு வருவது நல்லவிதமாக முடிந்ததா?" என்று கேட்டார். வர்ஜீலியோ அதே பாணியில், "முடிந்தது. வழியில் ஒரே இடத்தில்தான் கொஞ்சம் நெரிசல் ஏற்பட்டது," என்றான்.

கொண்டுவரப்பட்ட இதயம் படுக்கை அருகில் ஒரு 'கப்'பில் வைக்கப்பட்டது. மேசையின் அருகிலிருந்த ஒரு சின்ன மேடையில் ஏறி, அலீஸ் உறுப்பு மாற்றத்தைக் கவனிக்கவிருந்தாள். அவளுக்குக் கால்கள் சற்று வெடவெடத்தன. வர்ஜீலியோ பயிற்சி மருத்துவர் இடத்துக்குப்போய், அவரிடமிருந்த கருவிகளை வாங்கிக்கொண் டான். அங்கு, மூன்று அறுவைசிகிச்சை விளக்குகளின் கீழ், மார்புப் பகுதிக்கு மேல், அர்ஃபாங்குக்கு நேராக இருக்க வேண்டும் என்று முடிவு செய்துவிட்டாள். இப்போது, கூட்டாகத்தான் பணியாற்றப் போகிறார்கள்.

கிளேரின் இதயத்தைப் பார்த்த, அர்ஃபாங் விசில் அடித்து, சத்தமாக: "இந்த இதயம் சரியாகத்தான் இல்லை. அதை ஒதுக்கி வைப்பதில் தவறில்லை" என்று சொன்னான். மற்றவர்கள் நமட்டுச் சிரிப்போடு அதனை ஆமோதித்தனர். அவர் அப்படி விளையாட்டாகச் சொல்வது எல்லோருக்கும் வியப்பாக இருந்தது. ஏனெனில், அவர் தன் குழுவின் ஒவ்வொரு உறுப்பினர் மீதும் ஒரு பயங்கரமான அழுத்தம் கொடுப்பதையே வழக்கமாக்கிக் கொண்டிருந்தார். அவருக்கு முன்னால் நடப்பதையும், பின்னால் நடப்பதையும், அவர் கவனித்துக்கொண்டே இருப்பார். அறுவைச் சிகிச்சைப் பிரிவு என்பது அவர் உயிர்வாழும் உண்மையான இடப்பரப்பு. அங்குதான் தான் யார் என்பதையும், பரம்பரை பரம்பரையாகத் தனக்குக் கிடைத்திருக்கும் தொழில் ஆர்வத் தையும், தொழில் சிரத்தையையும், மனிதன்மீது தனக்கிருக்கும்

நம்பிக்கையையும், தன்னுடைய கௌரவத்தையும், ஆற்றலையும் பறைசாற்றிக்கொண்டிருந்தார். அங்குதான் அவர் தனக்கு முன்னோடியாக இருந்த ஒவ்வொருவரையும் நினைவுக்குக் கொண்டு வருவார்: அவர்களெல்லாம், அறிவியல்பூர்வமாக உறுப்பு மாற்றும் தொழில்நுட்பத்தை வடிவமைத்தவர்கள், அதனை முதன்முதலாகச் செய்தவர்கள், முன்னத்தி ஏர்கள். காப் நகரில், கிறிஸ்டியான் பார்னார்ட் *(1967)*, ஸ்டான்ஃபோர்டில் நார்மன் ஷன்வே *(1968)*, இதே இடத்தில், அதாவது பித்தியே மருத்துவ மனையில், கிறிஸ்டியான் கப்ரோல் ஆகியோரெல்லாம் உறுப்பு மாற்றும் சிகிச்சையைக் கட்டமைத்தவர்கள். 1960களில், இவர்களெல்லாம், மனத்தில் உருவாக்கி, நூற்றுக்கணக்கான முறை பரிசோதித்து, தொடர்ந்து உழைத்து, தங்கள் திறமை முழுவதையும் வெளிப்படுத்தி உறுப்பு மாற்றத்தை நடைமுறைப்படுத்தியவர்கள் – ஊடகங்களில் பிரபலமானவர்கள். அவர்களிடம் தொழில் ரீதியான போட்டி இருப்பினும், அவர்கள் பல முறை திருமணம் செய்துகொண்டவர்களாக இருப்பினும் அவர்களைச் சுற்றி இளம் பெண்கள் தேவதைகளாக வலம் வருவர். அவர்கள் ஏராளமான விருதுகள் பெற்றவர்கள். இருப்பினும், அவர்கள் ஆர்வத்துக்கு அளவில்லாமல் இருந்தது.

O

முதலில் இரத்த நாளங்கள்: அவை இரத்தத்தை இதயத்துக்கு உள்ளே கொண்டுசெல்லும் – அதிலிருந்து அதனை வெளியேற்றும். நாளங்கள் ஒவ்வொன்றாக வெட்டப்பட்டு, மூடப்பட்டன. அர்ஃபாங்கும், வர்ஜீலியோவும் வேகமாகச் செயல்படுகின்றனர் – மெதுவாகச் செயல்பட்டால் ஒரு வேளை கைகள் நடுங்கும் வாய்ப்பு ஏற்படும் என்ற பயத்தினாலோ என்னவோ. ஆச்சரியமாக இருந்தது. கிளேர் உடலிலிருந்து இதயம் அகற்றப்பட்டதும், இரண்டு மணி நேரத்துக்கு ஓர் இயந்திரம்தான் இரத்த ஓட்டத்தை உடலுக்கு உறுதி செய்யும். அச்சமயத்தில் அர்ஃபாங் எல்லோரும் நிசப்தமாக இருக்க உத்தரவிட்டிருந்தார். ஒரு கத்தியால் உலோகக் குழாயைத் தட்டி விட்டு, அறுவைச் சிகிச்சையின் அந்தக் கட்டத்தில் முகக்கவசம் வழியே எப்போதும் சொல்லும் ஒரு லத்தீன் வாசகத்தை உச்சரித்தார்: Exercitatio Anatomica de Motu Cordis et

Sanguinis in Animalibus. (உயிரினங்களில் இதயம், இரத்த ஓட்டம் ஆகியவற்றின் செயல்பாடு குறித்து ஓர் உடற்கூற்றியல் ஆய்வு) இது வில்லியம் ஹார்வேவின் நினைவைப் போற்றுவதாகும். அவர்தான் 1628ஆம் ஆண்டு மனித உடலில் இரத்த ஓட்டத்தை முழுமையாக விவரித்தவர். இதயத்தை நீரிறைக்கும் ஒரு காற்றமூத்த விசைக் குழாய்போலச் சித்தரித்தார். அதில் ஒரு தசை தொடர்ந்து துடிப்பதனால்தான் உடலுக்குள் குருதி பாய்கின்றது என்பதை நிரூபித்தார்.

டிரிப் போடுபவருக்கு இந்த வினோதமான சடங்கு புரிய வில்லை. அவருக்கு இலத்தின் தெரியாது. ஆகவே, என்ன நடக் கிறது என்று தெரியாமல் விழித்தார். அவர் ஓர் இளம் செவிலி. இருப்பத்தைந்து அல்லது இருபத்தாறு வயதிருக்கும். அவர் அர்ஃபாங்கோடு பணியாற்றுவது இதுதான் முதல் தடவை. இயக்குநர் ஒருவரைப் போல் ஓர் உயரமான முக்காலி மீது அமர்ந்து அவர் இயக்கும் இயந்திரத்தைக் கண்காணித்தார். பெரிய பெட்டி களிலிருந்து தாறுமாறாகப் புறப்பட்ட மின்சாரக் கம்பிகளின் இணைப்புகளின் கூட்டு அவருக்கு மட்டுமே அத்துப்படி. சுத்தி கரிக்கப்பட்டு – பிராண வாயு ஏற்றப்பட்டு, இரத்தம் மெல்லிய – ஒளிபுகக்கூடிய – குழாய்கள் வழியே ஓடிக்கொண்டிருந்தது. அது போகும் திசையை அறிய அதில் ஒரு வண்ணக் கலவையைச் சேர்த்திருந்தார்கள். திரையில், எலெக்ட்ரோகார்டியோகிராம் தட்டையாக இருக்கிறது. உடலின் வெப்பம் 32°. ஆனால், கிளேர் உயிருடன் இருந்தாள். மயக்க மருந்து நிபுணர்கள் நாடி, வெப்பம் முதலியவற்றையும், செலுத்தும் மருந்துகளை ஏற்றுக்கொள்ளும் தன்மையையும் ஒருவர் மாற்றி ஒருவர் சோதித்துக் கொண்டிருந் தனர். ஆகவே தொடரலாம்.

வர்ஜீலியோ கீழே குனிந்து இதயம் வைத்திருந்த கப்பை எடுத்தான். அதனைச் சுற்றிக் கட்டப்பட்டிருந்த பைகளின் மீது கிருமிநாசினியைத் தெளித்துவிட்டுப் பிரித்தான். அதன்பின் இதயத்தை ஜாடியிலிருந்து இரண்டு கைகளாலும் எடுத்து நெஞ்சுக்குழிக்குள் வைத்தான். அங்கு நடக்கும் நிகழ்ச்சியால் கவரப்பட்ட அலீஸ், தான் அமர்ந்திருந்த இருக்கையிலிருந்து குதிகாலில் எழுந்து நின்று, முகவாயை நீட்டிப் பார்க்கும்போது சற்று நிலைத் தடுமாறினாள். அவள் மட்டும் அப்படிச் செய்யவில்லை.

அங்கிருந்த பயிற்சி மாணவனும் அப்படியே செய்தான். அர்ஃபாங் அருகில் போய் அவர் செய்வதைக் கண்கொட்டாமல் பார்த்த போது, அவனுக்கு வியர்த்துக் கொட்டியது. வியர்வையால் அவன் அணிந்திருந்த கண்ணாடி மூக்கில் வழுக்கி வந்து கீழே விழப் போனது. கடைசி நிமிடத்தில், அதனைச் சரிசெய்ய ஒதுங்கிய போது, டிரிப் ஒன்றைத் தட்டிவிடப் பார்த்தான். எரிச்சலடைந்த மயக்க மருந்து நிபுணர் "ஜாக்கிரதையாகப் போகவும்" என்று எச்சரித்துவிட்டு அவனிடம் ஒரு துணியை நீட்டினார்.

O

அறுவைச் சிகிச்சை நிபுணர்கள் இதயத்தைப் பொருத்து கின்ற கடினமான வேலையை மேற்கொண்டனர். புதிய இதயத் தைக் கீழிருந்து மேலாக, நான்கு இடங்களில் பொருத்தித் தைக்க ஆரம்பித்தனர். கொடையைப் பெறுவோருடைய இரு தயத்தின் இடது மேலறையைக் கொடையாளியினது இரு தயத்தின் இடது மேலறையின் உபரிப் பகுதியோடு பொருத் தினர். அதேபோல் இதயத்தின் வலது மேலறைக்கும் நடந்தது. கொடையைப் பெறுவோருடைய நுரையீரல் தமனியைக் கொடையாளியின் வலது கீழறையோடும், பெருந்தமனியை இரு தயத்தின் இடது கீழறையோடும் பொருத்தினர். அவ்வப்போது, வர்ஜீலியோ இதயத்தை மசாஜ் செய்தான். அவன் கைகள் மசாஜ் செய்யும் பொருட்டு அழுத்தமாக அமுக்கும்போது அவன் மணிக்கட்டு கிளேரின் உடலில் மறையும்.

இப்போது, கொஞ்சம்கொஞ்சமாக நடைமுறைக்குத் திரும்பு கிறார்கள். சிறுச்சிறு உரையாடல்கள் அதிகரிக்கின்றன. சத்தம் அதிகமாகின்றது. கேலிகளும் கிண்டல்களும் தலைதூக்குகின்றன. சிலவற்றில் அனைவரும் பங்குகொள்வார்கள். மற்றும் சிலவற்றில் நெருங்கிய வட்டாரமே பங்கு கொள்ளும். அர்ஃபாங் வர்ஜீலியோ விடம் நடந்து முடிந்த மாட்ச் பற்றிய விவரம் கேட்டார். "இத்தாலி யர்களின் யுத்தி பற்றி என்ன நினைக்கிறாய், வர்ஜீலியோ? இது போல் ஆடினால், பிரமாதமானவிளையாட்டுகளை எதிர்பார்க்க லாமா?" அப்படி அவர் கேட்டது, வர்ஜீலியோவுக்குப் பிடிக்க வில்லை. "பிர்லோ கைதேர்ந்த ஆட்டக்காரன்," என்று சுருக்கமாகப்

பதில் சொன்னான். உடல் இப்போது தாழ்வெப்ப நிலையில் வைக்கப்பட்டிருந்தது. அறையில் காற்றின் சூடு அதிகரித்திருந்தது. மருத்துவர்களின் நெற்றி, நெற்றிப்பொட்டு, மேல்உதடு ஆகிய வற்றை அவ்வப்போது ஈரப்படுத்தினார்கள். அவர்களின் சட்டை, கையுறை ஆகியவற்றை மாற்றிக்கொள்ள உதவினார்கள். செவிலிப் பெண் பைகளைத் திறந்துபாதுகாப்பு உடைகளைப் பிரித்துக் காட்டிக்கொண்டிருந்தாள். அங்கு செலவிடப்பட்ட மனித ஆற்றல், உடல் அழுத்தம், அதுமட்டுமன்றி ஆக்கத்தின் இயக்கவியல் – இங்கு ஓர் உயிரின் மாற்றம் நடந்துகொண்டிருக்கிறதல்லவா?- ஆகியவையெல்லாம்தான் இதுபோன்ற ஈரத்தை ஏற்படுத்தி விட்டு, அறைக்கு மேற்புறத்தில் ஒரு மேகம்போல் படர்ந்தது.

O

தைக்கும் வேலை முடிவுற்றது. மாற்று உறுப்பைச் சுத்தம்செய்து, அதிலிருந்த காற்றை வெளியேற்றுகிறார்கள். இல்லையெனின் அது குமிழிகளாக மாறி கிளேரின மூளைக்குச் சென்றுவிடும். இனிமேல் இதயம் இரத்தத்தைப் பெற்றுக்கொள்ளலாம்.

மேசையைச் சுற்றிப் பதற்றம் எகிறிக்கொண்டிருந்தது. அர்ஃபாங் 'ஓ.கே. எல்லாம் சரியாக இருக்கிறது. இரத்தம் நிரப்பலாம்,' என்று சொல்லிவிட்டார். இரத்தத்தை மெதுவாக, மில்லி லிட்டர், மில்லி லிட்டராகச் செலுத்துகிறார்கள். மிக நுணுக்கமான வேலை அது. சற்று அவசரப்பட்டுவிட்டால், மாற்று உறுப்பின் உரு மாறி விடும், சுய உருவைப் பெற முடியாமலேயே போய்விடும். செவிலிகள் மூச்சைப் பிடித்துக்கொண்டு நின்றார்கள். மயக்க மருந்து நிபுணர்கள் கண்கொட்டாமல் பார்த்துக்கொண்டிருந்தனர். டிரிப் போடுபவருக்குக்கூட வியர்த்துக் கொட்டியது. ஆனால், அலீஸ் மட்டும் நிதானத்தைக் கைவிடவில்லை. அறையில் யாரும் ஆடவில்லை அசையவில்லை. அறுவைச் சிகிச்சை மேசையைச் சுற்றி முழு நிசப்தம் நிலவுகிறது. மாற்று இதயத்தில் இரத்தம் மெல்லமெல்ல ஊடுருவுகிறது. உச்சக்கட்டத்தை நெருங்கு கிறார்கள். வரிஜீலியோ பேட்ல் (paddles)ஸை எடுத்து அர்ஃபாங் கிடம் கொடுக்கிறான். அவர்கள் இருவருடைய பார்வைகளும் சந்திக்கின்றன. அர்ஃபாங் வர்ஜீலியோவைப் பார்த்து முகவாய்க்

கட்டையை அசைக்கிறார். "இதனை நீயே செய்," என்கிறார். அவனோ மனதில் பிரார்த்தித்துக்கொண்டு, மூடநம்பிக்கைகளயும் வரவழைத்துக்கொண்டு செயலில் ஈடுபடத் தயாரானான். கடவுளை வணங்கினான் போலும், அல்லது, இவ்வளவு நாள் தான் சேர்த்து வைத்திருந்த மொத்த அனுபவத்தையும், செயல்களையும், சொற்களையும் நினைவுபடுத்திக்கொண்டிருக்கலாம். பின்னர், இதயத்தின் ஒவ்வொரு பக்கத்திலும் மின்சார பேட்ல்ஸ்களைப் பொருத்தினான் - திரையில் எலெக்ட்ரோகார்டியோகிராமைப் பார்த்துக்கொண்டே "தயாரா?" என்று கேட்டான். இப்போது கிளேரின் உறுப்பாகிவிட்ட இதயம் மின்சாரக் கசிவைப் பெற ஆரம்பித்துவிட்டது. அதைப் பார்த்து உலகமே ஸ்தம்பித்து நிற்கிறது. இரண்டு மூன்று முறைகள் அதிர்ந்துவிட்டு அது உறைந்து போகிறது. வர்ஜீலியோ எச்சை விழுங்கிக்கொள்கிறான். அர்ஃபாங் கட்டிலின் முனையில் கைவைக்கிறார். முகம் வெளுத்துப் போயிருந்த அலீஸை கைத்தாங்கலாகமயக்க மருந்து நிபுணர் மேடையை விட்டுக் கீழிறக்கினார். இரண்டாவது முயற்சி. தயாரா? என்று கேட்டார்.

சரியாகிவிட்டது.

இதயம் சுருங்குகிறது. அதன் பின் சின்ன அதிர்வு. அதன் பின், கண்ணுக்குத் தெரியாத – அல்லது அருகில் சென்று பார்த்தாலொழிய தெரியாத – துடிப்புகள். அவற்றால்தான் அந்த உறுப்பு உடலுக்குள் இரத்தத்தைப் பாய்ச்சுகின்றது. அது அந்த இடத்தில் சரியாகப் பொருந்திவிட்டது. துடிப்புகள் தொடர்ந்தன. முதலில் அதிவேகமாக இருந்த துடிப்புகள் இப்போது ஒரே சீராகிவிட்டன. அந்தத்துடிப்புகள் வயிற்றிலிருக்கும் சிசுவின் நாடித் துடிப்பை - முதல் அல்ட்ரா சவுண்டு மூலம் கேட்கும் துடிப்பை – புதிய உதயத்தைக் குறிக்கும் துடிப்பை, ஒத்திருந்தது.

O

கிளேர் மயக்க நிலையிலிருந்த சமயம், தொமா ரெமீழ் பாடிய பாட்டைக் கேட்டாளா? காலை நான்கு மணிக்கு சிமோன் லேம்பரின் இதயத்தைப் பெற்றபோதாவது அவன் குரலைக் கேட்டாளா? அவள் மேலும் அரை மணி நேரம்

அந்நிய உதவி மூலம் இயங்கவைக்கப்பட்டாள். பின்னர், சிமோன் உடலைப் போலவே அவள் உடலும் அதே போன்ற கருவிகளைக் கொண்டு தைக்கப்பட்டது. அறுவைச் சிகிச்சை அறையில், கறுப்புத் திரைச் சீலைகளால் சூழப்பட்டு பார்வைக்கு வைக்கப்பட்டிருந்தாள். அத்திரைகளில் அவளுடைய இதயத்தின் ஒளி அலைகள் பதிவு செய்யப்பட்டன – அவள் உடல் தேரும் வரையில் அவள் அங்கிருப்பாள். அந்நேரத்தில் அங்கிருந்த மற்ற வர்கள் கருவிகளையெல்லாம் எண்ணி அடுக்கி வைத்தார்கள். வழிந்திருந்த இரத்தத்தைத் துடைத்தார்கள். பணியாற்றிய குழு கலைந்துபோகும் வேளை வந்தது. அவர்களில் சிலர் உடை மாற்றிக்கொண்டு மருத்துவமனை வளாகத்தைக் கடந்து சென்று மெட்ரோ ரயிலைப் பிடித்தார்கள். முகம் வெளுத்துப்போயிருந்த அலீஸ் சகஜ நிலைக்குத் திரும்பிக்கொண்டிருந்தாள். அவள் முகத்தில் ஒரு சிறு புன்னகையும்கூட மலர்ந்தது. அர்ஃபாங் அவள் காதில் மெதுவாக, “அர்ஃபாங் குடும்பத்து இளைய வாரிசே, இது பற்றியெல்லாம் என்ன நினைக்கிறாய்?” என்று கேட்டார். வர்ஜீலியோ தன் தலைப்பாகையையும் முகக்கவசத்தையும் கழற்றி னான். இரவு நேரம் முடியும்வரை மோம்பர்னாஸ் பகுதியில் ஏதாவது ஒரு தேநீர் விடுதியில், பீர், கொஞ்சம் சிப்ஸ், ஒரு பீஸ் மாட்டிறைச்சி சாப்பிட அவளை அழைக்க நினைத்தான். அவள் தன் வெள்ளைக் கோட்டை மாட்டிக்கொண்டாள். அவன் கோட்டின் காலரைத் தடவிப் பார்த்தான். சுற்றிலுமிருந்த செடிகொடிகளில் வெளிச்சம் வரத்தொடங்கியது. பாசிகள் நீலமாகின. பொன்னிறப் பறவை பாட ஆரம்பித்தது. இரவில் நடந்த பெரிய அலைச்சறுக்கு விளையாட்டு ஒரு முடிவுக்கு வந்தது. அப்போது காலை மணி 5.49.

முற்றும்